அள்ள அள்ளப் பணம் 9

கடன்

தீதும் நன்றும்

டாக்டர் சோம. வள்ளியப்பன்

பங்குச்சந்தை வர்த்தகம், பொருளாதாரம், உணர்வு மேலாண்மை, சுயமுன்னேற்றம், நிர்வாகவியல், மனித வள மேம்பாடு, நிதி நிர்வாகம் உள்ளிட்ட துறைகளில் பல புகழ்பெற்ற நூல்களை எழுதியவர். துறைகள் சார்ந்த செழிப்பான அனுபவமும் நிபுணத்துவமும் கொண்டிருக்கும் இவர் தொலைக்காட்சி மற்றும் பத்திரிகைத் துறை ஊடகங்களில் தொடர்ந்து இயங்கிவருகிறார். Emotional Intelligence-ல் ஆய்வுசெய்து சென்னை பல்கலைக்கழகத்தில் PhD. பட்டம் பெற்றவர். சொற்பொழிவுகள் மற்றும் பயிற்சி வகுப்புகள் மூலம் பல ஆயிரக் கணக்கான மக்களுடன் தொடர்ந்து உரையாடி வருபவர்.

அள்ள அள்ளப் பணம்
புத்தக வரிசை

பங்குச்சந்தை அடிப்படைகள்

பங்குச்சந்தை அனாலிசிஸ்

ஃபியூச்சர்ஸ் அண்ட் ஆப்ஷன்ஸ்

போர்ட்ஃபோலியோ முதலீடுகள்

டிரேடிங்

*

மியூச்சுவல் ஃபண்ட்

தங்கம், வெள்ளி, பிட்காயின்

இன்சூரன்ஸ்

கடன்

அள்ள அள்ளப் பணம் 9

கடன்

தீதும் நன்றும்

சோம. வள்ளியப்பன்

கிழக்கு

கடன்: யாருக்கு அவசியம்? யாருக்கு வேண்டாம்?
Kadan: *Yaarukku Avasiyam? Yaarukku Vendam?*

Soma. Valliappan ©

First Edition: September 2022

224 Pages

Printed in India.

ISBN : 978-93-90958-41-2
Kizhakku - 1273

Kizhakku Pathippagam
177/103, First Floor, Ambal's Building, Lloyds Road,
Royapettah, Chennai - 600 014. Ph: +91-44-4200-9603
Email : support@nhm.in   Website : www.nhm.in

kizhakkupathippagam   kizhakku_nhm

Author's Email: writersomavalliappan@gmail.com
Author's Website : www.writersomavalliappan.in
www.facebook.com/Soma Valliappan
www.youtube.com/Soma Valliappan

Cover Image: Shutterstock

Kizhakku Pathippagam is an imprint of New Horizon Media Private Limited

The views and opinions expressed in this book are the author's own and the facts are as reported by the author, and the publishers are not in any way liable for the same.

All rights reserved. No part of this publication may be reproduced, stored in a retrieval system, or transmitted, in any form or by any means, electronic, mechanical, photocopying, recording or otherwise, without the prior permission of the publishers.

சிறுசேமிப்பிற்காக
பிரதமரின் 'ஸ்ரீ சக்தி புரஸ்கார்' விருதுபெற்ற
மதுரை பத்மஸ்ரீ சின்னப்பிள்ளை அம்மாளுக்கு

பொருளடக்கம்

	கடன் தொடர்பான சில பதங்கள்	/ 8
	முன்னுரை	/ 11
1.	கடன் நல்லதா? கெட்டதா?	/ 15
2.	சரியான கடன்களால் கிடைக்கும் நன்மைகள்	/ 26
3.	தவறான கடன்கள்	/ 40
4.	கடனால் தொல்லைகள்	/ 55
5.	எந்தக் கடன்கள் தவறாகிவிடுகின்றன?	/ 64
6.	கடன் வகைகள்	/ 70
7.	வியாபாரக் கடன்கள்	/ 102
8.	வட்டி	/ 122
9.	சிபில் ஸ்கோர்	/ 137
10.	அடமானம், காசோலை	/ 141
11.	பிராமிசரி நோட் - கடன் உறுதிப் பத்திரம்	/ 147
12.	கடன் வழங்குவோர்	/ 151
13.	கடன் வசூல் நடைமுறைகள்	/ 184
14.	கடன் – சில எச்சரிக்கைகள்	/ 189
15.	கடனுக்கு மாற்று	/ 193
16.	மொத்தத்தில்	/ 200
	பின் இணைப்புகள்	/ 206

கடன் தொடர்பான சில பதங்கள்

ஜார்கான்ஸ்		பக்கம்
Agri jewel loan	விவசாய நகைக் கடன்	76
Auction	ஏலம்	75
Bank Guarantee	பேங்க் கியாரண்டி	111
Business Loan	வியாபார கடன்கள்	102
Cash Credit	கேஷ் கிரெடிட்	110
Charges, Fees	கட்டணங்கள்	104
Cheque Bounce	செக் பவுன்ஸ்	144
CIBIL Score	சிபில் ஸ்கோர்	136
Commercial Vehicles Loan	கமர்ஷியல் வெஹிக்கில்ஸ் லோன்	87
Company Loan	கம்பெனி லோன்	70
Compound Interest	கூட்டு வட்டி	130
Consumer loan	கன்சூமர் லோன்	82
Credit Card	கிரெடிட் கார்டு	71,83,168
Credit Rating	கிரெடிட் ரேட்டிங்	137
Crossed cheque	கிராஸ்டு செக்	142
Crypto Currency Trade	கிரிப்டோ கரன்சி வர்த்தகம்	53
Debit card	டெபிட் கார்ட்	168
Debt Equity Ratio	டெட் ஈக்விட்டி ரேஷியோ	24
Debt to GDP Ratio	டெட் டொ ஜிடிபி ரேஷியோ	24
Demand Loan	டிமாண்ட் லோன்	106
ECB Rate D	ஈ.சி.பி ரேட்	126
Educational Loan	கல்விக்கடன்	33,90
Farm/Agri Loan	விவசாயக் கடன்	99
Federal Rate	பெடரல் ரேட்	126
Fixed Rate	ஃபிக்ஸட் ரேட்	84
Floating Rate	ஃப்ளோட்டிங் ரேட்	85
Free Legal Help	இலவச சட்ட உதவி	186
Guarantor	கியாரண்டார்	134
Housing loan	ஹவுசிங் லோன் / வீட்டுக்கடன்	93
Hypothecation	ஹைபாதிகேஷன்	115
Jewel Loan	நகைக்கடன்	72,108
Usury Interest	கந்துவட்டி	133
Lending Rate	லெண்டிங் ரேட்	125
Letter of Credit	லேட்டர் ஆஃப் கிரடிட்	109

Leverage	லிவரேஜ்	39
Lien	லீன்	116
Loan Apps	லோன் ஆப்ஸ்	153
Loan on Insurance policy	இன்சூரன்ஸ் பாலிசிகளின் மேல் கடன்	78
Loan to Value	லோன் டு வேல்யு	117
Margin Money	மார்ஜின் பணம்	116
Micro Finance	மைக்ரோ பைனானஸ்	175
Mortgage Loan	மோர்ட்கேஜ் லோன்	107
NABARD	நபார்ட்	99
NBFCs	என்.பி.எப்.சி	180
NIM - Net Interest Margin	நெட் இண்ட்ரெஸ்ட் மார்ஜின்	125
NPA	வாராக் கடன்	117
One Time Settlement (OTS)	ஒன் டைம் செட்டில்மெண்ட்	118
Online Games	ஆன்லைன் விளையாட்டுகள்	51
Over Draft	ஓவர் டிராஃப்ட்	105
Pawn Broker Shops	அடமான கடைகள்	150
Pay day Loan	பேடே லோன்	117
Personal loan	பர்சனல் லோன்	71,81
Pledge	அடமானம்	114
PMAY	பிரமரின் வீடுக்கடன் உதவி	96
Post Dated Cheque (PDC)	பின் தேதியிட்ட காசோலை	145
Pre Dated Cheque (PDC)	முன் தேதியிட்ட காசோலை	145
Promissory Note	பிராமிசரி நோட்	146
Provident Fund (PF) Loan	பி.எஃப் லோன் (சேமநல நிதி)	78
RBI guidelines on Recovery	ரிசர்வ் வங்கியின் கடன் வசூல் வழிகாட்டுதல்கள்	185
Reducing Balance	ரெட்யூசிங் பேலன்ஸ்	132
Repo Rate	ரிப்போ ரேட்	124
Sanction letter	சேங்ஷன் கடிதம்	113
Sarfeasi Act	சர்பாசி சட்டம்	186
Savings	சேமிப்பு	193
Simple Interest	தனிவட்டி	130
Term Loan	டெர்ம் லோன்	105
Two wheeler loan	இருசக்கர வாகன கடன்	89
Vehicle Loan	வாகன கடன்	83

முன்னுரை

'அள்ள அள்ளப் பணம்-1' முதல் 5 பாகம் வரையிலான அனைத்துப் புத்தகங்களும் முழுக்க முழுக்க பங்குகள் மற்றும் பங்குச் சந்தைகள் குறித்து எழுதப்பட்டவை. 5ம் பாகம் பங்குகளில் டிரேடிங் குறித்து எழுதி வெளிவந்தது, டிசம்பர் 2009ல்.

அதன்பின் வேறு உள்ளடக்கங்கள் கொண்ட பல புத்தகங்கள் எழுதினேன். ஆயினும் அள்ள அள்ளப் பணம்- 6 என்பது பல ஆண்டுகளுக்கு நடக்கவே இல்லை. பின்பு, 2020ம் ஆண்டுதான் அள்ள அள்ளப் பணம்-6, பரஸ்பர நிதிகள் எழுதினேன். அடுத்த ஆண்டு, 2021ல் 7ம் பாகமாக தங்கம் குறித்து ஒரு புத்தகம். கூடவே உபரியாக அதனுள் வெள்ளி மற்றும் கிரிப்டோகரன்சிகள் குறித்தும் எழுதிச் சேர்த்தேன்.

'அள்ள அள்ளப் பணம்' வரிசையில் 8வது புத்தகமாக 2022 ஜனவரியில் இன்சூரன்ஸ் வெளிவந்தது. அதன்பின் கனடாவில் 2 மாதம் தங்கும் வாய்ப்புக் கிடைத்தது. ஜனவரி பிப்ரவரி மாதங்களில் அங்கே குளிர் மைனெஸ் 16 முதல் சில நாட்களில் மைனெஸ் 20, 24 வரைகூட போனது. மகன் வீட்டிலேயே இருந்தேன். எழுத நேரம் கிடைத்தது. அள்ள அள்ளப் பணம் 9 – கடன் எழுதிவிட்டேன்.

பரஸ்பரநிதி, தங்கம், இன்சுரன்ஸ் போன்றவை அள்ள அள்ளப் பணம் வரிசையில் வந்தது போலவே கடன் குறித்த விவரங்கள் அடங்கிய புத்தகமும் பணம் தொடர்பானது என்பதால், 'அ.அ.ப 9' ஆக வெளிவருகிறது.

நிம்மதியாக வாழ பணம் அவசியம். பணம் ஒன்றும் சம்பாதிக்க முடியாதது அல்ல. பெரும்பாலான மக்களுக்கு தேவையான அளவு பணம் கிடைக்கவே செய்கிறது. ஆனாலும், ஒரு சிலர் அதை நிர்வகிக்க தெரியாமல் கடன் வாங்கி பெரும் அவதிக்கு உள்ளாகிறார்கள்.

ஆச்சரியப்படும்விதமாக 30-40 ஆண்டுகளுக்கு முன்னால் இருந்தது போல பலரிடமும் இப்போது கடன் குறித்த பயம் இல்லை. தயக்கமில்லாமல் வாங்குகிறார்கள் என்பது தவிர, பலருக்கும் சிரமம் இல்லாமல் கடன் கிடைக்கவும் செய்கிறது. வருமான வரி கணக்கு எண் மற்றும் ஆதார் அடையாள அட்டை இருந்தால் போதும். கடனை வைத்துத் திணிக்கிறார்கள்.

அதிகப்படியான பணத்தை வைத்துக்கொண்டு வங்கிகளும் பல நிதி நிறுவனங்களும் கடன் கொடுக்க அலைகின்றன. காசு கொடுத்தோ எப்படியோ பலருடைய அலைபேசி எண்களை வாங்கிக்கொண்டு, கடன் வாங்கிக்கொள்ளுங்கள், கடன் அட்டை வாங்கிக்கொள்ளுங்கள் என்று தொந்தரவு செய்கிறார்கள். கூவிக்கூவி விற்காத குறைதான்.

இப்படிபட்ட சூழ்நிலையில் பணத்தை சேமிப்பது குறித்தோ, சேமித்தால்தான் பின்னால் வேண்டியவற்றுக்கு செலவு செய்ய முடியும் என்பன குறித்தோ பலருக்கும் போதிய கவனமில்லை.

கையில் பணம் இருந்தும் கூட, அவசியமில்லாத பொருட் களையும் மக்கள் சர்வசாதாரணமாக கடனில் – கன்சியூமர் லோன் போட்டு – வாங்குகிறார்கள். ஜீரோ வட்டி என்று நினைத்துக் கொண்டு, வட்டி கட்டுகிறார்கள்.

கிடைக்கும் கடன்களை சரியாக பயன்படுத்தி தங்கள் வாழ்க்கை தரத்தை உயர்த்திக் கொள்கிறவர்கள், பயனைடைகிறவர்கள் இருக்கிறார்கள் என்பது உண்மைதான். ஆனால், அப்படிப் பட்டவர்களின் எண்ணிக்கை குறைவு. பற்றாக்குறைகளைச் சமாளிக்கக் கடன் வாங்குகிறவர்களும், விவரம் தெரியாமல் கடன் வாங்குகிறவர்களும்தான் அதிகம்.

நான் பணியாற்றிய மற்றும் பயிற்சியளிக்கும் நிறுவனங்களில் கடனால சிரமப்படும் பல ஊழியர்களைப் பார்த்திருக்கிறேன். பலருக்கும் குறைந்த வட்டிக்கு கடன் வாங்கும் வழிகள் தெரியவில்லை. பழக்கப்பட்ட ஒரு சில இடங்களில் மட்டுமே,

அதே வழிகளிலேயே கூடுதல் வட்டிகளுக்கு கடன் வாங்கி, திருப்பிக் கட்ட முடியாமல் சிரமப்பட்டுக் கொண்டிருக்கிறார்கள். சிலர் மோசமான நடவடிக்கைகளை எதிர்கொள்கிறார்கள், வேறு சிலர் அவற்றை எதிர்கொள்ளமுடியாமல் உயிரைக்கூட விட்டு விடுகிறார்கள்.

எனவே கடன்கள் குறித்து, அவற்றின் நன்மை தீமைகள் குறித்து, கடன்கள் கிடைக்கும் இடங்கள் குறித்து, வாங்கும்போது எச்சரிக்கையாக இருக்க வேண்டியவை குறித்தெல்லாம் தமிழில் ஒரு புத்தகம் தேவை என்று தோன்றியது. எழுதிவிட்டேன்.

எந்தப் புத்தகம் எழுதும் போதும் திருக்குறள் மற்றும் வேறு தமிழ் சான்றோர்கள் கூறியது ஏதும் நினைவுக்கு வந்தால் அவற்றை உரிய இடத்தில் சேர்க்க விருப்பப்படுவேன். இந்தப் புத்தகம் எழுதும் போது தமிழ் இலக்கியங்களில் கடன் தொடர்பாக ஏதாவது நிச்சயம் இருக்கும் என நினைத்தேன். ‘கடன்பட்டார் நெஞ்சம் போலக் கலங்கினான் இலங்கை வேந்தன்’ என்பதுதான் உடன் நினைவுக்கு வந்தது.

இது இலங்கை அரசன் இராவணன் குறித்து இருந்தாலும் இதை கம்பன் எழுதவில்லை என்கிறார்கள். எழுதியது ஔவையார் என்றும் ‘வினோதரச மஞ்சரி’யில் இருப்பதாகவும் இணையத்தில் திரு.ஹரிகிருஷ்ணன் எழுதியிருக்கிறார். பேயை விரட்ட ஔவையார் பாடிய அந்தப் பாடல் எதுவென்று தெரிந்துகொள்ள உங்களுக்கும் ஆசையிருக்கலாம்.

விடங்கொண்ட மீனைப் போலும்
    வெந்தழல் மெழுகைப் போலும்
படங்கொண்ட பந்தழல்வாய்
    பற்றிய தேரை போலும்
திடங்கொண்ட இராமன் பாணம்
    செருக்களத்துற்ற போது
கடன்கொண்ட நெஞ்சம் போல்
    கலங்கினான் இலங்கை வேந்தன்

என்பதுதான் அந்தப் பாடல்.

அடுத்து, கடன் குறித்து திருவள்ளுவர் என்ன சொல்லியிருக்கிறார் என்று தேடும் ஆர்வம் வந்தது. தேடினேன். இரவல் என்கிற பெயரில் அல்ல; ஒருவரிடம் பணத்தை பெற்று, பயன்படுத்தி விட்டு அதற்காக வாடகை போல ஏதோ ஒரு தொகையையும்

சேர்த்து திருப்பிக் கொடுக்கப்பட்டால்தான் அது கடன் ஆகும். அப்படிப்பட்ட பொருள் வரும்படியாக திருக்குறளில் படித்ததாக எனக்கு நினைவில்லை.

திருக்குறளை அதிகம் படித்த குறள் அபிமானிகளாக சேர்ந்து நடத்தும் வாட்சப் குழுக்களில் இருப்போர் சிலரை எனக்கு தெரியும். அப்படிப்பட்ட கோவை பேராசிரியர் திரு.மோகனசுந்தரம் மற்றும் மேனாள் சென்னை வானொலி இயக்குனர் முனைவர் சேயோன் ஆகிய இருவரிடமும் தனித்தனியாக இது குறித்து விசாரித்தேன். அவர்களுக்கும் கிடைக்கவில்லை போல. அவர்களும் அவர்கள் திருக்குறள் சார்ந்து நடத்திக் கொண்டிருக்கிற வாட்சப் குழுக்களில் அதுபற்றி விசாரித்திருப்பார்கள் போல. அங்கும் ஏதும் கிடைக்கவில்லை, இவற்றை வைத்து நான் இப்போதைக்கு வந்திருக்கும் முடிவு, திருக்குறளில் பணத்தைக் கடனாகப் பெறுவது குறித்து திருவள்ளுவர் ஏதும் சொல்லவில்லை என்பதுதான்.

இதை எப்படிப் புரிந்துகொள்வது?

இது உண்மையாக இருக்கும்பட்சம், திருக்குறள் எழுதப்பட்ட அந்த இரண்டாயிரம் ஆண்டுகளுக்கு முன்பு இருந்த காலகட்டத்தில் கடன் மற்றும் வட்டி போன்ற வழக்கம் மக்களிடம் (தமிழர்களிடம்) இல்லை, அதனால்தான் வள்ளுவர் அது குறித்து எழுதவில்லை.

இது என்னுடைய மேலோட்டமான யூகம் மட்டுமே. இது குறித்து அதிகம் தெரிந்தவர்கள் திருக்குறளில் கடன் குறித்து எழுதப்படிருந்தால், அவசியம் writersomavalliappan@gmail.com மின் அஞ்சலுக்கு எழுதுங்கள். பகிர்ந்துகொள்வோம்.

வழக்கம் போல இந்தப் புத்தகத்தையும் விரைவாக மற்றும் நேர்த்தியாக வெளியிடும் கிழக்குப் பதிப்பகத்தின் திரு பத்ரி சேஷாத்ரி, ஆசிரியர் மருதன் மற்றும் வைதேகி மேடத்திற்கு நன்றி.

வாழ்த்துகள்!

சோம வள்ளியப்பன்

2.6.2022

1
கடன் நல்லதா? கெட்டதா?

உலகத்தில் கடன் என்பதைப் பொறுத்தவரை இரண்டு அழுத்தமான எண்ணங்கள் இருக்கின்றன. முதலாவது, கடன் மிக மோசமானது; கூடவே கூடாது என்கிற எண்ணம். இரண்டாவது, கடன் என்பது ஆபத்பாந்தவன் போல, ஒரு காப்பாற்றும் தெய்வம் என்கிற எண்ணம்.

ஒன்றுக்கு ஒன்று நேர் மாறான கருத்துகள்தான். கடன் என்பது ஹீரோவா... வில்லனா? இந்த இரண்டு கட்சிக்காரர்களில் யாருடைய எண்ணம் சரி?

அப்படிக் கேட்பதைவிட, இந்த இரண்டில் நீங்கள் எந்தப் பக்கம் என்று கேட்கலாமே என்கிறீர்களா, அதுவும் சரிதான். பெரும்பாலான மக்கள் இரண்டில் ஏதாவது ஒரு பக்கம் இருப்பார்கள். அப்படியில்லாதவர்கள், இரண்டுக்கும் நடுவில், சுயேட்சை வேட்பாளர் போல தனித்து, கடன் பற்றி எந்த அபிப்பிராயமும் இல்லாதவர்களாக இருப்பார்கள். உண்மையில், ஒன்று, அவர்கள் ஆசீர்வதிக்கப்பட்டவர்களாக இருக்கவேண்டும். அல்லது அஞ்ஞானிகளாக, அதாவது எதுவும் தெரியாதவர்களாக இருக்கவேண்டும்.

ஒரு கட்சி பற்றி மற்றொரு கட்சிக்காரர் தெரிந்துகொள்ள உதவியாக, முதலில் இரண்டு பக்கத்து வாதங்களையும் சற்று

விரிவாகவே பார்த்துவிடலாம். அபிப்ராயம் எதுவுமில்லாத அந்த மூன்றாவது பிரிவினருக்கு அந்த இரு கட்சியினர் பற்றி நாம் பகிர்ந்துகொள்ளும் தகவல்கள், எவர் எண்ணம் சரி, எவர் எண்ணம் தவறு என்கிற முடிவுக்கு வர உதவியாக இருக்கும். இரண்டில் ஒரு கட்சியில் சேர்ந்துவிடுவார்கள்.

எதையும் நேர்மறையாக ஆரம்பிப்பது தானே சரி அதனால் முதலில், 'கறை நல்லது' என்று ஒரு சோப்பு விளம்பரம் சொல்வது போல 'கடன் நல்லது' என்று ஆரம்பிப்போம்.

தனிநபர்கள், நிறுவனங்கள் மற்றும் அரசுகள் ஆகிய மூன்று பிரிவினருக்குமே கடன், நல்லது.

அவசியத்துக்குக் கடன் என்பது கையில் கிடைக்கும் வேறு ஒருவரின் பணம். அதை வைத்துத் தன் தேவைகளை நிறைவு செய்து கொள்ளலாம். அப்படிப்பட்ட பணம் கிடைக்காதவர்கள் தேவைகள் நிறைவேறாமல் சிரமப்படுவார்கள். சிலர் தொடரும் பண முடையால், நெருக்கடியால் தற்கொலை வரைகூடப் போய்விடுகிறார்கள்.

கடன் வாங்க வேண்டிய அளவு அப்படி என்ன அவசியத் தேவைகள் என்று கேட்கக்கூடாது. சாப்பாட்டுக்கு, வீட்டு வாடகைக்கு, பிள்ளைகள் படிப்பதற்கு, மருத்துவச் செலவுகளுக்கு என்று எவ்வளவோ குடும்பங்கள், தேவைப்படும் அளவு பணம் இல்லாமல் சிரமப்படுகிறார்கள். அதைச் சமாளிக்க அப்படிப்பவர்களுக்கு இருக்கும் நேர்மையான கடைசி வழி: கடன்.

மூச்சுத் திணறிக்கொண்டிருக்கும் ஒருவருக்கு சுவாசிக்கக் கிடைக்கும் கொஞ்சம் காற்று போன்றதுதான் கடன். பெரும் பாலானவர்கள் வேறு வழியில்லாமல்தான் வாங்குகிறார்கள். இந்தப் புத்தகத்தைப் படிக்கும் சிலரால் அந்த நிலையை உணர முடியாமல் இருக்கலாம். காரணம் அவர்களுக்கு அப்படிப்பட்ட சொந்த அனுபவம் கிடைத்திருக்காது. அப்படிப்பட்ட நிலைமையில் இருக்கும் எவரையும் அவர்கள் அருகிலிருந்து பார்த்திருக்க மாட்டார்கள்.

கைக்கும் வாய்க்குமாய் பிழைப்பு நடத்துகிறவர்கள் உலகின் எல்லா தேசங்களிலுமே இருக்கிறார்கள். சில நாடுகளில் ஏராளமான எண்ணிக்கையில். விவசாயிகள், விவசாயக் கூலிகள், ஏனைய கூலித் தொழிலாளர்கள், சிறு, குறு வியாபாரம் செய்பவர்கள், சாதாரண வேலைகளில் இருப்பவர்கள் என

இன்னமும் வறுமையில் வாழ்பவர்கள் நம் நாட்டிலேயே பல கோடி பேர்கள் இருக்கிறார்கள்.

இப்படிப்பவர்களில் பெரும்பாலானவர்கள் வீட்டருகில் இருக்கும் மளிகைகடைகளில் 'கணக்கு' வைத்திருப்பார்கள். குடும்பத்தலைவிகள் வேண்டியவற்றை அவ்வப்போது அவர்கள் கணக்கில் வாங்கிக்கொள்வார்கள். கடைக்காரர் நோட்டுப் புத்தகத்தில் எழுதிக்கொள்வார். சம்பளம் அல்லது வருமானம் வரும்போது முழுவதையுமோ ஒரு பகுதியையோ கடைக்காரரிடம் இருக்கும் கடனுக்குக் கொடுத்துவிடுவார்கள். அடுத்த நாளே (கொஞ்சம் தெம்பாக) பொருட்கள் வாங்குவார்கள். ஆனால் எப்போதும் ஓரளவு கொடுக்கவேண்டிய பணம் நிலுவையிலேயே இருக்கும். அதனால், கடைக்காரர் சொல்வதுதான் கணக்கு. தவிர, பாவம் அவர்கள். காசு கொடுத்து வாங்குபவர்களைப் போல, 'எனக்கு நேரமாகுது. எவ்வளவு நேரம் நிற்பது' என்றெல்லாம் கேட்க முடியாது. Beggars can't be choosers என்று ஒரு பழமொழி உண்டு. ஆனால், இப்படியான தேநீர் கடைகள், பெட்டிக் கடைகளில் கடன் எழுதிக்கோ என்று சவடாலாகச் சொல்பவர்களும் உண்டு (ஆண்கள். அதனால்).

கடன் வாங்காமலே பல காலம் சமாளித்தவர்கள் கூட ஏதாவது சில சந்தர்ப்பங்களில் கை மாத்து வாங்க வேண்டி வரும். கணவன், மனைவி, ஒன்றிரெண்டு பிள்ளைகள், தாய் தந்தையர் என ஒருவர் சம்பாதியத்தில் ஆறேழு பேர் வாழவேண்டிய கட்டாயத்தில் இருக்கிற குடும்பங்கள் கடன் இல்லாமல் வாழ்வது அரிது.

பெரிய படிப்பு, நிரந்தர வேலை, கணிசமான வருமானம் இல்லாதவர்களால் வேறு என்ன செய்து சமாளிக்க முடியும்? கிடைக்கும் வருமானத்தில் வாழ்வது என்று சமாளித்துக் கொண்டிருக்கையில் இருந்த வேலை போய்விட்டால்? விபத்து அல்லது உடல்நலக்குறை காரணங்களால் மாதக்கணக்கில் வேலைக்குப் போகமுடியாத நிலை ஏற்பட்டால்? குடும்பத்தில் சிகிச்சை போன்ற எதிர்பாராத செலவுகள் வந்துவிட்டால்? வறட்சி அல்லது வேலை நிறுத்தம் அல்லது துக்க நிகழ்வு என்று ஏதோ ஒன்றால் வருமானம் நின்று போனால்?

ஆடிப் போய்விடமாட்டார்களா? அப்படிப்பட்ட சூழ்நிலைகளில் கடனும் கிடைக்காவிட்டால் அவர்கள் நிலைமை என்ன ஆகும்?

எங்கிருந்து பணம் வரும்? எப்படித் திருப்பிக் கொடுப்பது என்றெல்லாம் அவர்களால் யோசிக்க முடியாது. பசி, நோய்

அல்லது பல மாதங்களாய் நிலுவையில் இருக்கும் வாடகைப் பணம் போல தலைக்கு மேல் கத்தி தொங்கும். அதிலிருந்து தப்பித்தாகவேண்டிய நிர்பந்தம். ஏதாவது செய்து இப்போதைக்கு நெருக்கடியில் இருந்து தப்பித்தால் போதும் என்றுதானே தோன்றும். என்ன செய்வது என்று தெரியாமல் கையைப் பிசைந்துகொண்டு நிற்கிற நேரம், கிடைக்கிற கடன் பணம், கடவுள் போலத்தான் தெரியும்.

பெரிய தேவைகள்

சிலர், அவர்கள் வருமானத்துக்குள் வாழ்வார்கள். சிக்கனமாகச் செலவு செய்வார்கள். ஆனால் வாழ்க்கை வெறுமனே சாப்பிடுவதும் தூங்குவதும் மட்டுமில்லையே. பிள்ளைகள் தனியார் பள்ளி, கல்லூரிகளில் படிக்க ஆசைப்படுவார்கள். அவர்களைப் பொறியியல், மருத்துவம் போன்ற படிப்புகளில் சேர்க்க பெற்றோர் ஆசைப்படுவார்கள். நிலைமை வேறுமாதிரியாகத்தான் இருக்கும். ஆனாலும் எப்படியாவது 'எதையாவது விற்று' என்று இறங்கிவிடுவார்கள். முதலாண்டு இரண்டாம் ஆண்டு என்று படிப்பு செல்லச் செல்ல, தேவைகள் அதிகரிக்கும். சமாளிக்க இயலாமல், பாதியில் விடவும் முடியாமல் கடன் வாங்க ஆரம்பிப்பார்கள்.

வேறு சிலருக்குப் பிள்ளைகளின் திருமணம். அல்லது பெற்றோர் உடல்நலக்குறைவு என்று ஏதாவது ஒன்று பெருந்தொகை கேட்கும். விட முடியாது. சரி, வேறு வழியில்லை என்று கை நீட்டி பணம் வாங்குவார்கள்.

வாழ்க்கை மேம்பாட்டுக்கு

வேறு சிலர், அவசியத்துக்குக் குறை இல்லாதவர்கள். ஆனால், அவசியம் மட்டுமே போதாதே! இருக்கும் நிலையில் இருந்து மேம்படவேண்டுமல்லவா? தான் பட்ட சிரமங்களை தம் பிள்ளைகளும் படக்கூடாது என்று நினைப்பவர்கள். எப்படியும் சமாளிக்க முடியும் என்ற நம்பிக்கை உள்ளவர்கள். அவர்கள், குடும்ப மேம்பாட்டுக்காகக் கடன் வாங்குவார்கள்.

பிள்ளைகளின் படிப்பு, மேற்படிப்பு, குடியிருக்க சொந்த வீடு, சிரமம் குறைக்க, நேரம் மீதம் செய்ய வாகனங்கள், வீட்டில் சில உபகரணங்கள், வசதிகள் என்று, இருக்கும் நிலையிலிருந்து வாழ்க்கைத் தரத்தைச் சற்று கூட்டிக்கொள்ள முயற்சி

செய்பவர்கள். அதற்கான பணம் கையில் இல்லாமல் கடன் வாங்கிச் செய்துகொள்கிறவர்கள்.

வளர்ச்சிக்கு

அடுத்த பகுதியினருக்கு வாழ்வதற்கு வசதி இருக்கிறது. ஆனாலும் கடன் வாங்குவார்கள். அவர்களுக்கும் கடன் நல்லது தான். அவர்கள் கண்ணில் முதலீட்டு வாய்ப்புகள் தென்படும். வேறு எவர் எவரோ முதலீடு செய்து நல்ல வருமானம் வசதிகள் பெறுவதைப் பார்கிறார்கள். தாங்களும் செய்யலாம் என்று இறங்குபவர்கள்.

நல்ல சந்தர்ப்பம். வீட்டு மனை அல்லது வேறு ஏதோ ஒரு வியாபார வாய்ப்பு. பார்த்தால் லாபமாகத் தெரியும். எல்லாம் நம் கட்டுப்பாட்டில்தான் இருக்கிறது என்று கடன் வாங்கி முதலீடு செய்பவர்கள். கடனுக்கு கட்டும் வட்டியைக் காட்டிலும் கூடுதல் லாபம் கிடைக்கும்போது விடுவானேன் என்று கடன் வாங்கி முதலீடு செய்பவர்கள்.

உதவி செய்ய

இன்னொரு பகுதியினர் இருக்கிறார்கள். அவர்கள் தங்களுக்காக அல்ல; தங்கள் உடன் பிறந்தவர்கள், இன்னும் சிலர் அவர்களுடைய வேறு சில உறவுகள் ஏன், நண்பர்களுக்காகக் கடன் வாங்குகிறவர்களும் உண்டு. தம்பிக்கு, தங்கைக்கு திருமணம். அல்லது உடல்நலமில்லை என்று கடன்.

வியாபாரத்துக்கு

அடுத்து நிறுவனங்கள். மேலே பார்த்த தனிநபர்கள்போலத்தான்.

தொழில் நன்றாகத்தான் போகிறது. பெரிய லாபமில்லை. நஷ்டமும் இல்லை. ஆனால், புதிய வாய்ப்பு வருகிறது. உதாரணத்துக்கு கட்டுமானத் தொழிலில் இருப்பவர். கையில் இருப்பது எல்லாவற்றையும் திரட்டி 50 லட்ச ரூபாயில் இடம் வாங்குகிறார். வீடுகள் கட்டிக் கொடுக்கிறார். நல்ல பெயர். அதிக வாய்ப்புகள் தேடி வருகின்றன. வேலை செய்யத் தகுந்த ஆட்களும் இருக்கிறார்கள்.

ஆண்டுக்கு 10 லட்சம் லாபம் கிடைக்கிறது. போட்ட பணத்தைப் போல 20 சதவீதம் லாபம். அவர் தொழிலில் போட்ட பணத்தை,

வங்கியில் டிப்பாசிட் செய்திருந்தால், ஆண்டுக்கு 6 சதவீதம் வட்டி கிடைத்திருக்கும். 50 லட்சம் டிப்பாசிட்டுக்கு, 3 லட்ச ரூபாய் வட்டி. ஆனால், அவருக்கு இந்தத் தொழிலில் கிடைத்திருப்பதோ, ரூபாய் 10 லட்சம். 7 லட்சம் அதிகம்!

அட! பரவாயில்லையே! என்று நினைக்கிறார். வேறெந்தக் கூடுதல் நிர்வாக செலவுகள் செய்யாமலே அவரால் 2 கோடிவரை வியாபாரம் செய்ய முடியும் என்று தெரியவருகிறது.

என்ன செய்வார்? அல்லது என்ன செய்ய வேண்டும்?

வங்கியில் இருந்து ஒன்றரை கோடி ரூபாய் கடன் வாங்குவார். ஆண்டுக்கு 12% வட்டி என்று வைத்துக்கொள்வோம். ஒன்றரை கோடி ரூபாய்க்கு 12% வீதம் 18 லட்ச ரூபாய் வட்டி. கவலைப்படமாட்டார். காரணம், அவரது புதிய ஒன்றரை கோடி ரூபாய் வியாபாரத்துக்கும் 20% லாபம் கிடைக்கிறது என்றால் அது மட்டுமே 30 லட்சமாக இருக்கும். கடன் பணத்துக்கு வட்டி கட்டுவது போக அவருக்கு நிகர லாபமாக ரூபாய் 12 லட்சம் கிடைக்கும்.

கடன் வாங்கிராவிட்டால் இந்த அதிகப்படியான 12 லட்சம் கிடைத்திருக்காது.

அவர் கடன் வாங்கியது தவறா? அவர் கடன் வாங்கியது முட்டாள்த்தனமா? அவர் போல வாய்ப்புகள் இருப்பவர்கள் கடன் வாங்குவார்களா, மாட்டார்களா? இப்படிப்பட்டவர்களுக்கும் கடன், தெய்வம்தான். பணத்தைக் கொட்டிக்கொடுக்கும் மகாலக்ஷ்மி.

உலகில் இயங்கும் நிறுவனங்களில் கடன் வாங்காமல் மொத்தமும் சொந்தப் பணத்தில் வியாபாரம் செய்யும் நிறுவனங்கள் நூற்றுக்கு பத்துகூட இருக்குமா என்று தெரியவில்லை. நாம் புருவம் உயர்த்தி, வியந்து பார்க்கும் மாபெரும் நல்ல நிறுவனங்கள் சிலவற்றின் மொத்த கடன் தொகை எவ்வளவு என்று பார்த்தால் வியப்பு இன்னும் கூட அதிகரிக்கும்.

நிறுவனம்	**கடன் தொகை ரூபாய்களில்**	**ஆண்டு**
ரிலையன்ஸ் குழுமம்	1,61,00,000 கோடி	2019-20
டாட்டா ஸ்டீல்	68,860 கோடி	15 11 2021

TVS மோட்டார்ஸ்	*13,200 கோடி*	*செப் 2021*
ஆப்பிள் நிறுவனம்	*23,17,500 கோடி*	*2021*
பேஸ் புக் நிறுவனம்	*43,888 கோடி*	*2021*
இன்போசிஸ்	*ஏதுமில்லை*	*2021*

எவ்வளவு சிறப்பாக இயங்கும், லாபம் ஈட்டும் நிறுவனமாக இருந்தாலும் அவர்கள் கடன் வாங்கி இருப்பார்கள். அல்லது கடன் வாங்கி கூடுதல் வியாபாரம் செய்து வளர்ந்துகொண்டே யிருப்பார்கள். விதிவிலக்கு, இன்போசிஸ் நிறுவனம். ஆனால், அந்த நிறுவனம் சில சொத்துக்களை முதலீடு செய்து விலைக்கு வாங்காமல், லீசுக்கு எடுத்து அதற்கு வாடகை கொடுத்துக் கொண்டிருக்கிறார்கள். அதை அந்நிறுவனத்தின் கணக்குகளில் குறிப்பிடும்போது 'வட்டிச் செலவு' என்று குறிப்பிடுகிறார்கள். ஆக, இன்போசிஸ் நிறுவனத்துக்கும் ஏதோ ஒரு வடிவில் மற்றவர் பணத்தின் உதவி தேவைப்படுகிறது.

மொத்தத்தில், பெரும்பாலான நிறுவனங்கள் அதிக அளவில் வியாபாரம் செய்ய முடிவதற்கு காரணம், அவர்கள் வங்கிகளில் இருந்து பெற்றுப் பயன்படுத்தும் கடன் தொகைகள்தான்.

மொத்தத்தில் தொழில், வியாபாரம் செய்பவர்கள் கடன் பணம் இல்லாவிட்டால் சுருங்கிப் போவார்கள், முடங்கிப் போவார்கள்.

அரசாங்கங்கள் வாங்கும் கடன்கள்

அடுத்து பார்க்க வேண்டியது அரசாங்கங்கள் வாங்கும் கடன்கள் பற்றி. மத்திய, மாநில அரசுகள் அதிகம் கடன் வாங்குகின்றன என்பது பல ஆண்டுகளாக ஊடகங்கள் மூலம் பொதுமக்களுக்கு தெரியவந்துகொண்டிருக்கிறது. இன்னும் சொல்லப் போனால் நம் ஒவ்வொருவர் தலையிலும் எவ்வளவு கடன் விழும் என்றெல்லாம் ஆட்சியில் இல்லாத அரசியல் கட்சிகளின் தலைவர்கள் பேசுவதைக் கேட்டிருக்கிறோம்.

அரசாங்கங்கள் செய்ய ஏகப்பட்ட வேலைகள், கொடுக்கவேண்டிய உதவித்தொகைகள், செய்தே ஆக வேண்டிய செலவுகள் என்று ஏராளமாக இருக்கின்றன. *2022-2023*ம் ஆண்டில் மத்திய அரசு செய்யத் திட்டமிட்டிருக்கும் செலவு தொகை, *39* லட்சத்து *44* ஆயிரம் கோடி ரூபாய்.

அதே ஆண்டில் மத்திய அரசின் வரி மற்றும் பிற வருவாய்கள் எல்லாம் சேர்த்து மொத்தம் 22 லட்சத்து 83 ஆயிரம் கோடி ரூபாய்தான். மீதம் சுமார் 17 லட்சம் கோடி ரூபாய் கடன்தான் வாங்கவேண்டும். செலவைக் குறைக்க முடியாது. வருமானத்தை அதிகரிக்க கூடுதல் வரியும் போட முடியாது. வேறு எப்படிச் சமாளிக்க?

இதே நிலைதான் தமிழக அரசுக்கும் மற்ற மாநில அரசுகளுக்கும். இந்தியாவில் மட்டுமல்ல. உலகில் இருக்கும் சுமார் 193 நாடுகளில் விரல் விட்டு எண்ணக்கூடிய சில நாடுகள் மட்டுமே கடன் வாங்காமல் இருக்கின்றன. கடனே வாங்காத அல்லது மிகக் குறைவாக கடன் வாங்கியிருக்கும் சில நாடுகள்:

Macao SAR	0%
ஹாங்காங்	0.99%
புருனே தாருஸ்ஸலாம்	2.86%

என்ன இது எல்லாம் வெகு சிறிய எண்களாக, அதிலும் சதவீதங்களாக இருக்கின்றனவே என்று தோன்றுகிறதா?

பொதுவாக, தேசங்களின் கடனை அவற்றின் மொத்த உள்நாட்டு உற்பத்தியுடன் ஒப்பிட்டு ஜி.டி.பியில் சதவீதமாகச் சொல்லும் பழக்கம் இருக்கிறது. மேலே கொடுக்கப்பட்டிருப்பதெல்லாம் அந்தந்த நாடுகளின் கடன், அந்தந்த நாடுகளின் ஓராண்டு மொத்த உள்நாட்டு உற்பத்தி மதிப்பில் எவ்வளவு சதவீதம் என்று சொல்லப்பட்டிருப்பவைதான்.

இது ஏன் இப்படி? பேசாமல் மொத்தத்தொகையைச் சொல்லி விடலாமே என்று கேட்கலாம். ஒரு நாட்டின் கடன் என்பது அதன் பொருளதார மதிப்பைச் சார்ந்து இருக்கவேண்டும். 'விரலுக்குத் தக்க வீக்கம் வேண்டும்' என்பார்கள் அல்லவா, அப்படி.

உதாரணத்துக்கு மூன்று நபர்கள் ஆளுக்கு ஐந்து இட்லி சாப்பிட்டார்கள் என்றால், அவர்களுக்கு அது போதுமல்லவா என்று கேட்டால், உடனே பதில் சொல்ல முடியுமா? இன்னும் மேல் தகவல் வேண்டுமல்லவா? அந்த மேல் தகவல் அவர்களுக்கு என்ன வயதாகிறது என்பதுதான்.

ஒருவருக்கு 2 வயது. அடுத்தவருக்கு 25 வயது. மூன்றாவது நபருக்கு 86 வயது என்றால்! இரண்டு வயது குழந்தைக்கு ஐந்து இட்லி என்பது மிகவும் அதிகம். 86 வயது முதியவருக்கும் அதிகம். 25 வயது இளைஞருக்கு குறைவு இல்லையா? அது போலதான்

நாடுகளின் கடன் அளவுகளும். நாட்டின் ஜி.டி.பி மதிப்பில் எவ்வளவு என்று பார்க்கவேண்டும். அப்படிச் செய்தால் அது கூடுதலாக குறைவா என்று புரிந்துவிடும்.

மேலே பார்த்த புள்ளிவிவரம், குறைவான கடன் ஜி.டி.பி விகிதாச்சாரத்தில் இருந்து அதிகரிக்கும் பட்டியலில் முதல் மூன்று நாடுகள் (2021ல்). இனி தங்கள் நாட்டின் ஜி.டி.பியை விட அதிகமாகக் கடன் வைத்திருக்கும் சில நாடுகளைப் பார்க்கலாம்.

நம்பவே முடியாது. ஒரு நாட்டின் ஓராண்டு உள்நாட்டு உற்பத்தி மதிப்பைப்போல சுமார் 2.5 மடங்கு கடன்கள் வாங்கி இருக்கும் பட்டியலில் முதல் இடத்தில் இருக்கும் நாடு ஜப்பான்! அடுத்த இடத்தில் சூடான். 2.10 மடங்கு.

முன்பு செய்திகளில் அதிகம் அடிபட்ட கிரீஸ் நாடு, இப்போது 2022ஆம் ஆண்டு இந்த அதிகப்படியான கடன் ஜி.டி.பி. விகிதாச்சாரப் பட்டியலில் மூன்றாவது இடத்தில் இருக்கிறது: 2.07 மடங்கு. சதவீதத்தில் சொன்னால், நாட்டின் ஜிடிபியைப் போல கடன் தொகை 207 சதவிகிதம். ஒன்பதாவது இடத்தில் சிங்கப்பூர்: 1.38 மடங்கு. மாலத்தீவுகள் அடுத்த இடத்தில்: 1.37 மடங்கு.

இந்தியா எத்தனாவது இடத்தில் இருக்கிறது? எத்தனை மடங்கு கடன்? என்று தெரிந்துகொள்ள ஆவலாக இருக்கிறதுதானே!

0.56 மடங்கு. ஒவ்வொரு ரூபாய் ஓராண்டு மொத்த உள்நாட்டு உற்பத்தி மதிப்புக்கும் 56 பைசா கடன் இருக்கிறது.

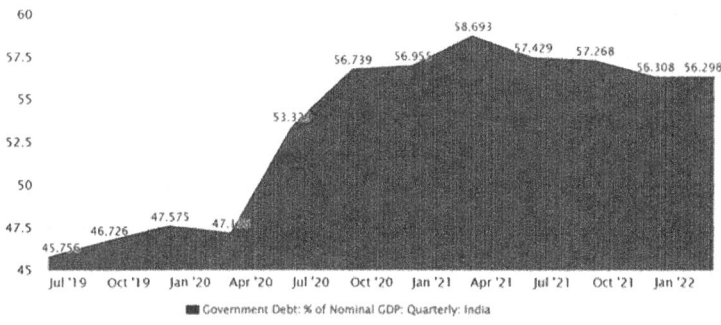

அடுத்து, நம் அண்டை நாடுகளைப் பார்க்க வேண்டும் அல்லவா? பாகிஸ்தான் 0.83. சீனா 0.69 (நம்பிட்டோம் போங்க!).

இந்த அளவுகள் எல்லாம் வெவ்வேறு வலைத்தளங்களில் வெவ்வேறு காலகட்டங்களில் கொடுக்கப்பட்டிக்கும் தகவல்கள். இடையே சின்ன வேறுபாடுகள் இருக்கலாம். இவற்றை தெரிவிப்பதன் நோக்கம், அரசுகள் எவ்வளவு கடன் வாங்குகின்றன என்பதை தெரிந்து கொள்வதற்காகத்தான்.

உலகின் பல்வேறு நாடுகளில் அரசாங்கங்களின் கடன் தொகைகள் சமீபத்தில் மிகவும் அதிகரிப்பதற்கான காரணம் பொதுதான். கொரானா பெருந்தொற்று! அதனால் குறைந்து போன உற்பத்தி, அதிகரித்த மருத்துவ செலவுகள்... 2019ம் ஆண்டு முதலே பல்வேறு உலக நாடுகளின் ஜி.டி.பி யில் இருக்கும் கடன் அளவு உயர்ந்திருப்பதை ஐ.எம்.எஃப். வெளியிட்டிருக்கும் தகவல்களைப் பார்த்தால் தெரிகிறது.

இப்படி கடனைத் திருப்பித் தரக்கூடிய சக்தி எவ்வளவு என்று பார்ப்பதற்கான வழியாக இந்த Debt to GDP விகிதாச்சாரம் பார்க்கப்படுகிறது.

தன் மக்களின் தேவைகளுக்காக, வளர்ச்சிக்காக அரசாங்கங்கள் கடன் வாங்கலாம். போதுமான வளர்ச்சி வரும்வரை வாங்கத்தான் வேண்டும். ஆனால் அது வீண் செலவுகள், படோபங்களுக்ளுக்காக அல்ல. அதே நேரம் கடன் கை மீறிப் போய் தேசத்தின் மீதான நம்பிக்கையைக் குலைப்பதாக ஆகிவிடக்கூடாது. அப்படித்தான் 2008ம் ஆண்டு சப் பிரைம் பிரச்னையின் போது ஐஸ்லாந்து என்ற தேசத்தின் நிலை ஆனது.

ஒருவருக்கு ரூபாய் 25 லட்சம் கடன் இருக்கிறது. அது அதிகமா... குறைவா என்று கேட்டால், அது அவருடைய சம்பாத்தியத்தைப் பொறுத்தது என்று சொல்வார்கள். அவருடைய மாத வருமானம் 60,000 ரூபாய் என்றால், ஆண்டுக்கு 7.2 லட்சம் ரூபாய் வருமானம். கடன் அளவு ஆண்டு வருமானத்தைப் போல 3.47 மடங்கு.

அதே 25 லட்ச ரூபாய் கடன் வாங்கியிருக்கும் மற்றொருவரின் ஆண்டு வருமானம், ரூபாய் 18 லட்சம் என்றால், அவரது கடன், ஆண்டு வருமானத்தைப் போல 1.38 மடங்குதான். எனவே குறைவு.

‘டெட் ஈக்விட்டி ரேஷியோ’:

தனிநபர்களுக்கு இப்படி கணக்கிட்டுப் பார்ப்பதை போலவே, நிறுவனங்களின் கடன் அளவையும் கூடுதலா குறைச்சலா என்று

பார்க்க ஒரு கணக்கு வைத்திருக்கிறார்கள். அதன் பெயர், 'டெட் ஈக்விட்டி ரேஷியோ' (Debt Equity Ratio).

நிறுவனத்துக்கு இருக்கும் மொத்த கடன் தொகையை அந்த நிறுவனம் செய்திருக்கும் முதலீட்டுத்தொகையோடு (ஈக்விட்டி கேப்பிடல்) ஒப்பிட்டுப் பார்த்து, இரண்டுக்கும் இடையே என்ன விகிதாச்சாரம் இருக்கிறது என்று சொல்வார்கள்.

அடுத்து சற்று முன்பு பார்த்த, பட்டியலிடப்பட்டிருக்கும் சில பெரிய பப்ளிக் லிமிடெட் நிறுவனங்களின் 'டெட் ஈக்விட்டி ரேஷியோ'க்கள் எப்படி, எவ்வளவு என்று பார்க்கலாம். முதலீட்டைப் போல கடன் எத்தனை மடங்கு?

நிறுவனம்	டெட் ஈக்விட்டி ரேஷியோ
டாட்டா ஸ்டீல்	0.40
டாட்டா மோட்டார்ஸ்	0.30
டிவிஎஸ் மோட்டார்ஸ்	0.25
ஆப்பிள் நிறுவனம்	1.48
ஃபேஸ்புக் நிறுவனம்	1.08

வியாபார அளவுகளைப் பொறுத்து கடன் தேவைப்படும். நிறுவன வளர்ச்சியில் கடன் இல்லாமல் முடியாது. தனிமனிதத் தேவைகளுக்கும் நிறுவனங்களின் வியாபார வளர்ச்சிக்கும் தேசத்தின் தேவைகளை நிறைவு செய்யவும் கட்டுப்பாட்டுடனான கடன் என்பது நல்லது மட்டுமல்ல; அவசியமும் கூட. எனவே, ஒரு விதத்தில் ஒரு சாராருக்குக் கடன் நல்லது.

2
சரியான கடன்களால் கிடைக்கும் நன்மைகள்

கடன் என்பது ஒன்றும் புதிய வார்த்தை அல்ல. பள்ளியில் படிக்கும்போதே கணக்குப் பாடத்தில் சொல்லிக் கொடுக்கப் பட்டதுதான். உதாரணத்துக்கு, 112 இல் 95 போக வேண்டு மென்றால், இரண்டில் ஐந்து போகாது என்பதால், அடுத்த ஒன்றைக் கடன் வாங்கி, பனிரண்டு ஆக்கி, அதில் 5 ஐக் கழிக்கச் சொல்லிக் கொடுத்தார்கள். இப்படியாக 'போதவில்லை என்றால் பக்கத்தில் வாங்கிக்கொள்' என்கிற செய்தி ஆரம்பப் பள்ளிப் பருவதிலேயே நம்மையும் அறியாமல் மனதுக்குள் போயிருக்கிறது.

தவிர, கி.பி 1634வது ஆண்டு பிறந்த அருணாசல கவிராயர் எனும் புலவர் 'கடன்கொண்டான் நெஞ்சம் போல கலங்கினான் இலங்கை வேந்தன்' என்று அவர் எழுதிய இராமாயண கீர்த்தனைகள் என்ற நூலில் குறிப்பிடுகிறார் என்கிறார் செங்கோட்டை ஸ்ரீராம். (பலரும் நினைத்துக்கொண்டிருப்பது போல சொன்னது, கம்பர் அல்ல. கடன்பட்டார் நெஞ்சமும் அல்ல.) ஆக, குறைந்தபட்சம் 380 ஆண்டுகளுக்கு மேலாகவே கடன் என்ற சொல்லும், அடுத்தவரிடம் பணம்/பொருள் வாங்குவதும் தமிழ்நாட்டில் இருந்து வருகிறது. அதற்கு முன்னர் இருந்தே இருக்கலாம். திருக்குறளை நன்கு அறிந்தவர்களிடம்

கேட்டதற்கு, அடுத்தவரிடம் திருப்பித் தர வாங்கும் பணம்- கடன் என்பது குறித்து திருக்குறளில் இல்லை என்கிறார்கள்.

கைமாத்து

சாதாரணமான கடன்களைக் கைமாத்து என்று சொல்லுகிறோம். ஆங்கிலத்தில் அதை, நாமே நமக்கு சவுகரியம் போல, 'ஹேண்ட் லோன்' என்று நேரடி மொழிபெயர்ப்பு செய்து பயன்படுத்து கிறோம். கைமாற்று என்பது சரியான சொல். முன்பெல்லாம் ஐந்து, பத்து ரூபாய் கடன் வாங்குவார்கள். இப்போது 500, 1000 ரூபாய்கள் கூட கைமாற்றாக இருக்கின்றன. விலைவாசி அப்படி.

கைமாற்று என்பது அவசரத்துக்கு நன்கு தெரிந்தவர்களிடம் சிறிய தொகை வாங்குவது. அக்கம்பக்கத்து வீடுகளில், நண்பர் களிடத்தில் மற்றும் அலுவலகத்தில் சக ஊழியர்களிடம் வாங்குவது. வேலைக்குப் போகும் சில ஆண்களின் வழக்கம் இது என்றால், பெண்கள், சில தசமங்களுக்கு முன்பெல்லாம் (அல்லது இப்போதுமா?) காசாக கேட்காமல், 'ஒரு கரண்டி காப்பி பொடி' அல்லது 'கொஞ்சம் சர்க்கரை தாயேன்' என்று பக்கத்துக் குடித்தனக்காரர்களிடம் கேட்பார்கள். குறைந்தபட்சம் இப்படிப் பட்டவர்களை கே.பாலச்சந்தரின் கருப்பு-வெள்ளை படங்களிலாவது பார்த்திருக்கலாம்.

வாங்கிவற்றைத் திருப்பித் தராவிட்டால் அடுத்த முறை போய் கேட்க முடியாது. அதனால், அவை திருப்பிக் கொடுக்கப்படும். அளவு அதே அல்லது சற்று குறைவாகவும் இருக்கலாம். ஆம், வாங்கும்போது எடுத்து வந்த கரண்டி அளவு திருப்பிக் கொடுக்கும்போது இருக்குமா என்று சொல்லமுடியாது. மளிகை மற்றும் தங்காளி வெங்காயம் போல சின்ன சின்ன கைமாற்றுகளை பண முடை இல்லாதவர்களேகூட அக்கம் பக்கத்து வீடுகளில் அவசரத்துக்கு வாங்குவதுண்டு. பெண்களுக்குள் அல்லது குடும்பத்தலைவிகளுக்குள் அவ்வளவு நெருக்கம். சிலர், 'என்ன நீ! இதெல்லாம் திருப்பித்தருகிறாய்? நான் என்ன அன்னியமா, தெரியாதவளா?' என்று கோபிப்பார்கள். திரும்ப வாங்கிக்கொள்ள மறுப்பார்கள்.

கைமாற்றுப் பணத்துக்கு அநேகமாகத் திருப்பிக்கொடுக்கும் காலக்கெடு இல்லை. வாங்குவர் அவராகவே சில நாட்களில் திருப்பித் தருவதாக சொல்வார். நிச்சயமாக வட்டி கிடையாது. எழுதிக் கொள்வது? எழுதிக்கொள்வது என்றால், மனதில்தான். அதிலும் சில கொடுப்பவர்களின் மனதில்தான். சில வாங்குபவர்கள் எதையும் மனதில் வைத்துகொள்ளாத 'நல்லவர்கள்'. கேட்டால்,

'அப்பவே கொடுத்துட்டேனே! மறந்திட்டியா?' என்பதுபோலக் கேட்கும் சாமார்த்தியசாலிகளும் உண்டு.

வரவுக்கும் செலவுக்கும் நேர இடைவெளி இருப்பவர்கள், Cash flow வில் தடுமாறுவார்கள். காரணம், தனியார் நிறுவனங்களில் தனி முதலாளிகளிடம் வேலை செய்யும் சிலருக்கு சம்பளத் தேதி நிச்சயமல்ல; முதலாளி கொடுத்தபோதுதான் சம்பளம், பணவரவு. வேறு சிலர் அன்றாடம் காய்ச்சிகள். யாராவது அவர்களை வேலைக்குக் கூப்பிட்டால்தான் வருமானம். அல்லது வியாபாரம் நடந்தால்தான் வரவு. அப்படிப்பட்டவர்களுக்கும் அவ்வப்போது கைமாற்றுத் தேவைப்படும். தலையைச் சொறிய, கூனிக் குறுக வேண்டி வரும்.

சமுதாயத்தில் ஒருபிரிவினர் கிரெடிட் கார்டுகள் தயவால் அவசரத் தேவைகளுக்கான பணத்தை அவற்றின் மூலம் பெற்றுக்கொள் கிறார்கள். கைமாற்றைத் தவிர்த்துவிடுகிறார்கள். சிலர் அவர்களது ஒழுங்கின்மை காரணமாக அடிக்கடி கைமாற்று கேட்பார்கள். அவர்களது அலட்சியமும் ஒரு காரணம். காலப் போக்கில் அல்லது உண்மையான அவசரத்துக்கு பணம் கிடைக்காமல் அலைவார்கள்.

'அவசரத்துக்கு கைமாற்று' என்பது கடன்களிலேயே மிக சாதுவான கடன். சைவக் கடன் என்று சொல்லலாம். பெரிய கடன்கள் எல்லாம் அசைவக் கடன்கள். பெரும் சிக்கல்களில் மாட்டிவிடாத கடன், கைமாற்றுகளால் ஆபத்தில்லை. உதவிதான், வாங்குபவர்களுக்கு.

கடன் : சில வகைகள்

கடன் என்பது தேவைப்படும் சிலரிடம் பணம் இல்லை. சிலரிடம் மிகக் குறைவாக இருக்கிறது. வேறு சிலருக்கு இருப்பது போதவில்லை. அப்படிப்பவர்களில் சிலருடைய பற்றாக் குறைக்கு காரணம், அவர்களது கெட்ட பழக்கங்கள் மற்றும் அநாவசியச் செலவுகள். ஆனால், எல்லோருக்கும் அப்படி அல்ல. அடுத்தவரிடம் வாடகைக்கு (வட்டி பணத்துக்கான வாடகை தானே) வாங்கும் பணத்தால் அவர்களுக்கு நிறைய பலன்கள். கடன் வாங்குபவர்களின் தேவைகளை வைத்துப் பிரித்தால், கடன் வாங்குகிறவர்களை ஐந்து பகுதிகளாகப் பிரிக்கலாம்.

- தவறான பழக்கங்கள் உள்ளவர்கள்
- ஆடம்பரமாகச் செலவு செய்பவர்கள்

- அவசியத் தேவைகளுக்கே பணம் இல்லாதவர்கள்
- தனிநபர் மற்றும் குடும்ப வளர்ச்சிக்காக முயற்சி செய்பவர்கள்
- வியாபார வளர்ச்சிக்கு பணம் தேவைப்படுகிறவர்கள்

முதலாவது, இரண்டாவது காரணங்களுக்காகத்தான் கடன் வாங்க கூடாது. மூன்றாவது காரணத்துக்கு வாங்க வேண்டிய கட்டாயம். நான்காவது, ஐந்தாவது தேவைகளுக்கு வாங்குவது புத்திசாலித்தனம். அவர்களுக்குக் கடன் பெரிய உதவி. அந்த இரண்டு குறித்துப் பார்க்கலாம்.

நாற்பது, ஐம்பது ஆண்டுகளுக்கு முன்பெல்லாம் பல ஊர்களில் கார்கள் என்பது அதிசயம். யாரோ ஒன்றிரெண்டு பணக்காரர்கள் மட்டுமே வைத்திருப்பார்கள். கார் வாங்க அதிக பணம் வேண்டும். எல்லோரிடமும் அவ்வளவு பணம் இருக்காது. எதை வாங்க வேண்டுமென்றாலும் விற்பவரிடம் மொத்தப் பணத்தையும் ஒரே தவணையில் கொடுத்தால்தான் வாங்க முடியும். காருக்கு மட்டுமல்ல; எல்லா ஆடம்பரப் பொருட்களுக்குமே அப்படித்தான்.

பின்னர் 1970களில் திரு விஜிபி சந்தோசம், மிக்ஸி, கிரைண்டர், ரேடியோ, டேப் ரிக்கார்டர் போன்ற பல்வேறு வீட்டு உபயோகப் பொருட்களைப் புதுமையான முறையில் விற்பனை செய்தார். அவருடைய கடைகளில் பொருட்களுக்கான விலையில் ஒரு பகுதியை மட்டும் கொடுத்துவிட்டு மற்றவற்றை தவணை முறைகளில் கொடுத்தால் போதும் என்றார்.

ஓரளவு முன் பணம் கட்டிய உடனேயே அந்தப் பொருட்களைத் தங்கள் வீட்டுக்கு எடுத்துப்போய் பயன்படுத்தலாம். பிறகு மாதாமாதம் (இ.எம்.ஐ.போல) ஒரு தொகை கட்டி வரவேண்டும். அவ்வளவுதான். இப்படியாக தவணை முறையில் பணம் செலுத்தி பொருட்களை வாங்கலாம் என்பதை தமிழகத்துக்கு அறிமுகம் செய்தவர் அவர்.

அவருக்கு விற்பனை பல மடங்கு கூடியது. அதேபோல அப்படிப்பட்ட பொருட்களின் பயன்பாடு பல மடங்கு கூடியது. அந்தப் பொருட்களின் 'பெனிட்ரேஷனை' அதிகப்படுத்தியது என்றும் சொல்லலாம்.

அதே காலகட்டத்தில் வீடுகளை வாங்கவும் முழுப்பணம் தேவைப்படும். அதனால் வசதி இருக்கும் சில பணக்காரர்கள்

மட்டுமே வீடுகள் வாங்குவார்கள். அல்லது கட்டிக்கொள்வார்கள். அதனால் கட்டப்படும் வீடுகளின் எண்ணிக்கை குறைவு. அந்தச் சந்தையும் வளர்ச்சியின்றி இருந்தது.

பொருட்களுக்கு வந்ததுபோல பிளாட்டுகள், வீடுகள் வாங்குவதற்கும் கடன் கிடைக்க ஆரம்பித்தது. மொத்த விலையில் 10 முதல் 20% வரை முன்பணமாகக் கட்டினால் போதும். மீதித் தொகை முழுவதையும் வீட்டில் குடியிருந்துகொண்டே 20, 25 ஆண்டுகளில் வட்டியுடன் சேர்த்துக் கட்டினால் போதும். இந்த முறையில் அரசாங்கம் கட்டித்தந்த 'ஹவுசிங் போர்டு' வீடுகள், ஃபிளாட்கள் விற்பனை செய்யப்பட்டன.

கடன் தொகை முழுதும் கட்டி முடிக்கப்பட்டதும், அடமானமாக எடுத்துக்கொள்ளப்பட்டிருந்த ஃபிளாட்/வீட்டுப் பத்திரத்தைக் கொடுத்துவிடுவார்கள். இதேபோல பல்வேறு வங்கிகளும் வீட்டுக் கடன் கொடுக்க ஆரம்பிக்க, சாதாரண நடுத்தர மக்களும் கூடச்சொந்த வீடுகள்/ஃபிளாட்கள் வாங்க ஆரம்பித்தார்கள்.

கையில் மொத்தத் தொகை தேவை இல்லை. கொஞ்சம் ஆரம்ப முதலும், நிரந்தர வருமானம் வரக்கூடிய வேலை அல்லது வியாபாரம் இருந்தால் போதும் என்றாக மாறிப்போனது வியாபாரம். சந்தை பெருகியது.

இப்படியாக சொந்த வீடு கனவில் இருந்தவர்கள், அதுவரை சேமித்து இருந்த ஒரு தொகையை மட்டும் கட்டிவிட்டு, மீதித் தொகையை 15, 20, 25, 30 ஆண்டுகளுக்குக் கூட சிறிது சிறிதாகக் கட்டி வந்தால் போதும். வீடு அவர்கள் பெயரில். சொந்த வீடு. அதனால் அவர்கள் வாடகை கொடுக்க வேண்டாம். வாடகைப் பணம் முழுவதும் மிச்சம்.

ஒரு சிலர், 'கடன் வாங்கி ஏன் சொந்த வீடு? ஒரு வீட்டுக் கடனுக்காக இருபது முப்பது ஆண்டுகளுக்கு நீங்கள் கட்டும் வட்டி மட்டும் எவ்வளவு தெரியுமா?' என்றெல்லாம் கணக்கிட்டு, வேண்டாமென்று அறிவுரை சொல்கிறார்கள் பயமுறுத்துகிறார்கள்.

சொந்த வீடு என்பது லாபம்தான். தற்போது குடியிருக்கும் வீட்டிற்கு கொடுக்கும் வாடகைப் பணம் எவ்வளவு என்பதைக் கணக்கிட்டு, அந்த வாடகை ஐந்து ஆண்டுகளுக்கு ஒருமுறை 10 முதல் 20 சதவீதம் வரை உயர்ந்து போவதாகக் கணக்கிட்டால், பதினைந்து, இருபது, இருபத்தைந்து, முப்பது ஆண்டுகளில் அவர் எவ்வளவு பணத்தை வாடகையாக கட்ட வேண்டியிருக்கும்? மேலும் அவர் கையில் வைத்திருக்கிற சேமிப்பை வீடு அல்லது

ஃபிளாட் வாங்கும்போது கொடுப்பார். ஓரளவிலான அந்தத்தொகை, வீட்டுக்கடன் முடியும்போது, வீட்டின் விலை உயர்ந்து, பல மடங்கு அதிகரித்திருக்கும்! இதையும் யோசித்துப் பார்க்க வேண்டும்.

அதே பணத்தை அவர் வங்கியில் ஃபிக்சட் டெபாசிட் ஆகப் போட்டு வைத்திருந்தால் கிடைக்கும் வட்டி, வரி போக மீத வட்டிப்பணத்தைவிட அவருடைய சேமிப்பின் மதிப்பு காலப்போக்கில் மிக அதிகம் உயர்ந்திருக்கும். குறிபிட்ட ஆண்டில் கடன் வாங்கியாவது வீடு/ஃபிளாட் வாங்காமல் விட்டுவிட்டால், பின்னர் வாங்கலாம் என்று முடிவெடுக்கும்போது அதன் விலை எட்டாகனியாக இருக்கலாம்.

மேலும் சொந்த வீடு வாங்க வேண்டாம் என்று நினைப்பவர் பெரிதாகச் சேமிக்கமாட்டார். அவரிடம் சேமித்தே ஆகவேண்டும் என்ற கட்டாயமோ தீவிரமோ இருக்காது. அதனால் கையில் இருக்கும் பணத்தைச் செலவு செய்வார்.

கடன் வாங்கி சொந்த வீடு

வீட்டுக்கடன் வாங்கி சொந்தவீடு அல்லது சொந்த ஃபிளாட் என்பது பல விதங்களில் நன்மை.

- ஒருவரால் மொத்தப்பணம் இல்லாமலே குடியிருக்க வீடோ ஃபிளாட்டோ வாங்கிவிட முடிகிறது. அதனால் அவருக்கும் அவர் குடும்பத்தாருக்கும் பெருமை, திருப்தி மற்றும் நிம்மதி.
- அடிக்கடி வீடு மாறும் வேலை இல்லை. அது தொடர்பான செலவுகளும் இல்லை. அதனால் வரக்கூடிய முகவரி மாற்றம் போன்ற தொந்தரவுகளும் இல்லை.
- சொந்த வீடு என்பதால் வேறு எவரும் ‘உடனடியாக காலி செய்’ என்று சொல்லி அதட்ட, அவமதிக்க, விரட்ட முடியாது.
- காலப்போக்கில் வாடகை உயர்ந்துகொண்டே போய் சமயத்தில் பண நெருக்கடி கொடுக்கலாம். அதனால் வேறு சிறிய வீடுகளுக்கு மாற முயற்சி செய்யத் தேவையில்லை. வீட்டுக் கடனுக்கான மாதத் தவணை என்பது வீட்டுக் கடன் முடியும் வரை ஒரே அளவானதாக இருக்கும். மாறுதலுக்கு உட்படாது.

- வீட்டுக் கடனுக்கான மாதத் தவணை என்பது ஒரே அளவாக இருக்கும் காரணத்தால் ஆண்டுகள் போகப் போக அந்தத் தொகையைக் கட்டுவது மிக எளிதாக இருக்கும்.

- வீட்டுக் கடன் வாங்கும் காரணத்தினால், கையில் இருக்கும் பணம் ஒரு பாதுகாப்பான முதலீடு ஆகிவிடும். கட்டும் தவணைகளும் அப்படியே.

- தவிர, வீடு ஃபிளாட் போன்றவை அசையாச் சொத்துகள் என்பதால் (பங்கு முதலீடு போலில்லாமல்) உடனே விற்க முடியாது. அதனால் அதில் போடப்பட்ட பணம், பல ஆண்டுகளுக்கு நிலையாக இருந்து, குடும்பத்துக்கு ஒரு பொருளாதாரப் பாதுகாப்பு ஆகிவிடும்.

- வீட்டுக்கடன் வாங்கிவிட்டவருக்கு வருமானம் முக்கியம். அதனால் எப்படியாவது அனுசரித்து வேலையில் தொடர்வார். கூடுதலாக உழைக்க ஊக்கம் பெறுவார்.

- வீட்டுக் கடனுக்குக் கட்டும் தவணைத் தொகை பணத்துக்கு வருமான வரி விலக்கு கிடைக்கும். இதனால் சேமிப்பு அதிகரிக்கும்.

- வீடு கட்ட வாங்கும் கடன் பணத்துக்கு மற்ற கடனைவிட வட்டி விகிதம் குறைவு. இதனால் கடனாகப் பெறுகிற பெரும் தொகைக்கு வட்டி குறைவு (மார்ச் 2022ல் ஆண்டுக்கு சுமார் 7 சதவீதம் மட்டுமே). இது வாங்காதவர்கள் தவறவிடும் லாபம்.

- வீட்டுக் கடன் என்பது, பொருளாதார அனுகூலங்களைத் தவிர ஒரு சமூக பாதுகாப்பை, வாங்குகிறவருக்கும் அவர் குடும்பத்துக்கும் கொடுக்கும். வயதான மற்றும் நோய்வாய்ப்பட்ட காலங்களில் தன் சொந்த வீடு என்பதைப் போன்றதொரு பாதுகாப்பு இல்லை.

எனவே வீட்டுக்கடன் என்பது தவறில்லை என்பது மட்டுமல்ல. அவசியமும் கூட!

அதே நேரம் மேலே சொல்லப்பட்டவை எல்லாம் ஒருவர் வாங்குகிற அவர் குடியிருக்கும் முதல் வீடு/ஃபிளாட்டுக்கானது. அதற்கு வாங்கும் கடன் பற்றியது. அதே நபர், மேலும் கடன் பெற்று அடுத்தடுத்த வீடுகள் வாங்கி, வாடகைக்கு விட்டு, மேலும் வீட்டின் விலை ஏறும் என்று எதிர்பார்ப்பது என்பதெல்லாம் வேறு. அதற்குக் கடன் நல்லது என்று உறுதியாக சொல்ல முடியாது.

கல்விக் கடன்

பெரும்பாலான மக்களுக்கு பள்ளிக்கல்வியைப் பொறுத்தவரை பெரிதாகக் கடன் தேவையிருக்காது. தனியார் கல்லூரிகளில் படிக்கும் பொருளாதார வதி குறைவாக இருக்கிற மாணவர்களுக்குக் கல்விக் கடன் தேவைப்படலாம். அதேபோல வசதி இருந்தாலும்கூட வெளிநாட்டுப் படிப்புக்கு, கடன் தேவைப்படலாம்.

படிக்க முடிந்தால், ஆர்வம் இருந்தால், பணம் இல்லை என்று விட்டுவிடவேண்டாம். கடன் வாங்கிப் படிக்கலாம். போதிய வசதி இல்லாத காரணத்தினால், ஏதோ ஒரு படிப்பு அல்லது மேற்படிப்பு படிக்காமல் போய்விட்டது என்று நொந்துகொண்டு, நல்ல வருமானம் தராத உடல் உழைப்பு வேலைகளுக்குப் போவதைக் காட்டிலும், கடன் வாங்கி சரியான படிப்பு படித்து, நல்ல வேலைகள் பெற்றுத்தரும் படிப்பதுதான் புத்திசாலித்தனம். சம்பாதித்துக் கடனைக் கட்டுவது சிரமமமானதல்ல.

கல்விக் கடனை கட்டுவதற்கு மற்ற கடன்களை போல் இல்லாமல் கூடுதல் நேர அவகாசம் தரப்படுகிறது. படித்து முடித்த பிறகு ஓராண்டு; அதற்குப் பிறகு வேலைக்குப் போய் சம்பாதித்து பிறகு என்று அதற்கான சில சலுகைகள் உள்ளன. வட்டியும் அதிகமில்லை.

அதே நேரம் எளிதில் கிடைக்கிறதே என ஏதாவது ஒரு கோர்ஸில் கடன் வாங்கிச் சேர்ந்து படித்துவிட்டு, பின்பு வேலை கிடைக்காமல் துன்பமுற்று, 'எப்படியாவது இந்த கல்விக்கடன் ரத்து ஆகாதா?' என்று அரசாங்கத்தின் கைகளை எதிர்பார்த்துக் கொண்டிருப்பது புத்திசாலித்தனம் அல்ல.

எந்தப் படிப்பு படித்தால் நிச்சயம் வேலை கிடைக்கும்? என்ன சம்பளம் கிடைக்கலாம்? எத்தனை ஆண்டுகளில் பெற முடியும்? என்பது போன்றவற்றைச் சரியாகக் கணக்கிட்டு, அதற்கு ஏற்ற அளவில் கடன் பெற்று, பயனடையலாம்.

எனவே, கடன் வாங்கிப் படிக்கிறவர்கள் வெறும் ஆசைக்குப் படிக்க முடியாது. படித்து முடித்தபின் கடனை அடைக்க வேண்டும். அதனால், நிச்சயம் வேலை வாங்கித் தரக்கூடிய படிப்பா? நல்ல சம்பளம் தரக்கூடிய வேலையைப் பெற்றுத் தரக்கூடிய படிப்பா என்று தெரிந்துகொண்டு கடன் வாங்க வேண்டும். அநேகமாக கடன் கொடுக்கும் நிறுவனங்களே அது

குறித்துக் கேட்பார்கள், ஆலோசனை சொல்வார்கள். அவர்களுக்கு நம்பிக்கை இல்லாத பட்சம் கடன் தரமாட்டார்கள்.

அமெரிக்கா போன்ற வெளிநாடுகளுக்குச் சென்று அங்கே எம்.எஸ். போன்ற படிப்புகளைப் படிக்கும் சில மாணவர்கள் அவர்கள் வாங்கிய 30, 40 லட்ச ரூபாய் கடன்களுக்கு அவர்கள் கட்டும் வட்டியும் சேர்த்து, வேலை கிடைத்த ஒன்று அல்லது ஆண்டுகளில் வெகு சுலபமாகக் கட்டி விடுவதைப் பார்க்க முடிகிறது. அப்படிப்பட்டவர்கள் கடனுக்கு பயந்து அப்படிப் பட்ட படிப்புகளை படிக்காமல் விட்டிருந்தால், எவ்வளவு பெரிய வாய்ப்பைத் தவற விட்டிருப்பார்கள்!

எனவே, கல்விக் கடன் என்பது முதலீடுதான்.

வாகனக் கடன்

தனக்கு வருகிற மாத வருமானத்திலிருந்து தவணைகள் கட்டுவதில் சிரமம் இல்லை எனும் பட்சம் வாகன கடன்கள் பெற்று வாகனங்களைப் பயன்படுத்தலாம். வாழ்க்கையில் தனக்கும் குடும்பத்தாருக்கும் உரிய சாதாரண மற்றும் அடிப்படை வசதிகளை ஏற்படுத்திக் கொள்வதில் தவறில்லை. ஆனால், அதற்குரிய வருமான ஏற்பாடு இருக்க வேண்டும். விரலுக்குத் தகுந்த வீக்கம் என்பது சரி.

வாகனக் கடன்கள் இரண்டு விதங்களில் நன்மை செய்கின்றன.

- முழு பணத்தையும் கொடுத்து வாங்கக்கூடிய அளவுக்குப் பொருளாதார வசதி இருந்தாலும் கூட, ஒருவர் வாகனக்கடன் பெற்று வண்டிகள் வாங்குவதால் அவருக்கு 'கிரடிட் ஹிஸ்டரி' கிடைக்கும். அதே நபர் பின்னால் ஒரு பெரிய வியாபாரக் கடனோ அல்லது வீட்டுக் கடனோ வாங்க முயற்சி செய்யும்போது அவருடைய 'சிபில் ஸ்கோர்' என்ன என்று பார்ப்பார்கள். அந்த 'சிபில் ஸ்கோர்' என்பது சிலவற்றின் அடிப்படையில் கணக்கிடப்படுகிறது. அவற்றில் ஒன்று, ஒருவர் அதுவரை என்னென்ன கடன்கள் வாங்கியிருக்கிறார்? வாங்கிய கடன்களை எவ்வாறு திருப்பிக் கட்டியிருக்கிறார்? என்று பார்க்கிற முறை.

  அந்த விதத்தில் ஒருவர் எதற்கும் கடன் வாங்காமல் இருந்தால், அவருக்கு கிரெடிட் ஹிஸ்டரி இருக்காது. எப்போதோ அவர் வீட்டுக்கடன் போன்ற மிக அவசியமான ஒரு கடன்

கேட்கையில், அவருக்கு 'கிரெடிட் ஹிஸ்டரி' இல்லையே என்று அவர்கள் யோசிக்கக் கூடும். அதனால் கடன் கிடைப்பதில் தாமதம் ஆகலாம். அல்லது கிடைக்காமலும் போகலாம். எனவே, ஒருவர் தன்னுடைய கடனுக்குத் தவணை கட்டும் ஒழுக்கத்தைக் காட்டுவதற்காகவேனும் ஏதோ ஒரு கடன் வாங்கவேண்டும். அது தேவைப்படும் வாகனக் கடனாக இருக்கலாம்.

- ஒருவர் வியாபாரம் செய்பவராக இருந்தால், அவருடைய லாபத்துக்கு வருமான வரி கட்ட வேண்டும். வியாபார வருவாயில் இருந்து வியாபாரச் செலவுகளை கழித்தால் வரும் மீதிதான் லாபம்.

  ஒருவர் அவரது வியாபாரத்துக்காக வாகனம் வாங்கினால், அதற்காக கடன் பெற்றால், அந்த கடனுக்கான வட்டி, இன்ஷூரன்ஸ் மற்றும் வாகனங்களின் பராமரிப்பு செலவுகள் ஆகியவை வியாபாரத்தின் செலவுகளாக ஏற்றுக்கொள்ளபடும். இதனால் கணக்கில் அவரது லாபம் குறைந்து, வரியும் குறையும்.

  நேரடியாக வண்டிக்கு ஆகும் இது போன்ற செலவுகள் தவிர, ஒவ்வொரு ஆண்டும் உபயோகப்படுத்தப்படும் வண்டிக்கு தேய்மானம் ஆகுமே என்கிற நோக்கில் 'டிப்ரிஷியேசன்' என்ற பெயரில், வண்டியின் மதிப்பில் ஆண்டுக்கு 15% விதம் செலவு எழுதிக் கொள்ளலாம் என்பதுபோல வசதிகள் இருக்கின்றன. அதனால், அந்த 15 சதவீத மதிப்புக் தொகையும் செலவாகி லாபத்தில் குறைந்து, வரி மிச்சம் செய்து கொடுக்கும்.

வியாபாரத்துக்கான கடன்

இது பெரிய 'சப்ஜெக்ட்'. சொந்தப் பணத்தை மட்டுமே வைத்து ஒரு அளவுக்கு மேல் வியாபாரத்தைப் பெருக்க முடியாது. அதனால்தான் மிகச் சில பெரிய நிறுவனங்கள் தவிர்த்து மற்ற அனைத்து நிறுவனங்களும் தயங்காமல் கடன் வாங்குகிறார்கள். அவர்களுக்கு வியாபாரத்தை உருவாக்க, நிலைப்படுத்த, விரிவாக்கம் செய்ய, பெருக்க எனப் பல காரணங்களுக்காகக் கடன் தேவைப்படுகிறது. வியாபாரத்துக்கான கடன் என்பது தவறல்ல; தேவை.

ஆனால், அப்படி கடன் கடனாக வாங்கிய பணத்துக்கு, வியாபாரம் நடக்கிறதோ இல்லையோ, லாபம் வருகிறதோ இல்லையோ,

வட்டி கட்ட வேண்டும். அசலையும் திருப்பிக் கொடுத்தாக வேண்டும். நேரம் ஓட ஓட, தொடரும் வாடகை போல வட்டி ஏறிக்கொண்டேயிருக்கும். எனவே, கிடைக்கிறதே என்று தேவைக்கு அதிகமான பணம் கடனாக வாங்குவது நல்லதல்ல. அது வியாபாரத்துக்கு ஆபத்து. அதனால்தான் வியாபாரத்தில் மிகும் தொகைகளை அவ்வப்போது கடன் தொகைகளைத் திருப்பிக் கொடுத்துவிட சிலர் பயன்படுத்துகிறார்கள்.

அப்படி செய்து மிகப்பெரும் வெற்றி பெற்ற ஒருவரை எனக்குத் தெரியும்.

கடனால் வளர்ந்தவர்...

விவசாயக் குடும்பத்தில் பிறந்த அவர் அதிகம் படிக்கவில்லை. இரண்டு பெண் ஐந்து ஆண் என ஏழு குழந்தைகளில் கடைசிஆண் குழந்தையாக பிறந்தவர். முன்னேற வேண்டும் என்கிற துடிப்பு நிறையவே இருந்தது.

சிறு வயதிலேயே வீட்டருகில் வந்து போகும் பஸ்,லாரிகள் போன்றவற்றின் மீது ஆர்வம் வந்திருக்கிறது. அப்படிப்பட்ட மோட்டார் வாகனங்கள் தொடர்பான தொழில்தான் தான் செய்யவேண்டும் என்று முடிவு செய்தார்.

வயது 22 ஆனபோது டால்மியா சிமெண்ட் சுரங்கத்தில் ஒரு ஒப்பந்தக்காரருக்கு கீழ் வேலை செய்யும் வாய்ப்பு. கிடைத்ததை கெட்டியாகப் பிடித்துக் கொண்டார். ஓரளவு பணம் கிடைத்தது. ஆனால் அது மிகக்குறைவு. தன்னிடம் சொந்தமாக டிப்பர் வண்டி இருந்தால், ஒப்பந்ததங்கள் பெற்று நல்ல மீதம் பார்க்கலாம் என்று புரிந்து கொண்டார்.

சொந்தமாக டிப்பர் வாங்க வீட்டில் அவ்வளவு வசதி இல்லை. ஆனாலும் அவருக்கு ஓரளவு கொடுக்க முடியும். கடன் வாங்க முயற்சித்தார். அப்போது நிறுவனங்களே கூட கடனுக்கு ஒன்றை வட்டி, அதாவது ஆண்டுக்கு 18% கூட வசூலித்தன. அதையும் தாண்டி மீதம் செய்ய வேண்டும்.

யூனியன் பாங்க் ஆப் இந்தியா அவருக்கு வாகனக் கடன் கொடுக்க ஒப்புக் கொண்டது. 1.90 லட்சம் வண்டி விலை. வங்கி 1.40 மட்டுமே கொடுக்கும். அவர் 50,000 போட்டுக் கொள்ள வேண்டும். வீட்டில் ஏற்பாடு செய்தனர். புதிய டிப்பர் வண்டி வாங்கினார். வாகனங்கள் மீது தீராத ஆர்வம், தானே சொந்தமாக ஒப்பந்தம்

எடுத்து செய்யும் வேலை என்கிற பெருமிதம் மற்றும் முக்கியமாக தான் கையெழுத்து போட்டு கடன் வாங்கியிருக்கும் நினைப்பு இவை மூன்றும் சேர இரவு பகலாக, தூங்காமல் கூட அந்த வண்டியை தானே ஓட்டி வேலை செய்தார். விரைந்து கடனைத் திருப்பிக் கட்டிவிட்டார்.

அட! இது நன்றாக இருக்கிறதே என்று தோன்றியிருக்கிறது. அடுத்து, தமிழ்நாடு அரசு தொழில் முனைவோர் கொடுக்கிற டிக் லோன் பெற முயற்சி செய்தார். வண்டி விலையில் 25% ஐ மார்ஜினாக கட்டி, கடன் பெற்று ஐந்தாண்டுகளில் திருப்பிக் கட்ட வேண்டிய கடனை மூன்றே ஆண்டுகளில் திருப்பிக் கட்டினார். அவரது நம்பிக்கை மேலும் உறுதிப்பட்டது. கடன் என்பது பயப்பட வேண்டிய ஒன்றில்லை. அது ஒரு வரப்பிரசாதம். முதல் இல்லாத நமக்கு பெரும் லாபம் கிடைக்க, நேர்மையாகவே கணிசமான பணம் சம்பாதிக்க பெரிய உதவி என்று புரிந்துகொண்டார்.

அடுத்து, மூன்று சொந்த வண்டிகளுடன் திருச்சிக்கு அருகில் இருக்கும் டால்மியாவில் சிமெண்ட் தொழிலகத்தில் ஒப்பந்த வேலை. அதற்கு அடுத்து, அரக்கோணம் விமான நிலையம் கட்டும் பணியில் ஒப்பந்த வேலை. அங்கிருந்து தாம்பரம் வருகிறார். பிறகு, 1991 ஆண்டு திருநீர்மலையில் க்ரஷ்ர் மற்றும் ஒரு ஜேசிபி இயந்திரமும் வாங்குகிறார். இப்படியாக தனது 'காண்ட்ராக்ட்' தொழிலை விரித்து, கடன் பெற்று வண்டிகள் வாங்கி, தவணைப் பணங்களை கட்ட வேண்டிய காலத்திற்கு முன்பாகவே கட்டிமுடித்து, மேலும் கடன் பெற்று வளர்ந்திருக்கிறார்.

ஒரு நேரம் அவரிடம் மூன்று டிப்பர்களும் ஒரு கிரஷரும் , 1 ஜேசிபி இயந்திரமும் இருந்தது. ஒவ்வொரு வாரமும் சுமார் 5 முதல் 7 லட்ச ரூபாய் பில் தொகை வந்தது. அடுத்து ஒரு பெரிய கடன் கேட்டு தமிழகத்தில் பிரபலமாக இருக்கும் ஒரு தனியார் நிதி நிறுவனத்தை நாடியிருக்கிறார். 'உங்களுக்கு என்று சொந்தமாக வீடு இருக்கிறதா? அசையாச் சொத்துக்கள் இருக்கிறதா?' என்று கேட்டிருக்கிறார்கள். அவர் செய்யும் வியாபார அளவு மற்றும் அவருக்கு வருகிற வருமானம் ஆகியவற்றை மட்டும் அவர்கள் பார்க்கவில்லை. ஆனாலும் அவர்சோர்ந்து போகவில்லை.

அவர் வாங்கிக்கொண்டிருந்த வண்டிகளைத் தயாரிக்கும் Ashok Leyland நிறுவனமே அதன் துணை நிறுவனம் மூலம் ஆண்டுக்கு 36%க்கு கடன் கொடுப்பது தெரியவந்தது அவர்களை அணுகியிருக்கிறார்.

அடமானம் வைக்க அசையா சொத்துகள் இல்லாவிட்டாலும் பரவாயில்லை. மார்ஜின் கட்ட வேண்டும். தவிர, உங்கள் தொழிலில் இருக்கும் இருவர் உங்களை பற்றி நல்ல அபிப்பிராயம் சொன்னால், கடன் தருகிறோம் என்று சொல்லியிருக்கிறார்கள். அதற்கு எங்கள் தொழிலில் இருக்கும் யாரை வேண்டுமானாலும் நீங்கள் விசாரித்துக் கொள்ளுங்கள் என்று அவர் சொல்ல, அவர்கள் விசாரிக்கிறார்கள். நல்ல ரிப்போர்ட் கிடைத்திருக்கிறது. அவருடைய தொழில் திறன் மற்றும் நேர்மை பற்றி நல்ல வார்த்தைகள் சொல்லியிருக்கிறார்கள். கடன் கிடைக்கிறது. மேலும் வண்டிகள் எடுத்து ஓட்டி, சம்பாதித்து கடனை ஒரு முறை கூட தவணைத் தேதி தவறாமல் கட்டுகிறார். அதற்காக அவருடைய அந்தக் கடனுக்கு 3 சதவீத வட்டியை தள்ளுபடி செய்கிறார்கள். ஆக நிகரமாக 29%க்கு கடன் வாங்கியது போல ஆகி, லாபம் கூடியது. மேலும் வருடா வருடம் வண்டி வாங்கிய படியாக நிறுவனம் ஆண்டுக்கு ஆண்டு மொத்த பண தொகை வரவு அதிகமாகி கொண்டே வருகிறது. கடன் கிடைத்தால் தான் நிறுவனம் வளர்ச்சியை கண்டுள்ளது

கடன் தான் நிறுவனத்தின் முக்கிய பங்கு. மேலும் இந்த தொழிலில் கடன் கிடைக்கும் தைரியத்தில் கிட்டத்தட்ட நூறு வண்டிகள் தேவைப்படும் ஒரு மிகப்பெரிய மத்திய அரசு ஒப்பந்த ஏலத்தில் கலந்து கொண்டு, டெண்டர் கிடைத்தது,

ஒடிசா மாநிலத்தில் நிலக்கரி அகற்றும் 5 ஆண்டுகளுக்கான பணியைச் செய்ய ஆரம்பிக்கிறார். அறுபது எழுபது வண்டிகள் தேவைப்படுகின்றன. டோசர் என்கிற வகை வண்டி ஒன்றின் விலை இரண்டு கோடி. அவருடைய கடன் கட்டிய பாணி (டிராக் ரெக்கார்ட்) காரணமாக அவருக்கு மார்ஜின் பணம் இல்லாமல், வண்டியின் 100% விலையையும் நிறுவனம் கடன் கொடுத்திருக்கிறது.

வேலை நன்றாக நடக்கிறது. மொத்தக் கடன் 80 கோடி. ஒவ்வொரு மாதமும் 2.5கோடி ரூபாய் தவணைகள் கட்டுகிறார். மீதக் கடன் 40 கோடிதான். இதுபோக பழைய தவணை முடிந்த வண்டிகள் 30கோடி. கடன் இல்லை. எல்லாம் சொந்த வண்டிகள்.

22 வயதில், 50 ஆயிரம் ரூபாயுடன் தொடங்கிய அவரது வியாபாரம் இப்போது ஓர் ஆண்டுக்கு 165கோடி ரூபாய்க்கு மேல் வருமானம் என்கிற நிலைக்கு வந்திருக்கிறார். காரணம் கேட்டால, தான் தைரியமாக கடன் வாங்கியது மட்டுமில்லாமல், வாங்கிய

பணத்தை வேறு எதற்கும் மடை மாற்றாமல் வியாபாரம் செய்து, கிடைத்த வருமானத்தில் இருந்து முதல் கடமையாக கடனுக்கான தவணைகளை கட்டியதுதான் என்கிறார்.

லிவரேஜிங்

லாபம் ஈட்டும் நோக்கில் வாங்குவதற்குரிய பங்குகளை தேர்வு செய்யும் போது, சில வல்லுனர்கள் தேடுவது 'ஸ்மால் ஈக்விட்டி' பங்குகளை.

ஈக்விட்டி என்பது, நிறுவனத்தை ஆரம்பித்த புரமோட்டர்கள் போட்ட முதலீடு. பிறரிடம் கடனாக அல்லாமல், ஈக்விட்டியாக வாங்குவதும் முதலீடுதான். முதலீடு என்ற பணத்துக்கு வட்டி கொடுக்க வேண்டாம். லாபம் வந்தால் டிவிடெண்ட் அல்லது போனஸ் கொடுத்தால் போதும். எனவே அந்தப் பணம் நிறுவனத்துக்கு பாரம் அல்ல. ஈக்விட்டி முதலீடு தவிர, நிறுவனங்கள் கடன் வாங்கியிருப்பார்கள். அவற்றுக்கு வட்டி கட்டாயம் கொடுக்க வேண்டும். எனவே, வியாபாரம் மற்றும் லாபம் இல்லாத காலகட்டங்களில் வட்டி சுமையாகிவிடும்.

ஸ்மால் ஈக்விட்டி என்றால், குறைந்த அளவு முதலீட்டுப் பணமும் மீதமெல்லாம் கடனுமாக வாங்கி அந்த நிறுவனம் வியாபாரம் செய்கிறது.

அப்படியென்றால் முதலீட்டார்கள் ஏன் ஸ்மால் ஈக்விட்டி நிறுவனங்களைத் தேடுகிறார்கள்?

பிரமாதமாக லாபமீட்டுகிற நிறுவனங்கள் அப்படியிருக்கும் பட்சம், கடனுக்கான வட்டியாக ஒப்புக்கொண்ட சதவீதம் கொடுத்துவிட்டு, மீத லாபம் முழுவதையும் முதலீட்டாளர்கள் அனுபவிக்கலாம். உதாரணத்துக்கு, ஒரு கோடி ரூபாய் முதலீடு இருந்து, 50 கோடி வியாபாரமும் 2 கோடி லாபமும் செய்தால், முதலீடாகப் போட்ட ஒவ்வொரு ரூபாய்க்கும் 2 ரூபாய் லாபம். 10 கோடி முதலீடு போட்டு 50 கோடி வியாபாரமும் 2 கோடி லாபமும் செய்தால், போட்ட முதலீடு, ஒவ்வொரு ரூபாய்க்கும் இருபது காசுதான் லாபம்.

எனவே லாபகரமாக நடக்கும் நிறுவனங்களின் வியாபாரத்தைப் பெருக்க, லாப சதவீததைக் காட்டிலும் குறைந்த சதிவீத வட்டிக்கு பணம் கிடைத்தால், அப்படிப்பட்ட கடனை வாங்குவது லாபத்தை அதிகரிக்கும்.

3
தவறான கடன்கள்

வட்டிக்குக் கடன்

கைமாற்றெல்லாம் வாங்கி, திருப்பித்தர முடியாமல் போய், தொடரும் அல்லது கூடுதல் தேவைகளுக்காகக் கடன் வாங்குகிறவர்கள் சிலர் போவது அடுத்த கட்டத்திற்கு. அது வட்டிக்கு கடன் வாங்குவது.

படித்தவர்கள், விவரம் தெரிந்தவர்கள், நகர்ப்புறங்களில் இருப்பவர்கள் வங்கி மற்றும் சில முறைப்படுத்தப்பட்ட நிறுவனங்களில் இருந்து கடன் வாங்குவார்கள். அவர்களில் சிலர் கிரெடிட் கார்டு வைத்திருப்பார்கள். அதன் மூலமும் பணம் பெறுவார்கள். அவர்களைப் பற்றியும் அவற்றைப் பற்றியும் பின்னால் பார்க்கலாம்.

இப்போது பார்க்க இருப்பது, நல்ல வேலையில் இருந்தும், போதுமான அளவு ஊதியம் கிடைத்தும் அதிக வட்டிக்குக் கடன் வாங்குபவர்கள் குறித்து. இவர்களில் பெரும்பாலானவர்களுக்கு முறையான கல்வி என்பது குறைவாக இருக்கலாம் அல்லது அவர்கள் சாதாரண வேலைகளில் இருக்கலாம். அப்படிப் பட்டவர்கள்தான் இனி சொல்லப்போகிற கடன்களை வாங்குகிறவர்களாகத் தெரிகிறார்கள்.

1980, 90களில் நான் பெல் நிறுவனத்தில் பணியாற்றியபோது இப்படிப்பட்ட பலரைப் பார்த்திருக்கிறேன். நல்ல நிறுவனம். நல்ல வேலை. நல்ல சம்பளம், போனஸ். எல்லாம் இருந்தும் கடுமையான வட்டிக்கு கடன் வாங்குவார்கள். இதற்கு காரணம் அவர்களில் சிலருக்கு இருக்கும் சில பழக்கங்கள்.

சுரண்டல் லாட்டரி

சிலருக்குச் சுரண்டல் லாட்டரி மோகம். அவர்களைப் பொறுத்த வரை தினசரி லாட்டரிச்சீட்டு வாங்கியாக வேண்டும். சிலருக்கு சுரண்டல் லாட்டரியா... அது என்ன என்பதுபோல ஆச்சரியமாகக் கூட இருக்கலாம். விஷயத்தை முழுமையாகக் கேளுங்கள்.

நூற்றுக்கும் அதிகமான ஏக்கர் பரப்பில் விரிந்திருக்கும் திருச்சி பாரத மிகு மின் நிறுவன (சுருக்கமாக, பெல்) ஆலைக்கு பல வாசல் (கேட்)கள். அவற்றில் ஒன்று ‘ஈஸ்ட் கேட்’. அந்த வாசல் பக்கம், திருச்சி-தஞ்சாவூர் தேசிய நெடுங்சாலையில், ஊரக வாசலுக்கு சற்றுத் தள்ளி, தள்ளுவண்டி கடைகளில் அப்படிப்பட்ட லாட்டரி சீட்டுகள் விற்பனை செய்யப்படும். பெல் நிறுவன ஊழியர்கள் சிலர் அங்கே போய் அவற்றை வாங்கிக் கொண்டிருப்பதைப் பார்த்திருக்கிறேன். அந்த நேரத்தில் அநேகமாக தமிழகத்தின் எல்லா ஊர்களிலும் அப்படிப்பட்ட சுரண்டல் லாட்டரி விற்பனை நடந்திருக்கும்.

சாதாரண லாட்டரி சீட்டு என்றால் முதலில் லாட்டரிச்சீட்டை வாங்க வேண்டும். வாங்கிய பிறகு, பரிசு விழுந்ததாக இல்லையா என்று தெரிந்துகொள்ள குலுக்கல் தேதி வரை காத்திருக்க வேண்டும். பரிசு பெற்ற எண்களின் விவரங்கள் குலுக்கல் தினத்துக்கு அடுத்தநாள் நாளிதழ்களில் வெளியிடப்படும். அந்தக் காலத்தில் எஸ்.எஸ்.எல்.சி பொதுத்தேர்வு முடிவுகளைத் தேடும் மாணவர்களைப் போல, முடிவு வெளிவந்த நாளிதழை வாங்கி, தான் வாங்கிய லாட்டரி சீட்டில் இருக்கும் எண்ணுக்குப் பரிசு விழுந்திருக்கிறதா என்று தேடிப் பார்ப்பார்கள். ஏதாவது சிறிய தொகைகளுக்குப் பரிசு கிடைத்திருந்தால், கடைக்காரரே பரிசுப்பணத்தைக் கொடுத்துவிடுவார். டிக்கெட் விலைகள் ஒன்று முதல் பத்து ரூபாய் வரை இருந்ததாக ஞாபகம்.

நாம் பார்த்துக்கொண்டிருக்கும் சுரண்டல் லாட்டரி வாங்குபவர் களைப் பொறுத்தவரை, மாதம் ஒரு முறை குலுக்கல் என்பதெல்லாம் நீண்டகால முதலீடு போலதான். பரிசு கிடைத்ததா

இல்லையா என்பதைத் தெரிந்துகொள்ள அவர்களால் ஒரு மாதமெல்லாம் காத்திருக்க முடியாது. அவர்களைப் பொறுத்தவரை, 'கையில காசு. வாயில தோசை' போல டிக்கெட் வாங்கிய உடன் முடிவு தெரிந்தால் நன்றாக இருக்கும். அப்படிப்பட்ட பலரது தேவைகளை எந்தவித சந்தை ஆய்வும் செய்யாமலேயே புரிந்துகொண்ட வியாபாரிகள் உருவாக்கியதுதான் சுரண்டல் லாட்டரி.

தள்ளுவண்டிக் கடைகளுக்குச் சென்று, (தள்ளு வண்டி என்றால், போலீஸ் வந்ததும் தள்ளிக்கொண்டு ஓடிவிடலாம்) லாட்டரி சீட்டு வாங்கியதும் கடைக்காரர் முன்பாகவே நின்று வாங்கிய சீட்டின் ஒரு பகுதியை சிறிய கம்பி அல்லது பென்சில் போன்றவற்றால் சுரண்ட வேண்டும். அப்படிச் சுரண்டினால்தான் அந்த சீட்டின் தனிப்பட்ட (யுனீக்) எண் வெளியேதெரியும்.

வழக்கமான மாதந்திரக் குலுக்கல் லாட்டரி சீட்டுகள் வித்தியாச மானவை. அவற்றில் அந்த எண் மறைக்கப்பட்டிருக்காது. லாட்டரி சீட்டை வாங்கும்போதே எண்களைப் பார்க்கலாம். சிலர் தங்களுடைய ராசி எண்களை வைத்து, அந்தக் கூட்டல் வருமாறு உள்ள லாட்டரி சீட்டுகளை தேர்ந்து வாங்குவதுண்டு.

மாதந்திர லாட்டரி சீட்டுகளில் இருக்கும் எண்களில் இருந்து சிலவற்றை அறிவிக்கப்பட்ட குலுக்கல் தேதியன்று பலர் முன்னிலையில் வெளிப்படையாக தேர்வு செய்து, பரிசுக்குரிய எண்களை வெளியிடுவார்கள். ஆனால், சுரண்டல் லாட்டரி வித்தியாசமானது. ஒருவர் வாங்கும் லட்டரி சீட்டுக்குப் பரிசு உண்டா இல்லையா என்பது சீட்டு வாங்கியதுமே தெரிந்துவிடும். பரிசு உண்டு என்றால் உடனே கொடுத்துவிடுவார்கள். சிறிய பரிசுத் தொகைகளை கடைக்காரரே தந்துவிடுவார். அவருக்கு நல்ல கமிஷன் கிடைக்கும்.

காசு கொடுத்து சீட்டை வாங்கி அந்தக் குறிப்பிட்ட பகுதியை சுரண்டும் வரை எண் வெளியே தெரியாது. சுரண்டினால் போகக்கூடிய ஒருவித லகுவான பெயிண்ட் அடித்து இருப்பார்கள். தான் வாங்கியிருக்கும் சீட்டைச் சுரண்டி, அதிலிருக்கும் எண்ணைக் கடைக்காரரிடம் காட்டவேண்டும். பரிசுக்குரிய எண்களை லாட்டரி நிறுவனம் தேர்வு செய்து, அச்சடித்து லாட்டரி கடைக்காரர்களிடம் கொடுத்திருக்கும். அவர் வாங்கிய சீட்டு எண்ணை அந்தப் பட்டியலில் இருக்கும் எண்களோடு ஒப்பிட்டுப் பார்த்து பரிசு விழுந்ததா இல்லையா என்று தெரிவித்து, சிறிய தொகைகளை உடனே கொடுத்து விடுவார். சீட்டை

நிறுவனத்திடம் கொடுத்து அவர் கமிஷனோடு பணம் பெற்றுக்கொள்வார்.

சின்னத் தொகையைக் கொடுத்து பெரிய மிகப்பெரிய தொகையை பரிசாகப் பெறும் வாய்ப்பு. இது மட்டுமே சுரண்டல் லாட்டரி வாங்குபவர்கள் கண்ணில் படும். பெரும்பாலும் பரிசு விழாது. ஆனால் எப்போதாவது சிறு பரிசுள் விழும். எவரோ ஒருவருக்குக் கொஞ்சம் பெரிய பரிசும் விழும். அது போதாதா அதன் மீது நம்பிக்கை வருவதற்கு!

அதனால் சிலருக்குக் கையில் காசு இருக்கும் போதெல்லாம் முதலில் அங்கேதான் போகத்தோன்றும். சீட்டு வாங்கி விழவில்லை என்றால், அந்த இடத்தை விட்டு நகர்ந்துபோய்விட வேண்டுமல்லவா? மாட்டார்கள். இன்னொருமுறை முயற்சி செய்வோம் என்றும் மீண்டும் மீண்டும், காசு தீரும் வரை வாங்கிக் கொண்டேயிருப்பார்கள்.

உடனடியாக பரிசு உண்டா இல்லையா என்று தெரியும் காரணத்தால், அதன் மீது ஒரு ஈர்ப்பாகத் தொடங்கி, பின்பு, போதையாக மாறி, இறுதியில் அடிமையாக்கிவிடும். எல்லாம் சுலபமான, அதிகமான பணம் வேண்டும் என்கிற ஆசை செய்யும் வேலை.

தொழிற்சாலையில் வேலை செய்யும் போது, 'எப்போதடா வேலை நேரம் முடியும்? லாட்டரி வாங்கலாம், மீண்டும் முயற்சி செய்யலாம். இன்றாவது ஒரு பெரிய வாய்ப்பு வராதா?' என்றே நினைப்பு ஓடும். அதற்காகக் காசு தேடுவார். கடன் வாங்குவார்.

லாட்டரிச் சீட்டு வாங்குவதில் மட்டுமா இப்படி? இது மனிதர்களுக்கே உரித்தான ஒரு பொதுக் குணம் அல்லவா? அவரவர் வசதி வாய்ப்புகளுக்கு ஏற்ப, காசு வைத்து சீட்டு விளையாடுவது, குதிரைப் பந்தயம் என்று எதிலாவது அதிர்ஷ்டம் பெரிதாக அள்ளிக்கொடுக்கப்போகிறது என்று நம்பி, கையில் இருப்பவை தவிர கடன் வாங்கியும் செலவழிப்பார்கள். பணத்தின் அளவு வேறுபடலாம். மனோபாவம் ஒன்றுதான்.

சுரண்டல் லாட்டரி வாங்கி மாத சம்பளப்பணம் அல்லது அதில் ஒரு பகுதி சீக்கிரமே கரைந்துவிடும். இந்த நிலைமையில் அவர்களால் வங்கிக்கெல்லாம் போய் கடன் வாங்க முடியுமா? இதற்கெல்லாம் கடன் தருவார்களா? அல்லது அவர்கள் மனநிலையில் அதெல்லாம் தோன்றுமா? தொடரும் அளவற்ற

பணத்தேவையால், கம்பெனியில் கடன் வாங்குவது, நகையை விற்பது, மற்ற பொருட்களை விற்பது என பணம் கிடைக்கக்கூடிய அனைத்து வாய்ப்புகளையும் பயன்படுத்தி முடித்துவிட்டு அதன் பிறகு வேறு வழியின்றி கடனுக்கு போய்விடுவார்கள்.

குடிப்பழக்கம்

நிறுவனங்களில் இப்படி கடன் வாங்கும் மற்றொரு வகையினரும் உண்டு. அவர்கள் தொடர்ந்து செலவழிப்பது மதுவில். இந்த பிரச்னை குறித்து விளக்கம் தேவையில்லை அல்லவா! குடித்து பழகியவர்களுக்கு தினம் தினம் பணம் வேண்டும். கையில் இருக்கும் காசு அனைத்துக்கும் குடித்து விடுவார்கள். கையில் பணம் தீர்ந்த பிறகு வேறு வழி தேடுவார்கள். கடன் வாங்குவார்கள்.

இப்படி ஏதும் இல்லாமல் போன நிலையில் இருப்பவர்களுக்கு கடன் வாங்கத் துணிவு வருமா? வரும். காரணம், துணிவைக் கட்டிலும் போதையாகிவிட்ட ஆசை பெரிது.

அவர்களுக்கு ஆசை இருக்கிறது சரி. அப்படிப்பட்டவர்களை நம்பி கடன் கொடுப்பவர்களுக்கு புத்தி எங்கே போயிற்று? அவர்களை யெல்லாம் நம்பி எவரும் கடன் கொடுப்பார்களா என்ன?

ஏன் கொடுக்காமல்? வேறு விதமான ஊழியர்களும் அதே நிறுவனத்தில் உண்டு. அந்த நிறுவனத்தில் மட்டுமல்ல; எல்லா நிறுவனங்களிலும் உண்டு.

அவர்கள் குடிக்க மாட்டார்கள். ஆரோக்கியமாக இருப்பார்கள். அவர்கள் அவர்கள் குடும்பத்துக்கு நன்றாகச் செலவு செய்வார்கள். மற்றபடி படு கறார். பணத்தை வட்டிக்குக் கொடுப்பார்கள்.

இவர்களிடம் எளிதாக கடன் வாங்கலாம். வட்டி அதிகம். வங்கிகளில் அப்போதெல்லாம் கடனுக்கான வட்டி 12% 13%. ஆனால் சாதாரணமாக 2 அல்லது 3 வட்டி. சிலருக்கு 4 வட்டி. ஒரு வட்டி என்றால், ஆண்டுக்கு 12%. இரண்டு வட்டி என்றால் 24%. மூன்றுக்கு 36%. நான்கு என்றால் ஆண்டுக்கு 48% வட்டி. வட்டிக்குக் கொடுப்பவர்கள் பணம் இரண்டே ஆண்டுகளில் இரட்டிப்பாகிவிடும்.

இப்படி சுரண்டல் லாட்டரியில் அதிர்ஷ்டத்தைத் தேடுகிறவர் களுக்கும், மதுப்பழகத்துக்கு அடிமையானவர்களுக்கும் பெரிய வட்டி கிடைக்கும் என்று நம்பி பணத்தைக் கடனாக

கொடுக்கலாமா? வட்டி இருக்கட்டும். அசலாவது திரும்ப வருமா? என்ன உத்தரவாதம்?

எழுதி வாங்கிக்கொள்வது அல்ல. கொடுப்பவர்களே எழுதி கையெழுத்து மட்டும் வாங்கிக்கொள்வார்கள். தவிர அவர்கள் முக்கியமாக நம்புவது கடன் பெறுகிறவர்களின் நிரந்தரமான வேலையை. தொடர்ந்து சம்பளம் வரும் என்பதன் அடிபடையில். தெரிந்து கொடுக்கப்படும் கடன்.

பெல் ஆலையில் அனைத்து ஊழியர் சம்பளங்களும் நிறுவனம் இயக்கும் கூட்டுறவு வங்கி மூலமாகத்தான் பட்டுவாடா ஆகும். அப்போதெல்லாம் காசோலை கொடுத்துதான் வங்கியிலிருந்து பணத்தை எடுக்க முடியும். காசோலை இல்லாதவர்கள் 'வித்டிராவல் ஸ்லிப்'பை பாஸ் புக்குடன் கொடுத்துப் பணம் எடுக்கலாம்.

கடன் கொடுக்கும்போது, கடன் வாங்குபவரின் வங்கி பாஸ் புத்தகத்தையும், தொகை, தேதி, பெயர் என எதுவும் எழுதப்படாத பல 'வித்டிராவல் ஸ்லிப்'களில் கையெழுத்து வாங்கி வைத்துக் கொள்வார்கள். மாத இறுதியில் சம்பளம் வங்கி கணக்குக்கு வந்துவிடும். கடன் கொடுத்தவர்கள், முதல் நாளே முதல் ஒரு மணி நேரத்துக்கு முன்பாகவே அத்தனை புத்தகங்களையும் சம்பள அளவுக்கு ஏற்ற அளவில் நிறைவு செய்யப்பட்ட 'வித்டிராவல் ஸ்லிப்'களையும் வங்கியில் கொடுத்து விடுவார்கள்.

வங்கி ஊழியர்களில் சிலர் அவர்களுக்கு வேண்டியவர்கள் என்றும் கேள்விப்பட்டிருக்கிறேன். எல்லாம் பணம் செய்யும் வேலை. அதனால் கடன் வாங்கியவர்களின் சம்பளத்திலிருந்து முதல் பட்டுவாடா இவர்கள் சமர்பிக்கும் 'வித்டிராவல் ஸ்லிப்' களுக்குத்தான். சிலிப்புக்கு உரியவர்களே வந்து வேறு சிலிப் மூலம் பணம் எடுக்க முயன்றாலும் அது நடக்காது.

ஒவ்வொரு மாதமும் எதுவும் எழுதப்படாத வெற்று 'வித்டிராவல் சிலிப்'களில் என்ன தொகை எழுதிக்கொள்கிறார்கள், அசலில் எவ்வளவு முடிந்திருக்கிறது, மீதம் கடன் எவ்வளவு இருக்கிறது என்றெல்லாம் கேட்கிற நிலையில் கடன் வாங்கியவர்கள் இருக்கமாட்டார்கள். அவர்களுடைய பழக்கங்கள் காரணமாக அவர்களுக்கு சுயமதிப்பும் தைரியமும் குறைவாக இருக்கும். தவிர, அவர்களுக்கு மீண்டும் பணம் தேவை. அதே போன்ற நபர்களிடம்தானே போய் நிற்கவேண்டும். அதையெல்லாம் விட பெரிய காரணம், கடன் கொடுத்தவருடைய பண பலம் அதனால் கிடைக்கும் ஆதரவு. அவர்களை எதிர்க்க இயலாது.

எந்த நேரத்திலும் வாங்கிய மொத்தக் கடனையும் ஒரே தவணையாக திருப்பித் தருகிற பொருளாதார பலம் இப்படிப்பட்ட மனிதர்களுக்கு வரவே வராது. வட்டிக்கு விடுகிறவர்களைப் பொறுத்தவரை இப்படிப்பட்ட மனிதர்கள் லட்டுபோல.

இப்படியாக தங்கள் கெட்ட பழக்கங்கள் மூலம் மட்டுமல்லாமல் வாங்கிய கடனுக்கு வட்டி கட்டியே அழிந்துபோன ஊழியர்கள் குடும்பங்கள் ஏராளம். இந்தக் கதை பல்வேறு பணியிடங்களுக்கும் தொழிற்சாலைகளுக்கும் பொருந்தும்; அரசு அலுவலகங்கள் உள்பட.

சரி. ஆனால் இதெல்லாம் முந்தைய காலத்து நிகழ்வுகள் அல்லவா? இப்போதுதான் சம்பளங்கள் நேரடியாகத் தனியார் வங்கிகளுக்கு போய்விடுகிறதே. அந்த வங்கிகளில் பணம் எடுப்பதற்கு ஏடிஎம் இருக்கிறதே தவிர கிரெடிட், கார்டு டெபிட் கார்டு நெட்பேங்கிங் என்று மற்ற பலவும் வந்துவிட்டதே என்று சிலர் யோசிக்கலாம்.

வங்கிகளில் இருந்து பணம் எடுக்கும் முறைகளில் மாற்றங்கள் வந்திருப்பது உண்மைதான். ஆனால், இப்படிப்பட்ட மக்களின் நிலைமையில் மாற்றமில்லை. நான் 35, 40 ஆண்டுகளுக்கு முன்பு பார்த்த அதே போன்ற மனிதர்களை, அதாவது அதிக வட்டிக்கு கடன் வாங்குபவர்களையும் கொடுப்பவர்களையும் இப்போது, 2020 களிலும் பார்க்கிறேன்.

தவிர்க்க வேண்டிய செலவுகள்

சென்னைக்கு அருகில், ஸ்ரீபெருமந்தூர், ஒரகடம், மறைமலைநகர் பக்கமெல்லாம் பல பெரிய உற்பத்தித் தொழிற்சாலைகள் இருக்கின்றன. அங்கு பணி புரியும் ஊழியர்களுக்கு ஒரு நாள், இரண்டு நாள் பயிற்சிகள் கொடுக்க அழைக்கப்படுவேன். அப்படி, 2013ம் ஆண்டு ஒரு பெரிய பன்னாட்டு நிறுவனத் தொழிற் சாலையின் மனிதவள மேம்பாட்டு மேலாளர் என்னை அழைத்தார். ஒரு குறிப்பிட்ட வகை சிறப்புப் பயிற்சியை (கஸ்டமைஸ்டு டிரெயினிங் புரோகிராம்) உருவாக்கி, நடத்தித் தரச் சொன்னார். அந்தப் பயிற்சியின் பெயர், 'லைஃப்ஸ்டைல் மேனேஜ்மென்ட்' (Lifestyle Management)

வாழ்க்கையை எப்படிச் சிறப்பாக வாழ்வது என்று கற்றுத்தருவதுதான் பயிற்சியின் நோக்கம். ஒரு நாள் பயிற்சி.

அப்படி ஒரு பயிற்சி கொடுக்கவேண்டியதற்கான காரணம், அந்நிறுவன ஊழியர்கள் வாங்கியிருந்த கடன்கள். இத்தனைக்கும்

அப்போது அவர்களில் பெரும்பாலோர் மாதம் இருபத்தைந்தாயிரம் ரூபாய் சம்பளம் வாங்கிக் கொண்டிருந்தார்கள். சிலர் அதைவிட அதிகம். சம்பளம் தவிர ஓவர் டைம், இன்சென்டிவ், போனஸ் என கையில் பணம் புரண்டது.

90 விழுக்காடு ஊழியர்கள் திருமணம் ஆகாதவர்கள். பெற்றோருக்குக் கொஞ்சம் பணம் கொடுத்தால் போதும். இளம் வயது. ஒருவரோடு ஒருவர் ஒப்பீடு என்ற 'சோஷியல் பிரஷ்சர்'. அதனால் பலரும் ஆண்ட்ராய்டு போன்கள், விலை உயர்ந்த பைக்குகள், பிராண்டட் ஆடைகள் என செலவழித்துக் கொண்டிருந்தார்கள். தவிர அவ்வப்போது மது பார்ட்டிகள் மற்றும் வெளியூர் சுற்றுலாக்கள் உண்டு. போகப் போக இவற்றுக்குச் சம்பளப் பணம் போதவில்லை.

குழுவுக்கு நாற்பது ஊழியர்கள் என்றவகையில் பயிற்சியில் கலந்துகொண்டார்கள். தொடக்கத்தில் பேச்சுக் கொடுத்தபோது அவர்களில் ஒரு சிலர் தவிர மற்ற அனைவருமே ஒன்றுக்கு மேற்பட்ட கிரெடிட் கார்டுகள் வைத்திருப்பதும் கலந்து கொண்டவர்களில் பாதி பேருக்கு மேல் சில லட்சங்களில் கடன் இருந்ததும் தெரியவந்தது.

சரி. இவர்களுக்கு கிரெடிட் கார்டு எப்படிக் கிடைக்கிறது?

கிரெடிட் கார்டு

இப்போது நிறுவனங்களில் ரொக்கமாக சம்பளம் கொடுக்கும் பழக்கம் இல்லை என்பது தெரிந்திருக்கலாம். 'பேமெண்ட் ஆஃப் வேஜஸ் ஆக்ட் 1948' சட்டத்தின்படி, ஊதியத்தை ரொக்கமாகக் கொடுக்கக்கூடாது. எனவே, முதல் மாத சம்பளமே வங்கிக்கணக்கு மூலமாகத்தான் வழங்கப்படும்.

அதனால் வேலைக்கு சேருகிறவர்களுக்கு சேர்ந்த உடனேயே, நிறுவனத்தின் மனிதவளத்துறை (HR) வங்கிக் கணக்கு தொடங்க உதவி செய்வார்கள். இதற்காக நிறுவனங்கள் ஏதாவது ஒரு வங்கியுடன் ஒப்பந்தம் செய்துகொண்டிருப்பார்கள். அதற்கு, சம்பளம் போடப்படும் சேமிப்பு கணக்கு, 'சேலரி அக்கவுண்ட்' என்று பெயர்.

இப்படியாக வேலைக்குப் போனதில் இருந்தே ஊழியர்களுக்குத் வங்கியுடன் தொடர்பு ஆரம்பித்துவிடுகிறது. பெரும்பாலான ஊழியர்கள் அவர்கள் கணக்குக்கு வரும் சம்பளப்பணத்தை ஓரிரு

தினங்களிலேயே எடுத்துவிட்டாலும், இதுபோன்ற சேலரி அக்கவுண்ட்களை வங்கிகள் விரும்புவதற்கு காரணம், அவ்வளவு ஊழியர்களிடமும் வங்கியின் நிதி தொடர்பான பிற சேவைகளை(!) செய்யலாம் என்பதுதான். அதன் மூலம் வங்கிக்கு வியாபாரம் மற்றும் லாபம் கிடைக்கும்.

கணக்குத் தொடங்கிய சில நாட்களிலேயே, அலைபேசி எண்களில் தொடர்பு கொண்டு, 'வாழ்த்துகள். நீங்கள் கிரெடிட் கார்டுக்குத் தகுதியானவர்கள் ஆகிவிட்டீர்கள். அதற்கான கட்டணம் உங்களுக்கு தள்ளுபடி செய்யப்படுகிறது. இனி நீங்கள் XXX தொகை வரை கிரெடிட் கார்டு மூலம் செலவு செய்ய அனுமதி உண்டு' என்பார்கள். மேலும் அவர்களாகவோ அல்லது விவரம் கேட்டாலோ, 'கார்டு மூலம் நீங்கள் செலவழிக்கும் பணத்துக்கு வட்டி இல்லை. நீங்கள் செலவு செய்த தொகையை 14 நாட்களுக்குள் கட்டினால் போதும். இயலாவிட்டால் அந்தத் தொகையை நீங்கள் தவணைகளாகவும் கட்டலாம்' என்பார்கள்.

அதுவரை வேலை இல்லாதவர்களாக, பணத்துக்குப் பெற்றோரையும் மற்றவர்களையும் எதிர்பார்த்திருந்த இளைஞர்களுக்கு இந்த வாய்ப்பு இன்ப அதிர்ச்சியாக இருக்கும். அவர்கள் கற்பனைகூட செய்திராத அளவு பணம் செலவழிக்கும் சுதந்தரம் கிடைத்துவிட்டது என்று சந்தோஷமாகப் பயன்படுத்த ஆரம்பிப்பார்கள். வாங்கிய கிரெடிட் கார்டைப் பயன்படுத்தாமலே வைத்திருக்க முடியாது, குறிப்பிட்ட நாட்களுக்குள் பயன்படுத்தியே ஆகவேண்டும் என்று வங்கி தெரிவிக்கும். தவிர, கார்ட் மூலம் செலவழித்தால் 'கேஷ் பேக்' போன்ற கழிவுகள் என்ற சலுகைகளும் கொடுப்பார்கள்.

இப்படியாக, வேலை, சம்பளம், செலவு, கடன் போன்ற எதுவுமே இல்லாமல் பச்சை மண் போலிருந்த எளிய மக்கள் இவை எல்லாவற்றுக்கும் அறிமுகமாவார்கள்.

கையில் பணமில்லை. சம்பளம் வந்தால்தான் என்கிற நிலை மாறிவிடும். எது வேண்டுமானாலும் செய்யலாம். பிறகு பார்த்துக்கொள்ளலாம் என்ற தைரியம் வரப்பெற்று செலவு செய்வார்கள். தேவையானது தேவையில்லாதது வேறுபாடு தெரியாது. ஒரு கட்டத்தில் நேரக் கெடுவுக்குள் கார்டுக்கு பணம் கட்ட முடியாமல் போகும். நிலுவைத் தொகைக்கு வட்டி போடப்பட்டு ஸ்டேட்மெண்ட் வரும். ஆமாம். ஸ்டேட்மெண்ட் மட்டும் வரும். வேறு ஒன்றும் ஆகாது.

‘அட! பரவாயில்லையே! கட்டாமல் விட்டதால் பெரிய தொந்தரவு ஏதும் இல்லை’ என்று தொடர்ந்து அந்த கார்டுவுடன் பயணிப்பார்கள். அதன் பிறகு அவர்களுடைய தொழிலக ‘சீனியர்’கள், இதென்ன பிரமாதம் என்று மற்றொரு கார்டு வாங்கும் வழி காட்டி, புதிய கார்ட்டில் பணம் எடுத்து முந்தைய கார்டுக்கு தவணை கட்டலாம் என்று சொல்லிக் கொடுப்பார்கள். இப்படியாக சிலர் மூன்று நான்கு கிரெடிட் கார்டுகள் வரை வாங்கி வைத்துக்கொண்டு, கம்பி மேல் நடப்பது போல மாதங்களை ‘பேலன்ஸ்’ செய்து ஓட்டிக்கொண்டிருப்பார்கள். இதுதான் நான் பயிற்சி கொடுக்கப் போன இடத்திலும் நடந்திருந்தது.

பலருக்கும் கிரெடிட் கார்டு தவிர வேறு கடன்களும் இருந்தன. நகை கடன், வங்கியில் வாகன கடன் மற்றும் வங்கியில் பர்சனல் லோன் என பல கடன்கள். இவற்றையெல்லாம் தாண்டி, முன்பு பார்த்த பெல் ஆலை ஊழியர்கள் போல சக ஊழியர்களிடன் தடித்த வட்டிக்கு கடன் வாங்கியிருந்த சிலரும் இருந்தார்கள். அவர்கள் அதிகம் பேசவில்லை. மற்ற ஊழியர்கள்தான் அவர்களை என்னிடம் ‘வேடிக்கையாகப் போட்டுக் கொடுத்தார்கள்’.

அதிக வட்டிக்குக் கடன்

‘எதற்கு இவர்களிடம் அவ்வளவு வட்டிக்கு கடன்?’ எனக் கேட்டேன். வங்கியில் வாங்கியிருந்த கடன் மற்றும் கிரெடிட் கார்டுகளுக்கு ஒழுங்காகத் தவணைகள் கட்டாததால் ‘சிபில் ஸ்கோர்’ குறைந்து போய் சாதாரண வட்டிகளுக்கு இனி கடன் வாங்க முடியாது என்கிற நிலைமை வந்துவிட்டது. ஆனாலும் கட்ட வேண்டிய தவணைகள் மற்றும் அவசியச் செலவுகளுக்காக சக ஊழியர்களிடம் பெரிய கைமாற்று. சும்மா அல்ல. இரண்டு அல்லது மூன்று வட்டி. மாதாமாதம் வட்டி கொடுத்துவிட வேண்டும் அதை மட்டும் கட்டினால் போதும்.

கடனுக்குக் கட்ட வேண்டிய தவணைகள், பண்டிகைகள், வெளியூர் பயண அவசியங்கள், பிரார்த்தனைகள், குழந்தை களுக்கு, மனைவிக்கு பிறந்தநாள், உறவுக்காரர் திருமணம் போன்ற விஷேசங்கள் என்பது போன்ற தவிர்க்க முடியாத செலவுகள் வரும். வேறு எங்கும் கிடைக்காது, வழிகள் இல்லை என்ற நிலையில், அடுத்த சில மாதங்களில் திருப்பிக் கொடுத்துவிடலாம் என்று சக ஊழியரிடம் வட்டிக்குப் பணம் வாங்குவார்கள்.

உதாரணத்துக்கு, பத்தாயிரம் ரூபாய் கடனுக்கு இரண்டு வட்டி வீதம் என்று வைத்துக்கொள்வோம். கேட்ட உடனே பணம்

கிடைக்கும். அடமானம், கேரண்டி கையெழுத்தெல்லாம் தேவைப்படாது.

பத்தாயிரம் ரூபாய்க்கு மாதம் இரண்டு சதவீத வட்டி வீதம் ஆண்டுக்கு ரூபாய் 2,400. மாதா மாதம் 200 ரூபாய் கொடுத்துவிட்டால் போதும். இப்போதைக்கு 10 ஆயிரம் ரூபாய் கிடைக்கும். பண்டிகையோ, விசேஷமோ அல்லது வேறு எதுவுமோ. நிம்மதியாகச் செய்துவிடலாம் என்று தோன்றும். அதிக வட்டி என்பது பெரிதாகத் தெரியாது.

கடன் வாங்காமல் செய்தால் சிக்கனமாக முடிப்பதை, கையில் காசு இருப்பதால் தாராளமாக செய்வார்கள். அவர்கள் எந்த தேவையும் ஆசையையும் குறைத்துகொள்ளவோ தவிர்க்கவோ அல்லது தள்ளியும் போடவோ வேண்டாம். கேட்கும்போது பணம் கடனாகக் கிடைக்கும். மாத சம்பளத்தில் இருந்து வட்டி (மட்டும்) கொடுப்பது சாத்தியம்தான். என்று நினைப்பார்கள்.

கடன் கொடுப்பவர்களுக்கும் பிரச்னையில்லை. கணிசமான வட்டி வருமானம் மற்றும் உறுதியான வேலையில் இருக்கிற கண்ணுக்கு முன் நடமாடிக்கொண்டிருக்கும் சக ஊழியருக்குத்தான் கொடுக்கிறார்கள். எனவே, ‘முதலுக்கு ஆபத்தில்லை. எப்படியும் வசூல் செய்துவிடலாம்’ என்கிற தைரியம் இருக்கும்.

பல இளைஞர்கள் வாழ்க்கையில் அவர்கள் வாங்கும் முதல் பெரிய கடனாக அவர்களது திருமணத்துக்கு வாங்கிய கடன் இருக்கிறது. பலரும் 2 லட்சம் 3 லட்சம் கடன் வாங்கியிருந்தார்கள். ‘ஆண் பிள்ளை. உங்கள் திருமணத்துக்கு அப்படி என்ன செலவு?’ என்று கேட்டால், அதை வைத்து நகை வாங்கியதாகவும் வேறு எந்த வீட்டு உபயோகப் பொருட்கள் வாங்கியதாகவும் தெரியவில்லை.

பெரிய மண்டபத்துக்கான வாடகை, விலை உயர்ந்த உடைகள், நண்பர்களுக்கு பார்ட்டி போன்றவை தவிர, ஃபோட்டோ ஷூட்டில் அதிகப் பணம் செலவழித்திருந்தார்கள். சினிமா டூயட் பாடல் போல, திருமணம் ஆகப் போகிற பெண்ணுடன் ஒரு கடற்கரை அல்லது மலைப்பிரதேசம் போன்ற இடங்களில் ஷூட்டிங் நடந்திருக்கிறது. இதற்கென நிறைய தனி கம்பெனிகள், வீடியோ குழுவினர் இருக்கிறார்கள்.

இந்த ஷூட்க்குக்காக மட்டுமே மணமகன், மணமகள் இருவருக்கும் தனி உடைகள் வாங்கி, மேக்கப் போட்டு,

தொலைதூரங்களுக்கு வாடகை காரை எடுத்துக்கொண்டு போய் படப்பிடிப்பு செய்கிறார்கள். பலரும் ஏன் செய்கிறார்கள் என்பதற்கான காரணம், அவர்களுடன் உடன் பணிபுரிபவர்கள் மற்றும் நண்பர்கள் பலரும் அப்படி செய்திருக்கிறார்கள் என்பதுதான். இவர்கள் செய்யா விட்டால் அது கௌரவக் குறைவு எனும் நினைப்பு 'பியர் பிரஷர்'.

இதெல்லாம் போக, திருமணத்தன்று வீட்டருகே போஸ்டர்கள். மண்டப வாசலில் பெரிய ஃபிளக்ஸ் போர்டுகள். அவற்றில் இவர்களுடைய மனம் கவர்ந்த திரை கதாநாயகன் வாழ்த்துக் களுடன் அல்லது கட்சித் தலைவர்கள் வாழ்த்துகளுடன் என்ற செய்தி இருக்கும். குடும்ப உறுப்பினர் நண்பர்களுடைய புகைப் படங்களும் இருக்கும். இவற்றுக்கே சில பல ஆயிரங்கள் செலவு.

திருமணம் முடிந்த பின் அந்த ஃபோட்டோ ஷூட் வீடியோ அவர்களுடைய பென்டிரைவில் தூங்கும். அடிக்கடி அணிய முடியாத படோபமான 'ஃபோட்டோ ஷூட்' உடைகள் பீரோவில் தூங்கும். மற்றபடி, அவர்கள் செய்த செலவுகள் எல்லாம் அமிர்தாஞ்சனம் தடவிய தலைவலி போல, போயிந்தே... போயே போச்சு...'இட்ஸ் கான்' தான்.

இந்தச் செலவுகளுக்கு இரண்டு வட்டிக்குக் கடன். திருமணம் முடிந்த பிறகு சம்பளப் பணத்தில் இருந்து கடன் தவணைகள், வட்டி போன்றவற்றுக்குப் பணம் கட்டியபின் மீதமாகும் பணம் நிச்சயமாக வீட்டுச் செலவுக்குப் போதாது. கையில் சேமிப்பு எதுவும் இல்லை. அடுத்து, ஒரு குழந்தையும் பிறந்துவிட்டால், அவ்வளவுதான். கடன்கொடுப்பவர்களிடம் சரண் அடைவது தவிர வேறு வழியே இல்லை. நிரந்தரக் கடன் எனும் குகைக்குள் நுழைந்து, அப்படியே நெடுந்தூரம் போய்விடுவார்கள். திரும்ப வழி தெரியாது.

யோசித்துப் பார்த்தால் வேலை கிடைத்தவுடன் எச்சரிக்கையாக இருந்திருந்தால், கையில் கணிசமான சேமிப்புடன் தலை நிமிர்ந்து, நிம்மதியாக வாழலாம். திருமணம், குழந்தைகள் என குடும்ப வாழ்க்கையும் சிறப்பாகப் போகும்.

ஆன் லைன் 'விளையாட்டுகள்'

பயிற்சியின்போது இந்தக் கதைகலெல்லாம் வெளிவரும். சிலர் வருத்தமாகச் சொல்ல, சிலர் விளையாட்டாக மற்றவர் கடன் குறித்து கேலி பேச, ஒரு சிலர் மட்டும் இறுக்கமாய் மவுனமாகவே

இருப்பார்கள். இடைவேளை அல்லது பயிற்சி முடிந்தபின் நான் கிளம்பும்போது தனியாக வந்து சந்திப்பார்கள். அவர்களுக்கும் கடன் இருக்கும். அவர்கள் கடன் வாங்கி பணத்தைத் தொலைப்பது, ஆன்லைன் ரம்மி என்ற சீட்டு கட்டு விளையாட்டு அல்லது 'ட்ரீம் லெவன்' போன்ற பெட் கட்டும் விளையாட்டுகளில்.

இவர்கள் கதைகளைக் கேட்டு நம் மனது பாரமாகிவிடும். டிப்ளமோ படிப்பு, பெரிய நிறுவனத்தில் கௌரவமான வேலை. போதுமான அளவு சம்பளம். கல்யாணம் ஆகிவிட்டது. இன்னும் சிலருக்கு ஒன்று அல்லது இரண்டு பிள்ளைகள். ஆனால் அவர்களின் பொருளாதார நிலை?

சேமிப்பு என்பது மருந்துக்கும் இருக்காது. ஆயுள் காப்பீடு கிடையாது. குடியிருக்கச் சொந்த வீடில்லை. சேமநல நிதி பணத்தை ஏதோ காரணம் காட்டி எடுத்துவிட்டிருப்பார்கள். மருத்துவக் காப்பீடு நிறுவனம் தருகிறது என்கிற தைரியத்தில், சொந்தமாக மெடிக்கிளைம் பாலிசி இருக்காது. சம்பளப் பணத்தைக் காட்டிலும் அதிகமான கடன் தவணைகள், 'கிரெடிட் கார்டு பேமெண்ட்' மற்றும் பிடுங்கிக்கொள்ளப்படும் மாதாந்திர வட்டிகள்.

கோவிட் 19க்கு முன்பு, ஸ்ரீபெரும்புதூரில் இருக்கும் மற்றொரு பெரிய கார் டயர் தொழிற்சாலையில் பயிற்சி அளிக்கக் கூப்பிட்டார்கள். அதுவும் குறிப்பான தேவையை நிறைவு செய்யும் பயிற்சி வகுப்புதான். அந்த நிறுவனத்தின் மனிதவளத்துறை மேலாளர் சொன்ன தகவல், 'எங்கள் ஊழியர்கள் பலர் கடனில் இருக்கிறார்கள். அதன் காரணமாக அவர்கள் வேலையில் கவனம் குறைகிறது. வருகைப்பதிவும் குறைகிறது. சரி செய்யவேண்டும்'.

முன்பு பார்த்த வேறு ஒரு நிறுவன ஊழியர்களைப் போலவே, வங்கியில் கிடைக்கும் கடன்கள் பலவும் பெற்று, கிரெடிட் கார்டுகள் வாங்கி, தவணைகளை கட்டத் தவறி, சிபில் ஸ்கோர் குறைந்து, தொடரும் பணத்தேவைகளுக்கு எவரிடம் வட்டிக்கு வாங்கலாம் என்று தேடிக்கொண்டிருந்தவர்கள்.

இவர்களில் சிலர் தொழிற்சாலைக்கு அருகில் இருக்கும் கிராமங்களில் இருந்து வேலைக்கு எடுக்கப்பட்டிருப்பார்கள். அல்லது வெளியூரில் இருந்து வந்து, அருகில் உள்ள சிற்றூர்களில் வாடகைக்கு அறைகள், வீடுகள் எடுத்துத் தங்கியிருப்பவர்கள். ஊழியர்கள் வேலைக்கு போகவும் வரவும் நிறுவனம் மெட்டாடர் போன்ற வேன்கள் ஏற்பாடு செய்திருக்கும். அப்படிபட்ட நிறுவன

வாகனங்களில் வீட்டருகே ஏறுவார்கள், இறங்குவார்கள். தவிர, நிறுவனத்தின் சீருடை அணிந்திருப்பார்கள். இது போன்றவற்றைப் பார்த்தவர்கள் இவர்கள் கடன் கேட்டால் எவ்வளவு வேண்டுமானாலும் கொடுப்பார்கள். 2 அல்லது 3 வட்டிக்கு.

இவர்கள் வட்டி கட்டத் தவறும்போது, இவர்கள் தங்கியிருக்கும் அறைகளுக்கு / வீடுகளுக்குப் போய்ப் பார்த்து வசூல் செய்பவர்கள் பின்பு இவர்களைத் தேடி, நிறுவனத்துக்கு வருவார்கள். கேட்டில் இருக்கும் செக்யூரிட்டியிடம் குறிப்பிட்ட ஊழியரிடம் தொலைபேசியில் தொடர்பு கொடுக்கச் சொல்லி தொந்தரவு செய்வார்கள். இந்தக் காரணங்களால் சில ஊழியர்கள் அடிக்கடி லீவு போடுகிறார்கள்.

சுரண்டல் லாட்டரி, மதுபழக்கம், ஆன்லைன் விளையாட்டுகள் தவிர இந்த நிறுவன ஊழியர்கள் அதிகம் ஈடுபட்டிருப்பது, கிரிப்டோ கரன்சி வர்த்தகத்தில்! அந்த நிறுவன ஊழியர்களைக் குறிவைத்து வெளியில் இருக்கும் சில கிரிப்டோ கரன்சி முகவர்கள் செயல்படுகிறார்கள்.

கிரிப்டோ கரன்சி வர்த்தகம்

தொடக்கத்தில் கிரிப்டோ கரன்சி வர்த்தகம் செய்த ஒரு சிலருக்கு பெரிய லாபம் கிடைத்திருக்கிறது. அதுவே ஆபத்தாகப் போய்விட்டது. தயங்கிய பலரும் மெள்ள மெள்ளக் கொஞ்சமாக முயற்சி செய்யலாமே என்று இறங்கி இப்போது பலரும் அதில் கணிசமான பணம் போட்டுக் கொண்டிருக்கிறார்கள். சொந்தப்பணம் போதாமல் நகைகளை விற்று அல்லது அடமானம் வைத்து, கடன் வாங்கி என்று பலவிதமாக. புதிய புதிய நல்ல வாய்ப்புகள் குறித்து அவ்வப்போது ரகசியக் கூட்டங்கள் நடத்தப்படுகின்றன(வாம்). அவர்களை மேலும் பணத்தை கொண்டு வருமாறும் ஆசைகள் தூண்டப்படுகின்றன(வாம்).

அவர்கள் அதில் தொடர்ந்து ஈடுபடவும், மேலும் முதலீடு செய்யவும் ஆசைப்படக் காரணம், அவர்கள் அல்லது அவர்களுடைய நண்பர்கள் சிலர் பார்த்திருக்கும் லாபம். லாபத்தை இன்னும் எடுக்கவில்லை. எல்லாம் 'பேப்பரில் இருக்கும் லாபம்'. லாக் இன் காரணமாக அல்லது வேறு காரணங்களுக்காக விற்காமல் வைத்திருக்கிறார்கள்.

அவர்கள் வாங்குகிற கிரிப்டோ கரன்சிகள் அவ்வளவு பிரபலம் ஆனவை இல்லை. இவை புதியவை என்றும் பின்னாட்களில்

இவைதான் பிட்காயின் போல பல மடங்கு விலை போகும் எனவும் நம்பவைக்கப்பட்டிருக்கிறார்கள். இவர்களுடைய படிப்பு மற்றும் அனுபவ அறிவு இவர்களுக்கு உதவவில்லை. ஆசை கண்ணை மறைக்கிறது. அவர்கள் கண்ணுக்கு தெரிவதெல்லாம், அவர்கள் ஈடுபடுத்தும் பணம், தொடர்ந்து மதிப்பு உயர்கிறது என்பதுதான்.

ஒரு சிலர் ஓரிரு முறை தெரியும் லாபத்தை எடுத்துவிடலாம் என்று விற்றுவிட, அதன் பிறகு தொடர்ந்து அவர்கள் விற்ற கிரிப்டோ கரன்சி விலைகள் தொடர்ந்து உயர்வதைப் பார்த்து, அதிர்ச்சி அடைந்து மீண்டும் அவற்றைக் கூடுதல் விலைகளுக்கு வாங்கியிருக்கிறார்கள்.

மேலும் முதலீடு செய்ய பணம் இல்லை. எல்லாம் செய்தாயிற்று. ஆனால், இன்னும் வாய்ப்புகள் இருக்கிறதே என்று நினைக்க வைத்து, அந்த சமயத்தில் கிரிப்டோ கரன்சி முகவர்களே, அந்த ஊழியர்களின் சிபில் ஸ்கோர் குறைவாக இருந்தாலும்கூட அவர்களுக்குப் புதிய கிரெடிட் கார்டு வாங்கி கொடுக்கிறார்கள். ஒரு லட்ச ரூபாய் வரை தேய்க்கக்கூடிய கிரெடிட் கார்டுகளை வாங்கிக் கொடுக்கிறார்கள். ஊழியர்களுடைய அடையாள அட்டை மற்றும் வருமான வரி கணக்கு எண் அட்டை, நிறுவனம் தரும் ஊதிய 'சிலிப்' ஆகியவற்றைக் கொடுத்தால் போதும்.

ஆனால், அந்த கிரெடிட் கார்டுகளை வைத்துக்கொண்டு ஊழியர்களால் வேறு எதுவும் செய்ய முடியாது. அவர்கள் பெயரில் வாங்கிய கார்டை அவர்களிடம் கொடுக்க மாட்டார்கள். கார்டைக் கையில் கொடுப்பதற்கு முன்பாகவே அவற்றை முகவர்கள் பயன்படுத்தி கிரிப்ட்டோ கரன்சி வாங்க வைத்துவிடுவார்கள். அதன்பின் அந்தக் கடனுக்கு கட்டவேண்டியது ஊழியர் பொறுப்பு. கார்டு நிறுவனம் எப்படியும் வசூல் செய்துவிடும்.

இப்படியெல்லாம் ஆகிவிட்டதைத் தெரிந்துகொண்ட மனிதவளத்துறை மேலாளர்கள் மிரண்டுபோய், சரி இது குறித்து பயிற்சி கொடுப்பதன் மூலம் விழிப்புணர்வு கொடுக்கலாம் என்று நினைத்திருக்கிறார்கள்.

4
கடனால் தொல்லைகள்

பணம் இல்லாமல் பல விஷயங்கள் முடியாது. ஆனால், எல்லோரிடமும் தேவைப்படும் அளவு பணம் இருப்பதில்லை. அதனால் கடன் வாங்கிவிடுகிறார்கள். வாங்கும்போது அவர்கள் அறியாமை காரணமாகவோ அல்லது இயலாமை காரணமாகவோ சிலர் உயர்ந்த வட்டிவிகிதங்களில் வாங்கிவிடுகிறார்கள். சில வாங்கக்கூடாத இடங்களில் இருந்து வாங்கிவிடுகிறார்கள். மேலும், கடன் கொடுப்பவர்கள் கேட்கும் பிராமிசரி நோட்டுகள், காசோலைகளில் மற்றும் வெள்ளைத்தாள்களில் வேறு விவரங்கள் எழுதாமல் கையெழுத்துப் போட்டுக்கொடுத்துவிடுகிறார்கள். முடிந்தது கதை. அவர்களுக்கான ஆபத்துகள் வரிசை கட்டி நிற்கின்றன.

கடன் வாங்கிச் செலவழித்து விட்ட பணத்தைத் திருப்பிக் கொடுப்பது சிரமம். கடன் வாங்கிப் படிக்க வைத்து வேலை கிடைக்காமல் போயிற்று என்றாலோ, வியாபாரம் சரியாக நடக்கவில்லை என்றாலோ வட்டி கட்டுவதே சிரமம். இதில் அசலைத் திருப்பிக்கொடுப்பது இயலாத காரியம்.

கடனே வாங்காதவர்களுக்கு அல்லது இப்படிப்பட்ட கடன் தவணைகள் கட்ட முடியாமல் போன அனுபவம் இல்லாதவர்களால், இப்படிப்படவர்களுக்கு ஏற்படும் சிரமங்களைப் புரிந்துகொள்வது கடினம்.

கண்முன் ஒரு பெரிய தேவையோ அல்லது பெரிய வாய்ப்போ விஸ்வரூபம் எடுத்து நிற்கும்போது, அல்லது மிகப் பிரமாதமாக விவரிக்கப்படும்போது அதற்காகக் கடன் வாங்க முடிவு செய்கிறார்கள். அது வரை சரிதான். அதற்குமேல் எங்கிருந்து, என்ன வட்டிக்கு, எவ்வளவு காலத்துக்கு என்று திட்டமிட்டு தேடி வாங்குபவர்கள் குறைவு. அங்கே ஆரம்பிக்கிறது தவறு.

ஒப்புக்கொண்ட வட்டியை ஒழுங்காக, நேரத்தில் கட்டிவிடும் வரை சிக்கல் இருக்காது. தவறும் போதுதான் கடன் கொடுத்தவர்கள் அணுகுமுறை மாறிவிடுகிறது. தனி நபர்களோ, வங்கியோ. அவர்கள் கொடுத்த பணத்தை வசூல் செய்ய, சட்டத்துக்கு உள்பட்ட மற்றும் புறம்பான பல நடவடிக்கைகளில் இறங்கிவிடுகிறார்கள்.

செய்தித்தாள்கள், ஊடகங்களில் அப்படிப்பட்ட எவ்வளவோ செய்திகளைப் பல ஆண்டுகளாகப் பார்க்கிறோம். இன்னும் நிலைமை மாறவில்லை.

குண்டர்கள்

கடன் கொடுத்தவர்கள் தனி நபர்களாக இருக்கும்பட்சம், பணம் வசூல் செய்வதற்காக, அதற்குரிய 'தகுதிகள்' கொண்ட ஆட்களை வேலைக்கு வைத்துக்கொள்கிறார்கள். அந்த 'வசூல் மன்னர்கள்' பணத்தை வசூல் செய்யும் ஒற்றை நோக்கத்துடன் வருவார்கள். அவர்களிடம் எந்தக் கெஞ்சலும் புலம்பலும் வேண்டுகோளும் எடுபடாது. அவர்களுக்கு இதயம் என்று ஒன்று இருக்குமா என்று யோசிக்கும் அளவில் அவர்கள் கடுமையாக நடந்து கொள்வார்கள். பெண்கள், குழந்தைகள், இயலாதவர், பெரியவர் என்ற எந்த வேறுபாடும் காட்டமாட்டார்கள்.

இல்லை என்று சொல்ல எத்தனிக்கும்போதே அதட்ட ஆரம்பிப்பார்கள். பிறகு கேவலமாக பேசுவார்கள். அதன்பின் விரட்டுவார்கள். கடன் வாங்கியவர் வேலை செய்யுமிடம், வியாபாரம் செய்யும் இடம் மற்றும் குடியிருக்கும் இடங்களுக்கு வந்து, வெளியே நின்று சத்தமாக கேவலமாகப் பேசுவார்கள். திட்டுவார்கள். அந்த அவமானத்துக்கு பயந்து சிலர் ஏதாவது செய்து, அதாவது அதைவிட மோசமானவரிடம் அப்போதைக்கு பணம் கிடைத்தால் போதும் என இன்னொரு கடன் வாங்கிக் கொடுப்பார்கள். இவர்கள் கத்தலின் நோக்கமும் அதுதான். எவர் எப்படியானால் என்ன? அவர்கள் கொடுத்த பணம் வசூல் ஆனால் சரி என்று விரட்டுவார்கள்.

அவமானம்

‘என் தேசம். என் மக்கள்’ எனும் ஸ்டார் விஜய் தொலைக் காட்சியின் நிகழ்ச்சி ஒன்று. சில ஆண்டுகளுக்கு முன்பு ஞாயிற்றுக்கிழமைகளில் முன்பகல் நேரத்தில் ஒளிபரப்பப்படும். ‘நீயா நானா?’ நிகழ்ச்சித் தயாரிப்பாளரும் இயக்குனருமான திரு ஆண்டனியின் நிகழ்ச்சி. திரு. கோபிநாத்தான் தொகுப்பாளர். நான் சில நிகழ்ச்சிகளுக்கு சிறப்பு விருந்தினராக அழைக்கப்பட்டு, கலந்துகொண்டிருக்கிறேன்.

அதில் ஒரு நிகழ்ச்சி கடன் பற்றியது. கலந்து கொண்ட பலரும் அவர்களது கண்ணீர்க் கதைகளைக் கூறினார்கள். பூ விற்கும் பெண்மணி ஒருவர் வாங்கிய பணத்துக்கு ஏதோ காரணங்களால் வட்டி கட்ட இயலாமல் போயிருந்திருக்கிறது. அடுத்தடுத்த நாட்களில் தொடர்ந்து கட்ட இயலாமல் போய் நேரம் கேட்டிருக்கிறார். ஒருமுறை அவர் மகள் அங்கே வந்ததைப் பார்த்த வசூல்காரர், ‘பணம் தரும் வரை நீ வந்து என் வீட்டில் இரு’ என்பதுபோல சொல்லியிருக்கிறார். இதைக் கூனிக்குறுகி சொன்ன அந்த அம்மாள் நிகழ்ச்சியின் போது உடைந்து அழுதார்.

வலியவர்களிடம் எளியவர்கள் கடன் வாங்கிவிட்டால், அதைத் திருப்பித் தர இயலாவிட்டால் என்ன என்ன ஏச்சுப் பேச்சுக்களை கேட்க வேண்டி வரும் என்பதற்கு இது ஒரு சிறு உதாரணம்தான்.

ஏச்சுப் பேச்சு

‘பிள்ளை பெற்றுக்கொள்ள தெரிகிறதே! வாங்கிய கடனைத் திருப்பித்தரத் தெரியாதா?’ ‘வயிற்றுக்கு என்ன தின்கிறாய்? சோறுதானே? அல்லது வேறு எதுவுமா?’ என்பதுபோலக் கேட்பதெல்லாம் சர்வசாதாரணம்.

தவிர, வசூல் செய்ய வருகிறவர் அவர் கோபததைக் காட்ட கடன் வாங்கியவரின் வீட்டில், கடையில் இருக்கிற பொருட்களை உதைப்பார், தள்ளி சேதப்படுத்துவார். வேறு சிலர் வசூல் செய்ய வந்த இடத்தில் கண்ணில்படும் ‘டூ வீலர்’, தொலைக்காட்சிப் பெட்டி போன்றவற்றை எடுத்துப்போய்விடுவதும் உண்டாம். அதற்கெல்லாம் கேள்வி கேட்பார் கணக்கு கிடையாது. கோபத்தில் செய்கிறார்கள் அல்லது முடிந்த வரை வசூல் செய்கிறார்கள். அப்படித்தான் விளக்கம் சொல்வார்கள்.

‘இவ்வளவு சட்டம் பேசுகிறாயே! முதல்ல வாங்கிய பணத்தை கொடுத்திட்டு பிறகு மற்றதெல்லாம் பேசு’ என்பார்கள்.

நடப்பவற்றை அக்கம் பக்கத்திலிருப்பவர்கள், பக்கத்து கடை வியாபாரிகள் எல்லாம் பார்ப்பார்கள். அனுதாபப்படலாம். ஆனால் யாரும் உதவிக்கு வர முடியாது. 'நீ தருகிறாயா?' என்ற கேள்வி வரும்.

குடும்பத்தார் பாதிப்பு

சில குடும்பங்களில் மனைவி, பிள்ளைகள், பெற்றோருக்கு குடும்பத்தலைவர் வாங்கிய கடன் அல்லது கட்டாமல் விட்ட தவணை பற்றித் தெரியாமல் இருக்கலாம். முதல் முறையாக வசூல் செய்கிறவர் வீட்டுக்கு வந்து விசாரிக்கையில், இல்லையென தெரிந்ததும் சத்தம் போடுகையில் வீட்டில் உள்ளவர்கள் அதிர்ந்து போய்விடுவார்கள். உள்ளே ஓடிவிடுவார்கள். அழுவார்கள்.

வசூல் செய்ய வருகிறவர்கள் எதிர்பார்ப்பதும் அதைத்தான். போகும் போது, வீட்டில் இருப்பர்களிடம் விளைவுகள் குறித்து, 'ஒழுங்காக முறையாக வந்து கட்டிவிட சொல்லுங்கள்' என்று கடுமையாக மிரட்டிவிட்டுப் போவார்கள். அதன் பிறகு அந்த வீட்டில் இருப்பவர்களால் இயல்பாக சாப்பிட, படிக்க, தூங்க முடியுமா?

அடிக்கடி போனிலும் விரட்டுவார்கள். கடன் பெற்றவரின் உறவினர்கள், நண்பர்களிடம் தகவலைக் கொண்டு சேர்ப்பார்கள். கட்டிவிடச் சொல்லி சொல்லச் சொல்வார்கள். வசூல் செய்ய எதுவும் செய்யலாம் என்கிற ரீதியில் முழு உரிமையோடு நடந்து கொள்வார்கள்.

அவ்வப்போது மிரட்டலுக்கு பயந்து கொடுக்கும் தொகைகள் மற்றும் எடுத்துச் செல்லும் பொருட்களின் மதிப்பைச் சரியாக கணக்கில் வரவு வைத்துக்கொள்ளமாட்டார்கள். ஒருமுறை தவறி இப்படிப்பட்ட வழிமுறைகள் தொடங்கிவிட்டால், அதன்பின் மரியாதை இருக்காது. புலியால் துரத்தப்படும் மான் போலத்தான். ஓடிக்கொண்டேயிருக்கவேண்டும்.

வங்கிகளும் அப்படித்தான். இப்படி நடப்பதெல்லாம் ஏதோ தண்டல், கந்து வட்டிக்கு வாங்குபவர்களுக்கு மட்டுமே நடப்பதாக நினைக்க வேண்டாம். இவற்றை வட்டிக்கு விடும் தனிநபர்கள் மட்டுமே செய்வதில்லை. பல NBFC நிறுவனங்களும் வங்கிகளும் கூட அவர்கள் கொடுத்த வாராக் கடன்களை வசூலிக்க இப்படிப்பட்ட நடவடிக்கைகளை எடுக்கின்றன. அவர்கள் நேரடியாகச் செய்வதில்லை என்பதுதான் வேறுபாடு.

வாராக்கடன்களை வசூலிக்க 'காண்ட்ராக்ட்' விட்டுவிடுவார்கள். காண்ட்ராக்டர்களுக்குப் பெயர், ஏஜென்சிகள். ஏஜென்சிகள் பணம் வசூலித்தால்தான் அவர்களுக்கு பணம் என்ற நிலைமையில் அவர்கள் எப்படிப்பட்டவர்களை வேலைக்கு அமர்த்தி இந்த வேலையை ஒப்படைப்பார்கள்?

அதே போல இவை எல்லாம் ஏதோ எளிய மக்களுக்கு மட்டும் நடக்கும் என்று நினைக்கவேண்டாம். வாங்கியவர் எவராக இருந்தாலும் கடனைக் கட்டாவிட்டால் இதேபோன்ற 'டிரீட்மெண்ட்' தான் கிடைக்கும். பொதுத்துறை வங்கிகளில் கடன் வாங்கிவிட்டு, பெரிய அரசியல் தொடர்புடைய சிலர் வேண்டுமானால் தப்பிக்கலாம். மற்றபடி தனியார் வங்கிகள் மற்றும் தனி நபர்களிடம் கடன் வாங்கிய எவர் கதியும் இதுதான்.

திரைத்துறை தற்கொலைகள்

இதற்கு ஓர் உதாரணம் சொல்வதென்றால் 2003ம் ஆண்டு கடிதம் எழுதி வைத்துவிட்டு வீட்டு ஃபேனில் தூக்கு மாட்டித் தற்கொலை செய்து கொண்ட சினிமாத் தயாரிப்பாளர் ஒருவரைச் சொல்லலாம். அவர் பெயர் ஜி.வெங்கடேஸ்வரன். இயக்குநர் மணிரத்தினத்தின் சகோதரர். GV பிலிம்ஸ் என்று ஒரு பட்டியலிடப்பட்ட நிறுவனத்தைத் தொடங்கியவர். திரு ரஜினிகாந்த நடித்த தளபதி உள்பட பல வெற்றித் திரைப்படங்களைத் தயாரித்தவர். கடன் தொல்லை தாங்காமல் உயிரைப் போக்கிக்கொண்டார்.

சினிமா தொழிலுக்கு கடன் வாங்காமல் முடியாது என்பார்கள். குறைந்தபட்சம் மாதம் 2 சதவீதத்துக்கு மேல்தான் வட்டி. சரியான நேரத்துக்கு படத்தை முடித்து, படமும் உடனே வெளியாகி, நன்றாக ஓடிவிட்டால், இந்த வட்டி பணம் என்பது ஒன்றுமே இல்லை என்பது போல்தான். எல்லாம் சரியாக நடந்தால் கொள்ளை லாபம் கிடைக்குமாம். அதை மட்டுமே எதிர்பார்த்து தான் பலரும் படம் தயாரிப்பில் இறங்குகிறார்கள். அவர்களிடம் அதிகபட்சம் 10, 20 சதவீதப் பணம் (ஈக்விட்டி கேப்பிடல்) இருக்கும். மீதி எல்லாம் கடன்தான்.

ஆரம்பிக்கப்படும் எல்லாப் படங்களும் முடிக்கப்படுவதில்லை. முடிக்கப்படும் எல்லாப் படங்களும் நேரத்துக்குள் முடிவதில்லை. எடுத்து முடிக்கப்படும் எல்லாத் திரைப் படங்களும் வெளியாவ தில்லை. காரணம், விநியோகஸ்தர்கள் வாங்க முன்வரமாட்டார் கள். படம் ஓடாது என்று கணிப்பார்கள். இதையெல்லாம் தாண்டி

தமிழில் ஓராண்டில் வெளிவரும் படங்களின் எண்ணிக்கை மட்டுமே 250க்கும் மேல். அப்படியென்றால் எடுக்கப்படும் படங்களின் எண்ணிக்கையை நினைத்துப் பாருங்கள்.

இவ்வளவையும் தாண்டி திரையரங்குகளில் வெளியாகும் அனைத்துப் படங்களும் ஓடுவதில்லை. மற்றொரு பெரிய படம் அதே சமயம் ரிலீஸ், நல்ல தியேட்டர் கிடைக்கவில்லை. புயல் வெள்ளம் அல்லது நாட்டில் எதனாலோ நிலைமை சரியில்லை என்பது போலப் பல காரணங்கள். இப்படிப்பட்ட தொழிலை நம்பி கடுமையான வட்டிக்கு வாங்கி கோடிக்கணக்கான பணம்முதலீடு செய்யப்படுகிறது.

கடன் கொடுப்பவர்கள், வட்டி கட்டும் வரை ஒரு முகமும் வட்டி கட்டாவிட்டால் வேறு முகமும் காட்டுவார்கள் என்று சொல்லப்படுகிறது. அந்த வேறு முகம்தான் குண்டர்களை வைத்து வசூலிக்க முயற்சிப்பது. கடன் பெற்றவர் தொழிலதிபரோ படத் தயாரிப்பாளரோ அல்லது பெரிய இடத்துப்பிள்ளையோ அது எவராக இருந்தாலும் வழிமுறை ஒன்றுதான்.

அப்படிப்பட்ட நெருக்கடிகளைத் தாங்க முடியாமல் சில ஆண்டுகளுக்கு முன்னால் அசோக் குமார் என்ற ஒரு தயாரிப்பாளர் விவரமான எட்டுப் பக்கக்கடிதம் ஒன்று எழுதி வைத்துவிட்டு தற்கொலை செய்து கொண்டுவிட்டார். அவர் கடிதத்தில் குறிப்பிட்டு இருப்பது நிலைமையின் தீவிரத்தை உணர்த்துவதாக இருந்தது.

'எனக்குக் கடன் கொடுத்தவர்களிடம் இருந்து பெரிய நெருக்கடி இருக்கிறது. வாங்கிய தொகைக்கு ஏழு ஆண்டுகளாக வட்டி மேல் வட்டி கட்டிய பின்பும், எப்படியும் திருப்பிக்கொடுத்து விடுகிறேன் என்று சொன்ன பிறகும் என்னையும் குடும்பத்தாரையும் மிரட்டிக் கொண்டு இருக்கிறார்கள். இந்தக் கடுமையான நெருக்கடியில் இருந்து தப்பிப்பதற்கு எனக்கு இரண்டே இரண்டு வழிகள்தான் இருந்தன. ஒன்று எனக்கு நெருக்கடி கொடுத்தவரை கொலை செய்வது அல்லது நான் தற்கொலை செய்துகொள்வது. முதல் முடிவை நடைமுறைப்படுத்தினால் அவர் குடும்பம் சிரமத்துக் குள்ளாகும். அதனால் நான் இரண்டாவது முடிவை எடுத்தேன்'.

நிறுவன முதலாளிகள்

திரைத்துறையினர்தான் என்றில்லை. தொழில், வியாபாரத்தில் இருக்கும் பலர் இப்படி வேறு வழியில்லையோ என்கிற நிலைக்குத் தள்ளப்பட்டு மோசமான முடிவுகள் எடுக்கிறார்கள்.

இன்றும் சிறப்பாக இயங்கிக் கொண்டிருக்கும் கஃபே காபிடே நிறுவனத்தை ஆரம்பித்தவர் திரு சித்தார்த். ஏனோ கடன் மேல் கடன் வாங்கி, கட்டமுடியாமல் பின்னர் ஒரு கட்டத்தில் ஆற்றில் விழுந்து உயிரை மாய்த்துக் கொண்டார். இத்தனைக்கும் அவர் கர்நாடக மாநிலத்தின் முன்னாள் முதலமைச்சர் கிருஷ்ணாவின் மருமகன். கடன்காரர்கள் எவ்வளவு நெருக்கடி கொடுத்திருந்தால் அவர் இந்த முடிவை எடுத்திருப்பார்.

அதற்குப் பிறகு சில மாதங்களில் தமிழகத்தைச் சேர்ந்த பிரபல முன்னாள் கிரிக்கெட் வீரரும் கிரிக்கெட் வர்ணனையாளருமான திரு சந்திரசேகர் தற்கொலை செய்துகொண்டார். தமிழ்நாட்டில், கிரிக்கெட் லீக் குழு ஒன்றை சொந்தமாக வைத்திருந்தவர். யானையை வைத்துப் போரடிப்பது போலதான். வருமானம் குறைவு. செலவு அதிகம். கடனில் ஓடியது. ஒரு கட்டத்தில் தலைக்கு மேல் போய்விட்டது. நெருக்கடி. உயிரைப் போக்கி கொண்டுவிட்டார்.

படம் ஹிட் அடிக்கும்; இடம் விலை ஏறும்; வியாபாரம் சிறப்பாக நடக்கும்; மகன், மகள் படித்து பிரமாதமாக சம்பாதிப்பார்கள்; தன் குழு அணி சிறப்பாக விளையாடி வெற்றிபெற்று பணம் சம்பாதித்துக் கொடுக்கும் என்பது போலக் கடன் வாங்கியவர்கள் ஒவ்வொருவருக்கும் ஓர் ஆசை, நம்பிக்கை. ஆனால் அவை யெல்லாம் நிச்சயமல்ல என்று அவர்கள் உணர்ந்திருக்கவில்லை.

வட்டிக்குப் பணம்- ரிஸ்க்

நம்பிக்கைவேண்டும்தான். ஆனால் அப்படி செய்வதற்கு சொந்தப் பணம் தேவை. கடன் வாங்கி, அதுவும் கூடுதல் வட்டிக்கு கடன் வாங்கி, அதுவும் மோசமான நபர்களிடம் கடன் வாங்கி, திட்டமிட்டது நடக்காவிட்டால், எப்படிப்பட்ட முடிவுகள் எடுக்கவேண்டி வருகிறது!

கடன் கொடுத்தவர்கள் நஷ்டத்தில் பங்கேற்க மாட்டார்கள். கூடுதல் லாபம் வந்தாலும் அவர்களுக்குக் கொடுக்கத் தேவையில்லை. அவர்களுக்கு அவர்கள் கொடுத்த பணம் திரும்பத் தேவை. வட்டியோடு வசூலிக்க எதுவும் செய்கிறார்கள். எந்த அளவுக்கும் போகிறார்கள்.

சொத்து போய்விடும்

கடனுக்கு அடமானமாக, சொத்துகளைக் கொடுக்கவேண்டி வரும். அப்படிப்பட்ட சில கடன்களுக்கு, வட்டி கட்டாவிட்டால்

கூட அதிகம் தொந்திரவு செய்யமாட்டார்கள். காரணம், அசல் மற்றும் நிலுவையில் இருக்கும் வட்டி ஆகிய இரண்டையும் சேர்த்தால் வரும் தொகையைக் காட்டிலும் மதிப்பு அதிகமான வீடு, மனை, ஃபிளாட் அல்லது நகைகள் போன்று எதையாவது அடமானம் வைத்திருந்தால், அவர்களுக்குக் கவலையில்லை.

தவிர, வட்டி கட்டாமல் விட்டு அசலும் பாக்கியும் நின்றால், சொத்தை எடுத்துக்கொண்டுவிடுவார்கள். அப்போது சரியான விலை கிடைக்காது. வேறு எவருக்கும் சந்தையில் விற்றால் கூடுதலாகக் கிடைக்கலாம். ஆனால், இவர்களுக்கு பாக்கி இருக்கும் காரணத்தால் நல்ல சொத்தை குறைந்த விலைக்கு அபகரித்துக்கொண்டுவிடும் அபாயம் இருக்கிறது. அது குடியிருக்கும் வீடாகவோ வருமானம் தரும் நிலமாகவோ இருந்தால் எவ்வளவு பெரிய நட்டம்!

ஏலம்

சில நேரங்களில் வங்கிகள் உள்பட கடன் கொடுத்த நிறுவனங்கள் சொத்தை ஏலத்துக்குக் கொண்டுவரும். அந்த ஏலம் சரியான நேரத்தில் முறையாக நடத்தப்படாவிட்டால், குறைந்த விலைக்கு சொத்து போய், மீதம் கடனும் நிலுவையாக நிற்கலாம்.

ஓடி ஒளியவேண்டும்

கடன்காரர்களுக்கு பயந்து, ஒளிந்து, இருக்கும் வேலைக்குச் சரியாகப் போக முடியாமல் போகலாம். வியாபாரம் கெடலாம். சிலர் வீடு மாறுவார்கள். ஊர் மாறிப் போக நினைப்பவர்களும் உண்டு. அப்படி நாடுவிட்டு ஓடிப்போனவர்கள்தான் விஜய் மல்லையா, நீரவ் மோடி போன்றவர்கள். இந்தியாவுக்குள் வரமுடியாது.

தவணைகள் கட்டச் சொல்லி வீட்டுக்கு வசூல் செய்பவர்கள் வருவதால் குழந்தைகளின் படிப்பு தவிர மனநலமும் பாதிக்கப்படும்.

சிலர் மஞ்சள் கடுதாசி கொடுக்க வேண்டிவரும். இன்சால்வென்சி. அதன்பின் அவர்கள் இயல்பாக மற்றவர்கள்போல் பொருளாதார நடவடிக்கைகளில் ஈடுபட முடியாது.

தேசமே கடனில் மூழ்கியது

தனிநபர்கள், நிறுவனங்கள் மட்டுமல்ல; ஐஸ்லாந்த் என்ற ஒரு தேசமே இப்படிப்பட்ட கடன்களால் மிகப்பெரும் சிரமத்துக்கு

உள்ளானது. அந்த நாட்டில் இயங்கி வந்த 3 வங்கிகள் 2007ம் ஆண்டு வரை பெரும் அளவுகளில் வெளிநாட்டுக் கடன்கள் வாங்கி லாபம் பார்த்து வந்தன. 2008ம் ஆண்டு உலக பொருளாதார நெருக்கடி வந்தபோது, அந்த நாட்டு வங்கிகளுக்கும் நஷ்டம். தவிர அந்த வங்கியில் போட்டு வைத்திருந்த பணததைப் பலரும் ஒருசேர எடுக்க முயற்சிசெய்ய, பெரும் சிக்கல் உண்டானது.

அந்த மூன்று வங்கிகளின் கடன்கள் மட்டுமே 50 பில்லியன் யூரோவாக இருந்தது. அந்தத் தொகை என்பது அந்த நாட்டின் உள்நாட்டு உற்பத்தி மதிப்பு -ஜி.டி.பி.யைப் போல 50 மடங்கு. அதனால் அந்த நாடு, 2008ம் ஆண்டு முதல் 2010 வரை மிகப்பெரும் பொருளாதாரச் சீரழிவில் சிக்குண்டது. மக்கள் பெரும் அவதிக்குள்ளானார்கள்.

மொத்தத்தில், அளவுக்கு அதிகமான கடன் மன நிம்மதியை கெடுக்கும். அதனால் உடல் நலம், குடும்ப நலம், சமுதாயத்தில் மதிப்பு, எதிர்காலம் என பலவும் பாதிக்கப்படும்.

5

எந்தக் கடன்கள் தவறாகிவிடுகின்றன?

சரிவராத முதலீடுகள்

செலவு செய்வதற்கு அல்ல; சிலர் முதலீடு செய்வதற்குக் கடன் வாங்குவார்கள். அந்த முதலீடு சரியாக அமைந்தால், பிழைத்தார்கள். சரியாக வரவில்லை என்றால் வெகுசிலரே, ‘சரி. இது ஒத்து வரவில்லை’ என வியாபாரத்தை அதோடு முடித்துக்கொண்டு நஷ்டத்தை அந்த அளவில் நிறுத்துவார்கள் .

உதாரணத்துக்கு, தமிழ்நாட்டைச் சேர்ந்த பிரபல நிறுவனமான, ஹட்சன் அக்ரோ, ஆரோக்கியா பால், பால் பவுடர், ஐபேக்கோ ஐஸ்கிரீம் என பல்வேறு வியாபாரங்களைச் சிறப்பாக செய்துவருகிறது. தொடர்ந்து பல ஆண்டுகளாக வளர்ந்து வரும் நிறுவனம். அந்த நிறுவனம் அதற்குத் தொடர்பில்லாத ஒரு புதிய தொழிலான ‘ரெடி டு ஈட்’ என்கிற துரித உணவுத் துறையில் இறங்கியது. பீட்சா, பாஸ்த்தா போன்ற உணவுகளை ‘ஓயாலா’ என்ற பெயரில் விற்பனை செய்ய முடிவெடுத்தது. செய்தது.

ஆனால்,கொரானா காலகட்டம் மற்றும் ஊரடங்கு காரணங்களால் வியாபாரம் சரியாக நடக்கவில்லை. ஒரு நேரத்தில் அந்தத்

தொழில் மூலம் நிறுவனத்துக்கு நஷ்டம், 17 கோடி ரூபாய் அளவைத் தொட்டது. நிறுவனத்தின் தலைமை உடனடியாக முடிவெடுத்து. அந்தப் புதிய நிறுவனத்தை மற்றொரு நிறுவனத்துக்கு விற்றுவிட்டது. 17 கோடி நஷ்டத்தோடு முடிந்து பிரச்னை.

வேறு சிலர் தங்கள் எடுத்த முடிவுகள், செய்த முதலீடுகள் சரிதான் என்பதுபோலப் பிடிவாதமாக இருப்பார்கள். அதனால், அந்தத் தோல்வியைச் சரிசெய்ய மேலும் மேலும் பணத்தை முதலீடு செய்வார்கள். முதலீடு செய்கிற பணம் சொந்தப் பணமாக இருந்தால் சரி. அதுவே, கடனுக்கு வாங்கிப் போடுவதாக இருந்தால்? வட்டி, முதலீடு என இரண்டு நஷ்டங்கள். அப்படிப் பட்ட நிலையிலிருக்கும் நிறுவனங்களுக்குச் சுலபமாகக் கடன் கிடைக்காது. கடை, தொழிலகம், இயந்திரங்கள், இடம், மனை போன்றவற்றை அடமானத்தில் எடுத்துக்கொண்டுதான் கடன் கொடுப்பார்கள். நஷ்டத்துடன் வட்டியும் சேர்ந்து கடையின் சொத்துகளும் பறிபோகலாம்.

ஒரு சிலர் கடன் வாங்கி 'ரியல் எஸ்டேட்' போன்ற தொழில்களில் இறங்குவார்கள். தொடக்கத்தில் ஓரிரு வியாபாரங்களில் லாபம் வர, அதைப் பெரிதாக நம்ப ஆரம்பித்து, தங்கள் சக்திக்கு மீறிய பெரிய திட்டங்களில் இறங்கிவிடுவார்கள். அதற்காக குடும்பத்தாரின் நகைகள், குடியிருக்கும் வீடு போன்றவற்றையும் அடமானம் வைத்துப் பணம் பெறுவார்கள். எல்லாம் மிகக் குறுகிய காலத்துக்கு என்று நம்புவார்கள். இப்படி வாங்கி அப்படி விற்றுவிடமுடியும் என்று நினைப்பார்கள். அடுத்தவர் பணத்தை வேகமாக பணம் புழங்கும் ரியல் எஸ்டேட்டில் சூழற்சி செய்து பெரும் லாபம் பார்க்கலாம் என்று ஆசைப்படுவார்கள். கடன் வாங்கி இறங்கிவிடுவார்கள்.

மனை பிரித்து, விற்கும் இறுதிகட்ட வேலைகள் நெருங்க நெருங்க, கூடுதல் பணம் தேவைப்படும். மேலும் கடன் வாங்காமல் அவர்களால் சமாளிக்க இயலாது. அடமானம் இல்லாமல் கடன் எனும்போது கூடுதல் வட்டிக்கு தயங்காமல் வாங்குவார்கள். இல்லாவிட்டால் போட்ட பணத்தை எடுக்க முடியாது.

அவர்களுக்கு நேரம் சரியில்லாமல் போனாலோ பட்டா, பதிவு போன்ற ஏதாவது ஒன்றில் எதிர்பாராத சட்டதிருத்தங்கள் வந்தாலோ ஏதாவது அனுமதிகள் கிடைப்பதில் தாமதம் ஏற்பட்டாலோ அல்லது நாட்டில் பொருளாதார சுணக்கம் போல ஏதாவது வந்தாலோ, மனைகளை விற்க முடியாமல் மாட்டிக்

கொள்வார்கள். அதன் பிறகு அந்த மனைகளை விற்று முடித்தால்தான் அவர்களால் போட்ட பணத்தை எடுக்க முடியும். கடனைத் திருப்பித்தர முடியும். இடைப்பட்ட காலத்தில் வட்டி கட்டுவதே பெரும்பாடாகிவிடும்.

இப்படி சில ஆண்டுகளுக்கு முன்னால் தமிழகமெங்கும ரியல் எஸ்டேட் விற்பனை மந்தமானது. பல ஆண்டுகளுக்கு முன்பு போடப்பட்ட நகருக்கு வெளியில் இருக்கும் பல மனைகள் அப்படியே புதர்கள் மண்டிக்கிடக்கின்றன.

முக்கிய செலவுகளுக்கு

சிலருக்குப் பிள்ளைகள் மீது அதிக பாசம் இருக்கும். அவர்களை நல்ல மற்றும் அவர்கள் ஆசைப்படும் படிப்புகள், படிக்க வைக்க விரும்புவார்கள். திருமணத்தைச் சிறப்பாக நடத்திவைக்க ஆசைப்படுவார்கள். தங்களால் என்ன முடியும் என்பதை யோசிக்காமல், பிள்ளைகள் கேட்பதை அல்லது கேட்பதைக்காட்டிலும் கூடுதலாக, பாசம் கண்ணை மறைக்க செய்ய முயல்வார்கள். அதற்காக கடன் வாங்குவார்கள். பின்னால் நெருக்கடிக்கு ஆளாவார்கள். தொடர்ந்து வட்டி கட்ட முடியாமல் திணறுவார்கள்.

கடனை அடைக்க

ஆரம்பத்தில் சிறு மற்றும் முக்கியமில்லாதவற்றுக்குக் கடன் வாங்கிச் செலவழித்து, கடனாளி ஆகிவிடுவார்கள். தொடக்கத்தில் வட்டி கட்ட சிரமப்படாதவர்கள், பின்பு பிள்ளைகளுடைய உயர் படிப்பு மற்றும் வேறு செலவுகளும் சேர்ந்துகொள்ள, வருமானம் போதாமல் வாங்கிய கடன்கள் கட்டாமல் விடும் நிலைமை ஏற்படும். கடன் கொடுத்த சிலர் நெருக்கடி கொடுக்க, தொல்லை தாங்காமல், ஒரு கடனை அடைக்க வேறு இடங்களில் இன்னொரு கடன் வாங்குவார்கள். அவற்றில் சில வாங்கக் கூடாத இடங்களில் அதிக வட்டிக்கு வாங்கும்படியாகும்.

பாம்பிடம் தப்பி பாழும் கிணற்றில் விழுந்த கதையைப் போல முரட்டு மனிதர்களிடம் மாட்டிக்கொள்வார்கள். நிலைமையை முற்ற விடுவதால் வரும் ஆபத்து.

எளிதாகக் கிடைக்கிறது என வாங்கும் கடன்

கடன் தேவையே இல்லை என்றாலும் அது பற்றி நினைக்கா விட்டாலும்கூட வங்கியில் மற்றும் பிற கடன் தரும் நிறுவனங்களில் இருந்து அடிக்கடி வருகிற அலைபேசி அழைப்பு

களை நெடுங்காலத்துக்குத் தவிர்க்கமுடியாமல், அல்லது கடன் அட்டை தருகிறேன் என்று கூவிக் கூவி அழைப்பவர்களைத் தொடர்ந்து நிராகரிக்க முடியாமல், ஒரு நேரம் வாங்கிவிடுவார்கள். அந்தக் கடன் பணத்தைப் பயன்படுத்தி, தேவையில்லாத சில பொருட்களை (வாஷிங் மெஷின், மைக்ரோவேவ் அவன் போன்ற) ஏதோ ஒன்றை வாங்கி, அந்தக் கடனைக் கட்டிக் கொண்டிருப்பார்கள்.

வட்டி குறைவாக இருக்கிறது என

சிலர் மாட்டுவது 'குறைவான வட்டி' என்கிற தூண்டிலில். அவசியமின்றிக் குறைந்த வட்டிக்குப் பணம் கிடைக்கிறது என்று நகைகளை வங்கியில் அடகு வைத்துக் கடன் பெறுவார்கள். அந்தப் பணம் எப்படி, எதற்குச் செலவாகிறது என்று தெரியாது. காற்றில் வைத்த கற்பூரமாய் அநாவசிய நுகர்வில் கரைந்துவிடும். குறைவான வட்டிக்குப் பணம் கிடைத்தால் என்ன? சிலர் வாங்கி முதலீடு செய்வார்கள். வேறு சிலர் கூடுதல் வட்டிக்கு விடுகிறேன் என்று இழக்கவும் செய்வார்கள்.

மற்றவருக்கு கடன் கொடுக்க

இவர்கள் வரை சரியாகவே திட்டமிட்டு வருமானத்துக்குள் வாழ்வார்கள். ஆனால், இவர்களைச் சுற்றி இருக்கும் உறவினர்கள் மற்றும் நண்பர்களில் சிலர் இவர்களைப் பயன்படுத்திக் கொள்ள முயற்சி செய்வார்கள். அவர்களுக்குக் கடன் வாங்கும் எல்லா வழிகளும் அடைபட்டிருக்கும். எவரும் தரமாட்டார்கள்.

மேலும் பணம் தேவைப்படுகிறபோது இவர்களை அணுகுவார்கள். 'நீ வாங்கித் தா' 'நீ இது கூட செய்ய மாட்டாயா?' என்பார்கள். தயங்கித் தயங்கி இவர்கள் அவர்களுக்காகக் கடன் வாங்கிக் கொடுப்பார்கள். அல்லது அவர்கள் வாங்கிய கடனுக்கு ஜாமீன் கையெழுத்து போடுவார்கள்.

கடனை பெற்றவர் கட்டாமல் விடுகிறபோது, அந்தக் கடன் இவர் கடனாகிவிடும்.

வட்டி இல்லையே என வாங்கும் கடன்

கிரெடிட் கார்டுகள் மூலம் வாங்குகிற பொருட்களுக்கான பணத்தை மாதம் ஒரு முறை வரும் பில்லுக்குக் கட்டினால் போதும். அதற்கும் சில நாட்கள் அவகாசம் உண்டு என்பதை, அந்தவிதமாகப் புரிந்துகொள்ளாமல், அது ஏதோ குறிப்பிட்ட

நாட்களுக்குக் கிடைக்கிற வட்டியில்லாத கடன் என நினைத்து, அதை அனுபவிப்பதற்காக, கையில் பணம் இருந்தாலும், கிரெடிட் கார்டு மூலம் வாங்க ஆரம்பிப்பார்கள்.

அதன்பிறகு தப்பித்தவறி சில நேரம் கட்டாமல் விட்டு, பிறகு மற்ற தேவைகளுக்கும் அதன் மூலம் வாங்க ஆரம்பித்து, அந்தப் பழக்கத்துக்கு மாறிவிடுவார்கள்.

பங்குகள், கமாடிட்டி வாங்க

சிலருக்கு தாங்கள் வாங்குவது கடன் என்றே ஆரம்பத்தில் உரைக்காது. அவர்கள் பங்கு தரகர் மூலம் பங்குகள் வாங்குவார்கள், விற்பார்கள். சந்தை நன்றாக உயரும் நேரம் அவர்களுக்கு லாபம் கிடைக்கும்.

உதாரணமாக, தனது பணமான லட்ச ரூபாய்க்குப் பங்குகள் வாங்கி விடுவார்கள். அதற்கு மேலும் வாங்கும் ஆசை இருக்கும். ஆனால் பணம் இருக்காது. எனவே புதிதாக ஏதாவது வாங்க வேண்டு மென்றால், ஏற்கெனவே வாங்கி வைத்திருப்பதை விற்க வேண்டும். அதற்கும் மனம் வராது. காரணம், சந்தையில் மேலும் விலை கூடும் வாய்ப்பு இருப்பது போல தெரியும்.

அதனால், வாங்கிய அன்றே விற்கிற 'இன்ட்ரா டே டிரேடிங்' கில் இறங்குவார்கள். ஆனால், எல்லா நாட்களும் வாங்கியவற்றின் விலைகள் அன்றைக்கே உயராது. சிலவற்றின் விலைகள் இறங்கவும் செய்யலாம்.

விற்று நஷ்டத்தைச் சந்திக்க விருப்பமின்றி, இன்னும் சில நாட்கள் காத்திருக்க நினைப்பார்கள். அப்படி செய்ய வாங்கியதை பணம் கொடுத்து டெலிவரி எடுக்கவேண்டும்.

கையில் பணமில்லை. பங்கு தரகரிடம் பேசினால் அவர் அனுமதிப்பார். ஆனால், கட்ட வேண்டிய பணத்துக்கு ஆண்டுக்கு 18 சதவீத வட்டி போடுவார். போகப் போக அதுவும் பழகிவிடும். அதன் பிறகு அவர் வாங்கி வைத்திருக்கும் பங்குகள் மீது கடன் கிடைக்கும். அதற்கும் வட்டி. உதாரணத்துக்கு லட்ச ரூபாய் (நல்ல) பங்குகளுக்கு 70,000 கடன் கிடைக்கும். அதற்கும் பங்குகள் வாங்கி அதையும் அடமானம் வைத்தால் மேலும் 40000-45000 ரூபாய் கடன் கிடைக்கும். பணமாக அல்ல. வாங்கும் பங்குகளாக. எல்லாவற்றுக்கும் வட்டி.

இப்படியாக லட்ச ரூபாய் முதலீடு வைத்திருந்தவர் 100+.70+.45 என 2 லட்சத்து 15 ஆயிரம் ரூபாய்க்கு பங்குகள் வாங்கியிருப்பார். லட்ச ரூபாய் முதலுக்கு 1.15 லட்சம் கடன். 18% வட்டியில்! இப்படியாக அவரை அறியாமல் அவர் கடன் வாங்கி பங்கு வர்த்தகம் செய்து கொண்டிருப்பார்.

ஏதாவது, ஒரு காரணத்துக்காக சந்தை இறங்கி, பங்குகள் விலை இறங்கினால், நஷ்டம் லட்ச ரூபாய்க்கு அல்ல; 2.15 லட்ச ரூபாய்க்கு. தவிர வட்டி நஷ்டமும்.

பங்குகளில் மட்டுமல்ல; கமாடிட்டி டிரேடிங் என்ற பொருட்சந்தை வர்த்தகத்திலும், தங்கம், வெள்ளி, இயற்கை, கச்சா எண்ணை போன்றவற்றை வாங்கி விற்பதிலும் இப்படி நடக்கும்.

சீட்டு தள்ளி எடுத்து

சிலர் சீட்டுகளில் சேர்வதே பணத்தைச் சேமிப்பதற்காக அல்ல. அவர்களுக்குத் தேவைப்படும் பணத்தைக் கடனாக வட்டிக்கு வாங்காமல், சீட்டில் தள்ளி எடுப்பதற்கே. உதாரணத்துக்கு ஒருவர், மாதம் ரூபாய் 5000 வீதம், 24 மாதங்கள் கட்டவேண்டிய சீட்டில் சேர்ந்திருக்கிறார். அவர் இரண்டாவது, மூன்றாவது மாதங்களில் அதிகபட்ச தள்ளான 30% தள்ளி பணம் எடுப்பார். ஒரு லட்சத்து இருபதாயிரம் ரூபாய்க்கு பதிலாக 36 ஆயிரம் தள்ளு போக, 84 ஆயிரம் ரூபாய் மட்டும் கையில் வாங்குவார்.

அப்படி என்றால் அவர் 84 ஆயிரம் ரூபாய் கடன் வாங்கியிருப்பது போலதான். தொடர்ந்து மற்ற சீட்டு அங்கத்தினர்களும் அவர்கள் சீட்டுகளை தள்ளி எடுத்தால் சரி. இல்லாவிட்டால், இவர் தள்ளிய 36 ஆயிரம் ரூபாயும் அவர் கட்டும் வட்டி போலத்தான்.

6
கடன் வகைகள்

கடன் என்ற ஒரு பதத்துக்குள் பலவிதமான கடன்கள் அடங்கியிருக்கின்றன. எல்லாம் ஒன்றல்ல; வட்டி விகிதம், கிடைக்கும் அளவு, கொடுப்பவர்கள், திருப்பிக் கட்டும் காலம் என பல வகைகளிலும் கடன்கள் ஒன்றிலிருந்து ஒன்று வேறுபடும்.

இப்போது பெரும்பாலான கடன்கள் குறித்தும் அவற்றின் முக்கிய அம்சங்கள் குறித்தும் பார்க்கலாம்.

கம்பெனி லோன்கள்

நிறுவனங்கள் தரும் கடன்

பல்வேறு பெரிய நிறுவனங்களும் அங்கிருக்கும் ஊழியர் சங்கங்களின் கோரிக்கைகள் காரணமாகவோ தாமாகவோ முன்வந்து ஊழியர்களுக்குக் கடன் கொடுக்கிற வழக்கம் இருக்கிறது. இப்படிப்பட்ட கடன்களுக்கு வட்டி இல்லாமலோ குறைந்த அளவோதான் இருக்கும். நிச்சயமாக வங்கிகளில் வசூலிக்கப் படும் வட்டி வீதங்களைவிடக் குறைவாகத்தான் இருக்கும்.

சில நிறுவனங்கள் கடன் தவிர பண்டிகைக்கான முன் பணம் (பெஸ்டிவல் அட்வான்ஸ்) கொடுக்கிற வழக்கம் உண்டு. இவற்றுக்கு நிச்சயமாக வட்டி இருக்காது.

இப்படி எல்லாம் கிடைப்பவற்றை சிலர் கண்டிப்பாக வாங்குவார்கள். ஏனென்றால் அவர்களுக்கு எப்போதுமே அவசரத் தேவைகள், அவசிய தேவைகள் இருந்து கொண்டே இருக்கும், எவ்வளவு பணம் இருந்தாலும் போதாது.

இப்படி கிடைக்கிற பணத்தை வாங்கி மேல் முதலீடு செய்வது புத்திசாலித்தனம். கிடைக்கும் பணத்தை வங்கியில் டெபாசிட் செய்து அல்லது தங்கம் வாங்கி அல்லது வேறு வகைகளில் பயன்படுத்திப் பணம் பெற முடியும்.

இந்தக் கடன், ஊதியத்திலிருந்து குறிப்பிட்ட தவணைகளாகப் பிடித்தம் செய்யப்படும். அதனால் அடுத்த 12 மாதங்களுக்குக் கையில் கிடைக்கும் 'டேக் ஹோம்' ஊதியம் குறைந்துவிடும்.

பர்சனல் லோன்

எதற்காக வாங்குகிறோம் என்கிற ஒரு குறிப்பிட்ட தேவையே இல்லாத ஒரு லோன். பொதுவாக செலவுக்குப் பணம் போதவில்லை அல்லது ஏதோ ஒரு சிலருக்குத் தேவைப்படுகிறது என்பது போல வாங்கக் கூடிய ஒரு கடன்.

முறைப்படுத்தப்பட்ட வங்கிகள் மற்றும் நிறுவனங்கள் வழங்கும் கடன்களிலேயே இதற்குத்தான் கூடுதல் வட்டி. காரணம் இந்த கடனுக்கு அடமானம் கிடையாது. வீட்டுக் கடனுக்கு வீடு, வாகனக் கடனுக்கு வாகனம், நகைக் கடனுக்கு நகை என்பதுபோல பர்சனல் லோனில் எந்தவிதமான அடமானம் இல்லை. இதை அன்செக்யூர்டு லோன் என்பார்கள். ரிஸ்க் அதிகம். அதனால் வட்டியும் அதிகம்.

அவசியத் தேவை இல்லாமல் இந்தக் கடனை வாங்கவே கூடாது. அப்படியே வாங்கினாலும் மிகவிரைவாகச் செலுத்தி முடிக்க வேண்டிய கடன் இது.

கிரெடிட் கார்டு

இதில் செலவழிக்கும் பணம் எல்லாம் கடன் வாங்கிச் செலவழிப்பது போலத்தான். 14 நாட்களுக்குள் பணத்தைக் கட்டாவிட்டால் கடனுக்கு வட்டி கட்ட வேண்டும். கட்டாமல் தள்ளிப்போகும் நாட்கள் அதிகரிக்க அதிகரிக்க, வட்டித் தொகை மட்டுமல்ல; வட்டி வீதமும் அதிகரிக்கும்.

புத்திசாலித்தனமாகவும் எச்சரிக்கையுடனும் பயன்படுத்தினால் லாபம். இல்லாவிட்டால் நஷ்டம்.

நகைக்கடன்

சிலர் அவர் அவர்களுடைய அவசர தேவைகளுக்கு நம்பியிருப்பது தங்க நகைகளைத்தான். முன்பெல்லாம் அடகு கடைகளில் தங்கத்தை அடமானம் வைத்துக் கடன் பெற்றுக் கொள்வார்கள். அதற்கான வட்டி கூடுதலாக இருக்கலாம். இப்போதும் அப்படிப்பட்ட கடைகள் இயங்கிக் கொண்டுதான் இருக்கின்றன. அது போன்ற பல்வேறு அமைப்புரீதியான பெரிய தொடர் நிறுவனக் கடைகள் வந்துவிட்டன அவற்றிலும் தங்கத்தின் பேரில் கடன் கொடுக்கிறார்கள்.

மற்ற கடன்களில் இருந்து நகைக் கடன் வேறுபடுகிறது. காரணம் தங்கத்தை அடமானமாகப் பெற்றுக்கொண்டு அதன் மதிப்பில் ஒரு பகுதியை மட்டுமே கடனாகத் தரும் காரணத்தினால் அதற்கான வட்டி குறைவாக இருக்கவேண்டும். தேசியமயமாக்கப்பட்ட மற்றும் பெரிய தனியார் வங்கிகளில் நிச்சயமாக தங்கக் கடனுக்கான வட்டி குறைவாகவே இருக்கும். அதனால் மற்ற கடன்களை விட நகைகளுக்கு கொடுப்பதற்கு ஆர்வம் காட்டுவார்கள். அதனால் கிடைப்பது சுலபமாக இருக்கும்.

அவசரத் தேவைகளுக்கு நகை கடன் என்பது சரிதான். ஆனால் நம்முடைய நகைத்தான் அடமானம் வைத்து இருக்கிறோமே; அதன் காரணமாக அவர்கள் நம்மை வட்டியைக் கட்டுங்கள் என்று விரட்ட வில்லையே என்று நினைத்து மற்ற செலவுகளைத் தாராளமாகச் செய்வார்கள் சிலர். வட்டியே கட்டமாட்டார்கள். இதனால் கட்டவேண்டிய வட்டித் தொகையும் அசலும் சேர்ந்து ஒருநேரம் நகையின் மதிப்பைக் காட்டிலும் அதிகமாகிவிடும். அப்போது கடன் கொடுத்த வங்கியினர், கடன் பெற்றவருக்கு அறிவிப்பு கொடுத்துவிட்டு நகையை விற்றுவிடக்கூடும். அதில் நமக்கு நஷ்டம் ஏற்படலாம்.

வீட்டுக்கடன் வாங்க நினைக்கும்போது அவருக்கு வங்கிகளில் கிடைக்கக்கூடிய கடன் தொகை போதாது என்கிற நிலையில் குடும்பத்தினர் அணிந்திருக்கும் நகைகளை அடமானம் வைத்து அதன்பேரில் கொஞ்சம் கடன் பெற்றுக்கொள்ளும் வழக்கமும் இருக்கிறது. தவிர்க்க முடியாது என்கிற நிலையில் இதுவும் சரிதான்.

நகைகள் மீது தான் கடன் தரப்படும். கடத்தப்படும் தங்கத்தின் மீதுள்ள பயத்தினால், தங்கக் காசுகளை, தங்கக் கட்டிகளை வைத்து அதன் பெயரில் கடன் வாங்க இயலாது.

இன்னமும்கூட அரசியல் கட்சிகள் தேர்தல் காலத்தில் விவசாயக் கடன்களை போல நகை கடன்களையும் தள்ளுபடி செய்யும் வாக்குறுதி களை தருகிற காரணத்தினால் ஒரு குறிப்பிட்ட அளவு நகைக்கடன் என்பது திடீர் லாபம் தரக்கூடிய வாய்ப்பு என்பது சிலருடைய கணக்கு.

நகைக் கடன்களை தேசியமயமாக்கப்பட்ட மற்றும் தனியார் பன்னாட்டு நிறுவனங்கள் தவிர கூட்டுறவு வங்கிகளும் தருகின்றன.

மார்ச் 2022ல் நடப்பில் இருந்த நகைக்கடனுக்கான வட்டி விகிதங்கள் மற்றும் ஏனைய விவரங்கள் வருமாறு.

வங்கி / நிறுவனம்	ஆண்டு வட்டி %	காலம் -மாதங்கள்	கடன் தொகை
SBI	7.30 - 7.5	36	20,000 முதல் 1.5 கோடி வரை
HDFC	11 - 16	3 - 24	25000 (கிராம பகுதிகளுக்கு 20000)
BOB	9 - 9.25	12 - 36	25 லட்சம் வரை
PNB	8.75 - 9		25000 முதல் 10 லட்சம் வரை
IDBI	7	12	20 லட்சம் வரை
Indian Bank	7	36	75 லட்சம் வரை
Kotak Bank	10 - 17	48	20 லட்சம் முதல் 1.5 கோடி வரை
Manapuram	29	3 முதல்	1.5 கோடி
Muthoot Finance	2 - 27	7 நாள்கள் - 3 மாதங்கள்	1500 முதல்
ICICI	10 - 13.43	6 - 12	50,000 முதல் 1 கோடி வரை

22 கேரட்

நகைக்கடன் என்று போனால் நகையை எடைபோட்டுப் பார்ப்பார்கள். அடுத்து நகையில் உள்ள கற்கள் போன்றவற்றின் எடையைக் கழித்துவிடுவார்கள். அதன்பின் நகையின் கேரட் (சுத்தத்தன்மை) சோதிப்பார்கள். 22 கேரட் நகைகளுக்குத்தான் அவர்கள் கொடுக்கும் கடன். பல நிறுவனங்கள் 22 கேரட் நகைகளுக்கு மட்டுமே கடன் மற்றவற்றுக்கு இல்லை என்று சொல்வார்கள். வேறு சில வங்கிகள், நிறுவனங்கள், நகையில் தங்கத்தின் அளவு 22 கேரட்டுக்கும் குறைவாக இருந்தால், அதற்கு ஏற்ப கிராமுக்கு எவ்வளவு கடன் கொடுக்கலாம் என்கிற தொகையைக் குறைத்துவிடுவார்கள். மற்றபடி வட்டி போன்றவற்றில் மாறுதல் இருக்காது.

ஒரு கிராம் 22 கேரட் தங்கத்துக்கு எவ்வளவு கடன் தொகை தரலாம் என்பதிலும் நிறுவனங்கள், வங்கிகளுக்குள் வேறுபாடுகள் இருக்கும். அதிகத் தொகை வேண்டுமென்று கேட்டால், வட்டி கூடும். பெரும்பாலான நிறுவனங்கள், வங்கிகளில் அடமானம் வைக்கும் தங்க நகையின் அப்போதைய சந்தை மதிப்பில் 75% வரை கடன் தருவார்கள். குறிபிட்ட மாதங்களுக்கு ஒருமுறை அதை கிராமுக்கு இவ்வளவு என்று முடிவு செய்வார்கள்.

கூடுதல் கட்டணங்கள்

நகையைச் சோதிக்க மதிப்பீட்டாளர் (அப்ரைசர்) வைத்திருப்பார்கள். அவர் சோதித்துச் சொல்வதற்கு தனிக் கட்டணம் உண்டு. கடன் வாங்குகிறவர்தான் அதைக் கொடுக்கவேண்டும். தவிர, 'பிராசசிங் கட்டணம்' போன்றவையும் உண்டு. நகைகளுக்குக் காப்பீடு எடுக்கும் நிறுவனங்களும் உண்டு. அதற்குக் கட்டணம் இருக்கும். அதைத் தனியாகவோ அவர்களது பிற கட்டணங்களிலோ சேர்க்கலாம்.

வட்டியைத் தாமதமாக கட்டினால் அதற்கு அபராத வட்டி (சுமார் 2 சதவீதம்); கடனை எடுத்துக்கொண்ட காலத்துக்கு முன்பாகவே முழு கடனையும் திருப்பிக்கட்டினால் அதற்கு 'பிரி குளோசர் சார்ஜஸ்' (சுமார் 1 சதவீதம்); கடன் காலத்தை நீட்டித்தால் அதற்கு ஒரு சார்ஜ் மற்றும் ஜி.எஸ்.டி வரியும் போடுவார்கள். தவிர மாநில வரியாக 'ஸ்டாம்ப் டூட்டி' யும் கட்டவேண்டும்.

கடன் அடைத்தல்

கீழ்கண்ட மூன்று முறைகளில் ஏதாவது ஒரு முறையில் மட்டுமேயோ அல்லது மூன்றில் எந்த வகையில் வேண்டுமானாலும் என்று நிறுவனத்துக்கு நிறுவனம் நடைமுறைகள் மாறும்.

- அசல், வட்டி ஆகிய இரண்டையும் கடனை முடிக்கும் போது கட்டினால் போதும். இடையில் எதுவும் கட்டவேண்டாம்.
- வட்டி மட்டும் கட்டி வந்தால் போதும். நகையை மீட்க மட்டுமே அந்த நேரத்தில் அசலைக் கட்டவேண்டும்.
- எடுக்கும் காலத்துக்கு மொத்த வட்டி என்ன என்று கணக்கிட்டு, வீட்டுக்கடன் போல மாத தவணை(EMI) களாக அசல் மற்றும் வட்டி ஆகிய இரண்டையும் கட்ட வேண்டும்

ஏலம்

நகையை வைத்துடு கடன் வாங்கியபின் வட்டியையும் அசலையும் கட்டாமல்விட்டால், முன்கூட்டியே தகவல் கொடுப்பார்கள். உடனடியாகக் கட்டும்படி அறிவுரை சொல்வார்கள். தொடர்ந்து கட்டாமல் இருந்தால், அடமானத்தில் இருக்கும் அவர்கள் நகையை ஏலத்தில் விற்று பணத்தை எடுத்துக்கொள்வார்கள். மீதம் இருந்தால் தருவார்கள்.

நகையை அடகு வைத்தபின் தங்கம் விலை மிக அதிகம் குறைந்துவிட்டால் (அப்படி நடந்த காலங்களும் உண்டு), உடனடியாக கூடுதல் நகையை அடகு வைக்கச் சொல்லலாம். அல்லது ஓரளவு பணத்தைக் கட்டச் சொல்லலாம். தவறினால், அந்தக் கடன் கணக்கில் வட்டியும் சரியாக கட்டப்படாமல் இருந்தால், நகையை ஏலத்தில் விடும் ஆபத்து இருக்கிறது. எனவே சரியான தொடர்பு முகவரி, அலைபேசி எண்கள் கொடுத்து வைத்திருந்து, அவர்களிடம் இருந்து வரும் அறிவிப்புகளைக் கவனித்துச் செயலாற்ற வேண்டும்.

நகைக்கடன் பெறத் தேவையானவை

18 வயதுக்கு மேற்பட்டவர்களுக்குத்தான். தனி நபராகவோ, கூட்டாகவோ ஒன்றுக்கும் மேற்பட்டவராகவோ கடன் வாங்கலாம்.

பாஸ்போர்ட் அளவு ஃபோட்டோ, முகவரி அட்டை, அடையாள அட்டை, வருமான வரி கணக்கு எண் அட்டை, வருமான வரி தாக்கல் செய்த நகல்கள் அல்லது ஃபார்ம் 16, கையெழுத்துக்கான 'புரூப்' (வங்கிமேலாளர் கொடுக்க முடியும்) ஆகியவை தேவைப்படும்.

அறிமுகம்

அவர்கள் கொடுக்கும் தொகையைக் காட்டிலும் அதிக மதிப்பிலான நகையை அடமானமாக வைக்கும் காரணத்தால்,

ஏனைய கடன்களுக்கு பார்ப்பதுபோல, நகைக்கடனுக்கு சிபில் ஸ்கோர் முக்கியமில்லை. ஆனாலும் கேட்பார்கள். ஏற்கனவே அந்நிறுவனத்தில் கணக்கு வைத்திருப்பவர் அல்லது கடன் வாங்கியிருப்பவர் எவரையாவது அறிமுகப்படுத்தச் சொல்லலாம். பின்னால் அடகு வைத்த நகை எவருடையது என்பது போன்ற சிக்கல்கள் வந்தால் சமாளிப்பதற்காக. குறிப்பிட்ட வங்கியில் கணக்கு இல்லாவிட்டாலும் நகைக் கடன் தருவார்கள். அப்போது சிபில் ஸ்கோர் பார்க்கலாம்.

எங்கே வாங்கலாம்?

வட்டியை மட்டும் பார்த்தால் போதாது. ஒவ்வொரு முறை கடன் வழங்கும் போதும் வட்டி கட்டத்தவறும் போதும், கடனை முன் கூட்டியே கட்டும் நிலையிலும் பல கட்டணங்கள் வசூலிப்பார்கள். அவற்றையும் சேர்த்துதான் எந்த வங்கி அல்லது நிறுவனத்தில் கடன் வாங்கலாம் என்று முடிவு செய்யவேண்டும்.

மேலும், கடன் தரும் நிறுவனம் எப்படிப்பட்டது? ஏற்கனவே எப்படி நடந்துகொண்டிருக்கிறார்கள் என்பதையும், நகைகளைப் பாதுகாப்பாக வைத்திருக்கும் வசதி இருக்கிறதா? அவர்கள் வேலை நாட்கள் நேரங்கள் என்ன (அவசரத்துக்கு திரும்பப் பெற), வட்டியையும் அசலையும் கட்டும் முறை என்ன? போன்றவற்றையும் கவனிக்க வேண்டும்.

விவசாய நகை கடன்கள்

பொதுவான நகைக்கடன்களில் இருந்து இவை வேறுபட்டவை. வங்கிகளில் வழங்கப்படும். விவசாயம் மற்றும் அது தொடர்பான சில வேலைகள் செய்பவர்களுக்கு குறைந்த வட்டியில் வழங்கப்படும் கடன் இது.

- இதைப் பெறுவதற்கு அவர் பெயரில் விவசாய நிலம் இருக்க வேண்டும். தவிர KCC கிசான் கிரெடிட் கார்ட் வைத்திருக்கவேண்டும்.
- இந்தியர்களாகவும் 18 வயதுக்கு மேற்பட்டவர்களாகவும் இருக்க வேண்டும்
- தங்கம் 18 முதல் 22 கேரட் வரை இருக்கலாம். நகைகளுக்கு அதன் மதிப்பில் சுமார் 75% கடன்
- வட்டி 1 லட்சம் வரையிலான கடங்களுக்கு சுமார் 7% முதல்

- சில சமயங்களில் நேரத்தே வட்டி கட்டுகிறவர்களுக்கு மத்திய அரசின் வட்டி மானியம் 2 முதல் 3 சதவீதம் வரை வழங்கப்படுகிறது. அதனால் நிகர வட்டி 4.5% அளவு குறைகிறது.
- அவ்வப்போது மத்திய மாநில அரசுகள் இந்தக் கடன்களைத் தள்ளுபடி செய்துவிடுகின்றன.

பாரத ஸ்டேட் வங்கி, பெடரல் வங்கி, ஆக்சிஸ், ஐ.டி.பி.ஐ வங்கி, இந்தியன் வங்கி, கனரா, பாங்க ஆஃப் பரோடா போன்ற பல வங்கிகளில் இந்தக் கடன் கிடைக்கும்.

டிப்பாசிட் / காப்பீடுகள் மீது கடன்

சிலர் அவர்களது சேமிப்புகளை வங்கிகளில் வைப்பு நிதியாக (பிக்செட் டிப்பாசிட்- FD) வைத்திருப்பார்கள். அப்படிப்பட்ட FDகள் மீது அதே வங்கி கடன் கொடுக்கும். அப்படிப்பட்ட கடன்களை FDக்கு உரியவர் பெறலாம் என்பது தவிர, FDக்கு உரிவர் சம்மதித்தால், அவருக்கு வேண்டிய வேறு எவரும் கூடப் பெறமுடியும்.

முழு FD தொகை அளவுக்குக் கடன் தரமாட்டார்கள். உரியவரே கடன் கேட்டால், எஃப்.டி தொகையில் 75% முதல் 90% வரை தருவார்கள். ஒருவருடைய FD யை வைத்து வேறு ஒருவர் கடன் கேட்டால், 70 முதல் 75 சதவீதம் வரை தருவார்கள்.

அந்தக் கடனுக்கான வட்டி என்பது, லீன் ஆக இருக்கும் வைப்பு நிதிக்கு என்ன வட்டி வழங்கப்படுகிறதோ அதை காட்டிலும் ஒரு சதவீதம் கூடுதலாக இருக்கும். உதாரணத்துக்கு 6%க்கு வைப்பு தொகை போட்டிருந்தால், அதை அடமானம் கொடுத்து வாங்கும் கடனுக்கு 7% வட்டி.

வேறு ஒருவரின் வைப்புநிதி மீது வாங்குகிற கடனுக்கு, லீன் FD யின் வட்டியைக் காட்டிலும் 2 சதவீதம் கூடுதல். (6 என்றால் 8%)

அப்படி கடன் வாங்கும் போது அந்த டிப்பாசிட் ரசீதுகளில் 'தக்க வைத்துக்கொள்ளும் உரிமை' என்ற அர்த்தத்தில் Right to retain என்று எழுதிவிடுவார்கள். அந்த FD, லீன் (Lein) ஆக கொடுக்கப்பட்டிருக்கிறது என்று பொருள். கடன் வாங்கிவர் உரியவரோ அல்லது அவருக்கு வேண்டிய வேறு எவருமோ முழுக் கடனையும் அடைக்கும் வரை அந்த FD யை உரியவர் பணமாக்க முடியாது. குறைந்த தொகையே நிலுவையில் இருந்தாலும் கூட.

உதாரணத்துக்கு நம்முடைய சட்டையை தைப்பதற்கு ஒரு தையல்காரர் இடம் கொடுக்கிறோம். அந்தத் துணி, விலை மதிப்புள்ள துணி. நாம் அந்த சட்டையை தைத்தற்கான கூலியை கொடுக்காதவரை, தையல்காரர் அந்தச் சட்டையை நம்மிடம் திருப்பி தர மறுக்கலாம். அவருக்கு உரிய பணம் கொடுக்கப் படாததால், அவருக்கு அந்த உரிமை இருக்கிறது. முன்பு பார்த்த அதே தக்க வைக்கும் உரிமைதான். சொற்ப கூலித்தொகை நிலுவையிலிருந்தாலும், பல மடங்கு விலைமதிப்புள்ள சட்டையைத் திருப்பிக்கொடுக்காமல் இருக்கலாம்.

இப்படியாக தன்னுடைய வைப்பு நிதியின் (FD)மீது ஒருவர் கடன் வாங்கி இருந்தாலும் அந்த வைப்பு நிதி லீன் ஆக கொடுத்திருந்தால், மீதிக் கடன் எவ்வளவு சிறிய தொகையாக இருந்தாலும், அந்த முழு வைப்புத் தொகையும் வங்கி விடுவிக்காது.

காப்பீடு பாலிசிகள் மீது லோன்

ஒருவர் அவர் பிரிமியம் கட்டிக்கொண்டிருக்கும் அதாவது நடப்பில் இருக்கும் அவரது காப்பீட்டு பாலிசியை வைத்து அதன் மீது கடன் பெற முடியும். வங்கிகள் தருகின்றன.

எல்லா பாலிசிகளுக்கும் கிடைக்காது. குறிப்பாக டர்ம் பாலிசிகள், குருப் பாலிசிகள் போன்றவற்றுக்குக்குத் தரமாட்டார்கள். காரணம், அவற்றில் 'சரண்டர் வேல்யு' இல்லை.

எண்டோவ்மெண்ட் பாலிசிகள், மணிபேக் பாலிசிகள் போன்றவற்றை வைத்து வாங்க முடியும். அவற்றிலும் ஓரளவாவது 'சரண்டர் வேல்யு' உருவாகியிருக்கவேண்டும். அதாவது சேமிப்புப் பகுதியில் பணம் இருக்கவேண்டும். அப்படிப்பட்ட 'சரண்டர் வேல்யு'வில் 85 முதல் 90% வரை கடன் கிடைக்கும்.

பி.எஃப் லோன்

எந்தெந்த நிறுவனங்களில், சம்பளப்பணத்தில் இருந்து பி.எஃப். பிடித்தம் செய்யப்படுகிறதோ, அங்கு வேலையில் இருப்பவர்கள் அவரகளது பி.எஃப் கணக்கில் சேர்ந்திருக்கும் பணத்தைக் கடனாகப் பெற முடியும். இதை பி.எஃப் லோன் அல்லது பி.எஃப் அடவான்ஸ் என்கிறார்கள்.

லோன் என்றால் திருப்பிக் கட்டவேண்டும்; அட்வான்ஸ் என்றால் திருப்பிக்கட்டவேண்டாம். அவரது சேமிப்பில் இருந்து கொடுக் கிறார்கள். ஆனால் கீழ்கண்ட காரணங்களுக்கு மட்டுமே தருவார்கள்.

- சொந்த பிள்ளைகள் திருமணத்துக்கு
- தன், தன் பிள்ளைகள், சகோதர சகோதரிகள் படிப்பு செலவுக்கு
- வீட்டு மனை வாங்க
- மருத்துவ செலவுகளுக்கு
- வீடுகட்ட வாங்கிய கடனை அடைக்க
- வீட்டை பழுபார்க்க, மேம்படுத்த, விரிவுபடுத்த
- இயற்கைச் சீற்றங்களால் பாதிக்கபட்டால்
- நிறுவனம் லாக் அவுட் செய்தால்
- பணி ஓய்வுக்கு ஓராண்டுக்கு முன்பு

வட்டி

இது சேமிப்பில் இருந்து கொடுக்கப்படுவதாலும் திருப்பிக் கட்டவேண்டியதில்லை என்பதாலும் இந்த அட்வான்ஸ் பணத்துக்கு வட்டி இல்லை.

எவ்வளவு கடன் கிடைக்கும்?

தேவைக்கான காரணம்	வழங்கப்படும் அளவு	குறைந்தபட்ச சர்விஸ் (PF அங்கத்தினராக)	மற்ற நிபந்தனைகள்
கல்வி	ஊழியர் சேமிப்பில் (PF) 50% வரை.	7 ஆண்டுகள்	தன் படிப்பு அல்லது பிள்ளைகளின் 10ம் வகுப்புபடிப்புக்கு மட்டும்
திருமணம்	ஊழியர்சேமிப்பில் (PF) 50% வரை.	7 ஆண்டுகள்	தன்/பிள்ளைகள் / சகோதர சகோதரிகளின் திருமணங் களுக்கு மட்டும்.
வீட்டு மனை வாங்க	வீட்டுக்கு - மாத சம்பளம் (Wage+DA) போல 36 மடங்கு வரை	5 ஆண்டுகள்	வீட்டு மனை ஊழியர் அல்லது துணைவர் பெயரில் இருக்க வேண்டும்
வீடு வாங்க வாங்க	வீட்டுக்கு - மாத சம்பளம் (Wage+DA) போல 36 மடங்கு வரை	5 ஆண்டுகள்	தன் பெயரில் இருக்க வேண்டும்

மருத்துவ சிகிச்சைகள்	மாத சம்பளம் (Wage+DA) போல 6 மடங்கு வரை	ஏதுமில்லை	தன், கணவன், மனைவி, பிள்ளைகள், பெற்றோருக்கு மட்டும். குறைந்தபட்சம் 1 மாதம் மருத்துவமனையில் இருந்தால் மட்டும்.
வீட்டுக் கடன் அடைக்க	மொத்த சேமிப்பில் இருந்து 90% வரை	10 ஆண்டுகள்	பி.எஃப் கணக்கில் குறைந்த பட்சம் 20,000 இருப்பவர்களுக்கு மட்டுமே. வீட்டு மனை அவர் பெயரில் இருக்க வேண்டும்.
இயற்கை சீற்றம் முதலியன	ஊழியர் சேமிப்பில் இருந்து 50% வரை	ஏதுமில்லை	இழப்புக்கான சான்று
வீடு மேம்பாடு/ பழுது பார்த்தல்	மாத சம்பளம் (Wage+DA) போல 12 மடங்கு வரை	5 ஆண்டுகள்	தன் பெயரில் வீட்டு மனை மற்றும் வீடு கட்டி 5 ஆண்டுகள் ஆகியிருக்க வேண்டும்.
லாக் அவுட்	வழங்கப்படாத சம்பளம் அளவு	ஏதுமில்லை	குறைந்தபட்ச லாக் அவுட் 15 நாட்கள் அல்லது சம்பளம் வராத 2 மாதங்கள்
பணி ஓய்வுக்கு முன்பு	90% சேமிப்பு		57 வயது ஆகியிருக்க வேண்டும்

பர்சனல் லோன்

எதற்காக வாங்குகிறோம் என்கிற ஒரு குறிப்பிட்ட தேவையைக் குறிப்பிடத் தேவையில்லாத ஒரு கடன். பொதுவாக செலவுக்குப் பணம் போதவில்லை அல்லது ஏதோ ஒரு செலவுக்குத் தேவைப்படுகிறது என்பது போல வாங்கக் கூடிய ஒரு லோன்.

வங்கிகள் மற்றும் நிறுவனங்கள் வழங்கும் கடன்களிலேயே இந்த கடனுக்குத்தான் அதிக வட்டி. காரணம், இந்த கடனுக்கு அடமானம் கிடையாது. வீட்டுக்கடன், வாகனக் கடன், நகைக் கடன் போன்றவற்றில் கடன் கொடுப்பவருக்கு ஒரு பிடிமானம் இருக்கிறது. பர்சனல் லோனில் அப்படி ஏதும் இல்லை. அதை ‘அன்செக்யூர்டு லோன்’ என்பார்கள். அதனால் கடன் கொடுப்பவர்களுக்கு ரிஸ்க் அதிகம். அதற்கு ஈடாக வட்டியைக் கூட்டிவிடுவார்கள்.

கடன் கேட்பவருக்கு வேலை அல்லது சுயதொழில் வருமானம் இருந்தால்தான் கொடுப்பார்கள். தவிர, ரிஸ்க் இருப்பதால் சிபில் ஸ்கோர் பார்ப்பார்கள். மேலும், நபருக்கு கடன் கொடுப்பதில் என்ன ரிஸ்க் இருக்கிறது என்று வங்கி நினைக்கிறதோ (ரிஸ்க் பெர்செப்ஷன்) அதைப் பொறுத்து ஒரே வங்கியில் பர்சனல் லோன் வாங்கும் வெவ்வேறு நபர்களுக்கு வெவ்வேறு வட்டி விகிதங்கள் கேட்பார்கள்.

திருப்பி கட்ட நிரந்தர வருமானம் இருக்கிறதா என்று பார்ப்பார்கள். 18 வயதான எவரும் வாங்கலாம்.ஊதிய பட்டியல் மற்றும் ஃபார்ம் 16 கேட்பார்கள். சில வங்கிகளில் ‘கேரண்டார்’ கேட்பார்கள். குறிப்பாக மனைவி அல்லது உடன் வேலை செய்பவர்கள் எவரையேனும் கேரண்டி கையெழுத்து போடச் சொல்வார்கள்.

மார்ச் 2022ல் சில வங்கிகளின்
பர்சனல் லோன்கள் குறித்த விவரங்கள்.

வங்கி / நிறுவனம்	ஆண்டு வட்டிவிகிதம்	காலம் - மாதங்கள்	கடன் தொகை	பிராசசிங் கட்டணம்
HDFC	*10.75-21.5%*	*12-60*	*40 லட்சம்*	*2.5%*
IndusInd	*11-16.75%*	*60*	*5 லட்சம்*	*3.5%*
Tata Capital	*11.25-14.49%*	*12-60*	*20 லட்சம்*	*2.75%*
IDFC First	*12.5-18%*	*12-60*	*5 லட்சம்*	*3.5%*
Kotak	*10.5-16.99%*	*12-60*	*25 லட்சம்*	*2.5%*

அரசாங்க வேலை மற்றும் பெரிய நிறுவனங்களில் நல்ல சம்பளங்களில் இருப்போர்க்கு, கிரெடிட் ஹிஸ்டரியும் நன்றாக இருந்தால் குறைந்த வட்டிக்கே பர்சனல் லோன் கிடைக்கும்.

நிறுவனம் சம்பளத்தைப் போடும் (கிரெடிட் செய்யும்) வங்கியில் பர்சனல் லோன் எளிதாகக் கிடைக்கும். காரணம், வங்கிக்கு ரிஸ்க் குறைவு. அதனால் வட்டி விகிதம் குறையும். சம்பள கணக்கு இல்லாத வங்கியில் / நிறுவனத்தில் கடன் வாங்கும்போது வட்டி அதிகரிக்கும்.

அவசிய தேவை இருந்தால் தவிர, இந்த கடனை வாங்கக் கூடாது. அப்படியே வாங்கினாலும் மிகவிரைவாக மற்றும் முதலில் செலுத்தி முடிக்க வேண்டிய கடன் இது. வட்டி மட்டும் கட்டுவதை விட, அசலையும் வட்டியையும் கொஞ்சம் கொஞ்சமாக சேர்த்துக் கட்டும் EMI முறையில் குறிப்பிட்ட மாதங்களுக்குள் கடனை முடிப்பது நல்லது.

பர்சனல் லோன்களுக்கு வட்டி அதிகம் என்பதால், தவிர்க்கக்கூடிய பொழுது போக்குகள், சுற்றுலா, போன்றவற்றுக்கு வாங்காமல் இருத்தல் நலம். அவசியம் மற்றும் அவசரத்துக்கு மட்டுமே வாங்கவேண்டிய கடன் இது.

கன்சூமர் லோன்

வீட்டு உபயோகப்பொருட்கள் வாங்க, சிலர் வங்கிகளில் கடன் வாங்குவார்கள். பிரிட்ஜ், டி வி, வாஷிங் மிஷின், மைக்ரோவேவ் அவன், ஏசி போன்றவற்றை வாங்கும்போது, சில பெரிய கடைக் காரர்கள், வங்கிகள் மற்றும் தனியார் நிதி நிறுவனங்களுடன் ஏற்பாடு செய்து வைத்திருப்பார்கள். வாங்கும் பொருட்கள் அவர்களுக்கு அடமானம்.

அடையாள அட்டை, வருமான வரி கணக்கு எண், முகவரி அட்டை போன்றவற்றை பெற்றுக்கொண்டு ஆவணங்களில் பொருளை வாங்குபவரிடம் கையெழுத்துப்பெற்றுக்கொண்டு, பொருள் விற்கும் கடைக்காரருக்கு பணம் கொடுத்துவிடுவார்கள். இவற்றையெல்லாம் கடைக்காரரே செய்வார். தவணை முறையில் கட்டலாம் என்பார்கள். ஜீரோ வட்டி என்பார்கள். விலை மிகவும் குறைத்துக்கேட்க முடியாது. வட்டி எப்படி கணக்கிடுகிறார்கள் என்றெல்லாம் சொல்வார்கள். புரிந்துகொள்ள முடியாது. லாபம் இல்லாமலா செய்வார்கள். கட்டணங்கள் என்ற பெயரிலும் வாங்குபவருக்குச் செலவாகும்.

ஃபாரின் டூர் லோன்

வசதி இருப்பவர்கள் இல்லாதவர்கள் என எவருக்கும் ஆவணங்கள் அடைப்படையில் வெளிநாடு சுற்றுலா செல்ல கடன் கொடுப்பார்கள். வட்டி பர்சனல் லோன் அளவு இருக்கும். திருப்பிக் கட்ட 5 ஆண்டுகள்வரை கூட கால அவகாசம் உண்டு.

கிரெடிட் கார்டு

இதில் செலவழிக்கும் பணம் எல்லாம் கடன் வாங்கி செலவழிப்பது போலதான். குறிப்பிட்ட நாட்களுக்குள் பணத்தைக் கட்டாவிட்டால், கட்டாத தொகை கடன் போலாகி, அதற்கு வட்டி கட்ட வேண்டும். கட்டாமல் தள்ளிப்போகும் நாட்கள் அதிகரிக்க அதிகரிக்க, வட்டித் தொகை மட்டுமல்ல வட்டி வீதம் அதிகரிக்கும். அபராதமும் போடலாம்.

புத்திசாலித்தனமாகவும் எச்சரிக்கையுடனும் பயன்படுத்தினால் கிரெடிட் கார்டுகள் லாபம்தான். இல்லாவிட்டால் நட்டம். (கிரெடிட் கார்டுகள் குறித்து அத்தியாயம் 9.3ல் கூடுதல் விவரங்கள் கொடுக்கப்பட்டிருக்கின்றன).

பொதுவாக, கார்டு தேய்த்துச் செலவழித்த பணத்தைக் கட்ட பில் தேதியில் இருந்து 20 முதல் 25 நாட்கள் வரை அவகாசம் தருகிறார்கள்.

வாகனக் கடன்கள்

கார் வாங்குவதற்கு கடன்

பல தனியார் நிறுவனங்களும், எல்லா வங்கிகளும் கார் வாங்க கடன் தருகின்றன.

21 முதல் 65 வயதான இந்தியர் எவருக்கும் பாரத ஸ்டேட் வங்கி கடன் கொடுக்கிறது. இந்திய அரசு அல்லது மாநில அரசு அல்லது பெரிய நிறுவனங்களில் நிரந்தர வேலைகளில் இருப்பவர்களுக்கு, அவர்களது ஆண்டு வருமானம் 3 லட்சம் ரூபாய்க்கு மேல் இருந்தால் மற்றும் தனியாகத் தொழில் செய்பவர்கள் வியாபாரம் செய்பவர்களின் ஆண்டு நிகர லாபம் அல்லது வரிக்குரிய வருமானம் 4 லட்சம் இருந்தால் மற்றும் விவசாயம் செய்பவர்கள் ஆண்டு வருமானம் 4 லட்சம் இருந்தால் அவர்களுக்கெல்லாம் கார் கடன் கொடுக்கிறது.

கார் கடனுக்கு விண்ணப்பிக்க, வங்கிக் கணக்கின் 6 மாத கால ஸ்டேட்மெண்ட், 2 பாஸ்போர்ட் அளவு போட்டோக்கள், கையெழுத்தை சரிபார்த்து உறுதி அளிக்கும் வங்கியாளர் தரும் தகவல், அடையாள அட்டை, முகவரி அட்டை, சம்பள சிலிப், வருமான வரி கணக்கு தாக்கல் செய்த பேப்பர்கள் (ITR) பார்ம் -16 போன்றவை தேவைப்படும்.

ஒருவருடைய ஆண்டு வருமானத்தைப்போல அதிகபட்சமாக இரண்டரை மடங்கு வரை கடன் கொடுக்கிறார்கள்.

மூன்று ஆண்டுகள் முதல் 7 ஆண்டுகள் வரையிலான தேர்ந்தெடுத்த காலத்தில் கடனைத் திரும்பக் கட்டலாம்.

வட்டியில் இரண்டு வகைகள் உண்டு. விண்ணப்பிக்கும் போது தேர்வு செய்துகொள்ளச் சொல்வார்கள். முதன் முறை வாங்குகிற சிலருக்கு இந்த விவரங்கள் தெரியாது. படிவம் நிறைவு செய்பவரே அவருக்கு சரி என்று தோன்றுவதைத் தேர்வு செய்வார். விண்ணப்பிபவர் புரிந்துகொண்டு முடிவெடுக்க வேண்டும். இது முழுக்க முழுக்க அவர் விருப்பம் சார்ந்தது.

1. ஃபிக்செட் டிரேட் (நிலையான, மாறாத வட்டி விகிதம்)

2. ஃப்ளோட்டிங் ரேட் (மாறக்கூடிய வட்டி விகிதம்)

வங்கிகளுக்கு கடன் கொடுக்கும், நாட்டில் வட்டி விகிதத்தை முடிவு செய்யும் ரிசர்வ் வங்கி அவ்வப்போது வட்டி விகிதத்தை ரிப்போ ரேட் மூலம் மாற்றி அமைக்கும். அது தவிர, ஒவ்வொரு நிறுவனமும் வங்கியும் அவற்றின் நிர்வாக செலவுகள் மற்றும் லாபத்துக்காக ஒரு குறிப்பிட்ட சதவீதத்தைச் சேர்த்துக் கொள்ளும். அந்த சதவீதம் சில ஆண்டுகளுக்கு மாறாது. ஒரே அளவில் இருக்கும்.

ஃபிக்சட் ரேட்

ஃபிக்சட் ரேட் என்றால், கடன் வாங்குகிற போது என்ன வட்டி விகிதம் இருக்கிறதோ (ரிப்போ + மார்ஜின்) அதே வட்டி விகிதத்தில்தான் கடன் காலம் முழுக்க வட்டி கணக்கிடப்படும். கடன் வழங்கிய பின் ரிப்போ ரேட் வட்டி விகிதங்கள் குறைந்தாலோ உயர்ந்தாலோ அது இந்தக் கடன் கடனுக்கான வட்டி விகிதத்தை பாதிக்காது. அதனால் கடன் வாங்கியவருக்கு கடன் காலம் முழுக்க ஒரே விகிதத்தில்தான் வட்டி கணக்கிடப்படும்.

கடனை வாங்கித் திருப்பி கட்டுகிற காலம், ஏழு ஆண்டுகள் போல நீண்ட காலமாக இருந்தால், அதற்குள் வட்டி விகிதங்கள் குறையக் கூடும் என்கிற கணிப்பு இருந்தால் ஃபிக்சட் ரேட்டைத் தேர்வு செய்யக் கூடாது. தான் கடன் வாங்குகிறபோது வட்டி விகிதம் குறைவாக இருப்பதாகவும், போகப் போக வட்டி விகிதம் கூடி விடும் ஆபத்து இருப்பதாகவும் நினைத்தால் இந்த முறையைத் தேர்வு செய்யலாம்.

ஃப்ளோட்டிங் ரேட்

'ஃப்ளோட்டிங் ரேட்' டில் ரிப்போ ரேட் + வங்கியின் மார்ஜின் விகிதம் ஆகிய இரண்டையும் சேர்த்து கடனுக்கான வட்டியாக வசூலிக்கும். ஆனால் அது இதோடு இணைத்துக்கொள்கிறதோ அந்த வட்டி விகிதம் மாறும். அதனால் நிகரமாக கடனுக்கு வசூலிக்க வேண்டிய வட்டி விகிதத்தில் வெளியில் வட்டி மாற்றங்கள் நிகழ்கிறது. இங்கேயும் மாற்றங்கள் செய்யப்படும்.

ஃப்ளோட்டிங் ரேட்டில், ரிப்போ ரேட் + வங்கியின் மார்ஜின் விகிதத்தில்தான் வட்டி கணக்கிட ஆரம்பிப்பார்கள். பிறகு எப்போது ரிப்போ ரேட் மாறினாலும் அந்த மாற்றம் கடனுக்கான வட்டியில் எடுத்துக்கொள்ளப்படும். இப்படியாக கடன் காலம் முழுக்க ஒரே வட்டியாக இல்லாமல் வெளியில் ஏற்படும் மாற்றங்களுக்கு ஏற்ப வட்டிவிகிதம் மாறும். வெளியில் மாற்றம் இல்லாவிட்டால் இங்கும் மாறாது.

ரெப்போ ரேட்டுக்கு பதிலாக வங்கிகள் அதனுடைய அடிப்படை வட்டி விகிதம் (பேஸ் ரெட்) + அதன் மார்ஜின் விகிதம் என்றும் முடிவு செய்து கொள்ளலாம். பாரத ஸ்டேட் வங்கி அப்படித்தான் முடிவு செய்திருக்கிறது. பேஸ் ரேட் முடிவு செய்ய, ரிப்போ ரேட் அடிப்படையாக இருக்கும். அதனால் பேஸ் ரேட் அவ்வப்போது மாறலாம்.

ஆண்கள் விண்ணப்பிக்கும் கார் கடன்களுக்கு : பேஸ் ரேட் + 0.45%

பெண்கள் விண்ணப்பிக்கும் கார் கடன்களுக்கு : பேஸ் ரேட் + 0.40%

ஆம். பெண்களுக்கு வழங்கும் கடன்களுக்கு வட்டி கொஞ்சம் குறைவு.

ஃபிக்ஸட் ரேட் கடன் வாங்கினால், கட்டுகிற EMI, கடன் காலம் முழுக்க ஒரே போல இருக்கும். மாறுதல் இருக்காது. ஃபுளோடிங்

ரேட்டில் வாங்கினால் ஒன்று EMI தொகை மாறும் அல்லது EMI தவணைகளின் எண்ணிக்கை மாறும். தொடர்ந்து வெளியில் வட்டி வீதங்கள் குறைகிற போது EMI தொகை அளவு அல்லது எண்ணிக்கை குறையும். வட்டி விகிதங்கள் அதிகரிக்கின்ற போது EMI தொகை அளவு அல்லது தவணைகளின் எண்ணிக்கை அதிகரிக்கும்.

கடன் வாங்குகிற விண்ணப்பதாரின் சிபில் ஸ்கோர் 750 அல்லது அதற்கு மேல் இருந்தால், இந்த அளவில் மொத்த வட்டி விகிதம் இருக்கும். அதற்குக் குறைவாக இருந்தால் ஒன்று கடனை கொடுக்க மறுப்பார்கள் அல்லது மொத்த வட்டி வீதத்தை, அவர்கள் மார்ஜின் விதத்தைக் கூட்டி, மொத்த வட்டி சதவீதத்தை அதிகரித்துவிடுவார்கள்.

வாங்குகிற கார், பெரிய விலை உயர்ந்த காராக இருந்தால் அல்லது SUV மற்றும் MUV போன்ற வாகனங்களாக இருந்தால், வட்டி விகிதம் கொஞ்சம் குறைத்துக் கொள்வார்கள்.

எவராக இருந்தாலும் வட்டி விகிதத்தைக் குறைத்துக் கேட்கலாம். முயன்றவரை குறைக்கப் பார்க்கலாம். பலரும் அப்படிக் கேட்பது உண்டு. சிலருக்கு அப்படியெல்லாம் செய்யமுடியும் என்பதே தெரியாது.

மார்ச் 2002-ல் இருக்கும் சில வங்கிகளின் கார் லோன் வட்டி விகிதங்கள் வருமாறு.

- பாரத ஸ்டேட் வங்கி 7.2%
- இந்தியன் ஓவர்சீஸ் வங்கி 7.55%
- கனரா வங்கி 7.3%
- எச்டிஎஃப்சி வங்கி 7.95%
- கரூர் வைசியா பேங்க் 7.8%
- பஞ்சாப் நேஷனல் பேங்க் 6.65%
- ஃபெடரல் பேங்க் 8.5%

கடனைக் கொடுப்பதற்கு எடுக்கும் முயற்சிகளுக்கு பிராசஸிங் கட்டணங்கள் உண்டு. அவை 0.5 சதவீதத்தை ஒட்டி இருக்கலாம். வாங்கிய கடனை ஒப்புக்கொண்ட காலத்துக்கு முன்பாகவே அடைத்தாலும் 'பிரி குளோசர்' கட்டணங்கள் உண்டு. அது, 2 சதவீதம் வரை இருக்கலாம்.

புதிய கார்களுக்கு மட்டுமல்ல

ஏற்கனவே பயன்படுத்தப்பட்ட செகெண்ட் ஹாண்ட் கார் வாங்கவும் கடன் வழங்கப்படுகிறது. கார்கள் 5 ஆண்டுகள் மட்டுமே அல்லது அதற்குக் குறைவான காலம் பயன்படுத்தப் பட்டதாக இருக்க வேண்டும். கார் விலையில் 85 விழுக்காடு வரை கடன் கிடைக்கும். ஆனால் வட்டி விகிதம் அதிகமாக இருக்கும். வழங்கப்படும் லோன் அளவும் கார் அடக்க விலையில் குறைவாக இருக்கும்.

கமர்சியல் வெஹிக்கில்ஸ் லோன்

'கமர்சியல் வெஹிக்கில்ஸ் லோன்' என்றால் வியாபாரம், தொழிலுக்காக வாங்கப்படும் வண்டிகளுக்குக் கடன் கொடுப்பது. டிராக்டர், டிரக், டிப்பர், டாங்கர், பேருந்துகள், வாடகை கார்கள், போன்றவை இதில் வரும். பெரும்பாலான வங்கிகளும் சில கடன் தரும் நிதி நிறுவனங்களும் இந்தக் கடன் கொடுக்கும்.

ஏனைய வாகனக் கடன்களைக் காட்டிலும் துரிதமாகவும் எளிதாகவும் கடன் கிடைக்கும். இதற்கென வேறு அடமானங்கள் கேட்க மாட்டார்கள். அதனால் ஆவணங்கள் வேலை சுலபமாக இருக்கும். சில நிறுவனங்கள் ஏழு நாட்களுக்குள் கடன் கொடுத்துவிடுகிறார்கள். வட்டியும் குறைவாக இருக்கும்.

இந்தக் கடன்களைப் பொறுத்தவரை மூன்றுவிதமான கடன்கள் இருக்கின்றன.

- புதிய வானகங்களுக்கு
- பழைய வாகனங்களுக்கு
- ரீ பைனான்ஸ்

புதிய வாகனங்களுக்குக் கொடுக்கும் போது சேசிஸ் மற்றும் பாடி ஃபிரேம் என்ன விலையோ அதன் முழுப்பணத்தையும் கடனாகக் கொடுக்கிறார்கள். அதில் பாடி கட்டியது வராது. சில நிறுவனங்கள் சில வாடிக்கையாளர்களுக்கு அவர்களுடன் இருக்கும் தொழில் முறை உறவு மற்றும் நம்பிக்கை காரணமாக, அதற்கும் கொடுக்கிறார்கள்.

இரண்டாம் வகையில், பழைய வாகனங்களின் 'டிப்ரிசியேட்டட் வேல்யு' அல்லது அதன் 'கிரிட் வேல்யு' வில் 90% வரை கடன் கொடுகப்படுகிறது. ஆனால் வாகனம் வாங்கி 15க்கும் குறைவான ஆண்டுகள் ஆகியிருக்கவேண்டும். இது முக்கியம்.

மூன்றாவது வகையில், பழைய வண்டியாக இருந்தாலும் அல்லது கடன் வாங்கி கடன் கட்டப்பட்டுக்கொண்டிருக்கும் வண்டியாக இருந்தாலும் அதன் மீது கடன் கொடுப்பார்கள். எவ்வளவு கடன் (அசல்) கட்டி முடிக்கப்பட்டுவிட்டது என்று பார்த்து, அவர்கள் கொள்கைப்படி எவ்வளவு வரை கொடுக்க முடியும் என்று பார்த்துக் கொடுப்பார்கள். உதாரணத்துக்கு, தற்சயம் 10 லட்சம் வரை கொடுக்ககூடிய வண்டியின் பெயரில் ஏற்கனவே வாங்கிய கடனைக் கட்டியது போக மீதம் 4 லட்சம் நிலுவை இருந்தால், ரீ பைனான்ஸில் 6 லட்சம் வரை கிடைக்கும்.

ஏற்கனவே கட்டிக்கொண்டிருப்பதைக் காட்டிலும் குறைந்த வட்டிக்கு வேறு நிறுவனம் கடன் தர முன்வந்தால், பழைய நிறுவனத்தின் பாக்கியைப் புதிய நிறுவனம் கட்டிவிட்டு, மீதப்பணத்தை கடன் கேட்பவருக்குக் கொடுக்கும்.

வாடகைக்கார்கள், வேன்கள் பஸ்களுக்கும் கடன் தரப்படும். இதில் பேசெஞ்சர் (பயணிகள்) வண்டிகளும் அடக்கம்.

தனிநபர்கள் (சொந்தமாக வண்டி வைத்து கேப்ஸ்/டாக்ஸி ஓட்ட விரும்புவர்கள், பள்ளி கல்லூரிகள், வாடகை கார் கம்பெனிகள் என எவர் வேண்டுமானாலும் இந்தக் கடனைப் பெற முடியும். சிபில் ஸ்கோர் பார்ப்பார்கள். வேகமாக பரிசீலிக்கப்பட்டு, கடன் வழங்கப்படும். 5 ஆண்டுகள் வரை EMI கட்டலாம்.

வழக்கமான அடையாள அட்டை, வருமான வரி கணக்கு விவரங்கள் தவிர 2 ஆண்டுகள் பணி அல்லது வியாபார அனுபவம் இருக்கிறதா என்று பார்க்கிறார்கள். வாங்கவிருக்கும் வண்டியின் விவரங்களும் கொடுக்க வேண்டும். முதல் முறை வாங்குபவர் களுக்கு கியாரண்டார் தேவைப்படலாம்.

முக்கியமாக ஒரே வீட்டில் குறைந்தது 2 ஆண்டுகள் வசித்திருக்கிறாரா என்றும் பார்ப்பார்கள். அடிக்கடி வீடு மாறுகிறவர் வண்டியுடன் போய்விட்டால்! அதனால் அவர்களுக்குக் கொடுப்பதற்கு மேலும் சில நிபந்தனைகள் வைத்திருக்கிறார்கள்.

வாங்கிய கடனைக் கடன் கட்ட ஒப்புக்கொண்டவிதமாக இல்லாமல் முன்கூட்டிக் கட்டினால் 5% வரை கட்டணங்கள் இருக்கலாம்.

கடன் வாங்கிய பின் வண்டியை விற்க இயலாது. RC புத்தகத்தில் (அட்டையில்) வண்டி இன்ன நிறுவனத்துக்கு ஹைபாத்திகேஷன்

எனக் குறிப்பிடப்பட்டிருக்கும். எனவே கடன் கட்டி முடித்து, ஆட்சேபணை இல்லை எனும் NOC (ஃபார்ம் 35) ஆர்.டி.ஓ. அலுவலகத்தில் இருந்து வாங்கினால்தான் விற்க முடியும்.

தவிர அவ்வாறு கடனில் வாங்கப்பட்டிருக்கும் கமர்சியல் வண்டிகள் மீது இந்த வங்கிக்கு அடமானம் எனும் பொருள்பட, 'ஹைபாதிகேட்டட் டு' என்று எழுதுவார்கள்.

பெரும்பாலான நிறுவனங்கள், வங்கிகள் மார்ச் 2022ல் வசூலிக்கும் வட்டி விகிதங்கள் 10 முதல் 15% வரை இருக்கின்றன. வட்டி விகிதங்கள் ஒரே நிறுவனத்தில் ஒரேவிதமான வண்டிகளுக்கு கடன் காலம் (டென்யூர்) பொறுத்து மாறும்.

வங்கி / நிறுவனம்	ஆண்டு வட்டி %	காலம்- மாதங்கள்	பிராசசிங் கட்டணம்
HDFC bank	8.70-21.25	60	1.5%
Axis bank	10.25-15%	60	ரூ 5000
India Infoline	12%	60	1%

இரு சக்கர வாகன (டு வீலர்) கடன்கள்

- 21வது ஆன 65 அல்லது 70 வயதுக்குக் குறைவாக வயதிருக்கும் இந்தியர் எவருக்கும் இந்த கடன் கிடைக்கும்.
- கடன் வழங்க, குறைந்தபட்ச மாத வருமானம் 6,000 இருக்கவேண்டும் என்று எதிர்பார்ப்பார்கள். 10,000 அல்லது 12,000 என்று கூடுதலாக எதிர்பார்க்கும் வங்கிககளும் உண்டு. சிபில் ஸ்கோர் 750 இருந்தால் எளிது. 700க்கு கொடுக்கும் வங்கிகளும் (யூனியன் பேங்க் ஆப் இந்தியா) உண்டு.
- வண்டி விலை என்னவோ அதற்கு கடன் கிடைக்கும். மார்ஜின் பணம் அவசியமில்லை.
- ஃபிக்செட் அல்லது ஃப்ளோட்டிங் ரேட் ஆகிய இரண்டில் எதை வேண்டுமானாலும் கடன் வாங்குபவர் தேர்வு செய்யலாம்.
- ஓராண்டு வேலை/ சுய தொழில் அனுபவம் இருந்தால் நல்லது. எளிதாக கிடைக்கும்.

- தற்போது வசிக்கும் முகவரியிலேயே குறைந்தது ஓராண்டு குடியிருந்திருக்கவேண்டும்.
- அடையாள அட்டை, முகவரி சான்று அட்டை, வருமான வரி தாக்கல் செய்த விவரம் அல்லது வங்கிக் கணக்கு ஸ்டேட்மெண்ட் ஆகியவை தேவைப்படும்.

வட்டி மற்றும் பிற வரைமுறைகள் (மார்ச் 2022ல்)

வங்கி	ஆண்டு வட்டி %	கடன் தொகை	காலம் மாதங்கள்	பிராசசிங் சார்ஜ்
HDFC Bank	14.50			2.5% + GST
SBI	10.25-18	30,000 முதல் 2.5 லட்சம்	36	2% + GST
PNB	8.65	1.5 லட்சம் வரை	60	0.5% + GST
Union Bank	9.90%	10 லட்சம் வரை	36	GST மட்டும்
Axis Bank	10.80-28.3%	25000 முதல்	48	2% + GST

கல்விக் கடன்

யாருக்கு மற்றும் எந்த படிப்புகளுக்கு?

- இந்தியர்கள் எவருக்கும் கிடைக்கும். அங்கீகாரம் செய்யப் பட்ட படிப்புகளுக்குதான் கடன் தருவார்கள்.
- BA, BSc, BCom போன்ற எல்லா இளநிலை பட்டப் படிப்புகளுக்கும், மற்றும் எல்லா முதுகலை மற்றும் முனைவர் பட்ட படிப்புகளுக்கும் கடன் கிடைக்கும். BE, B.Tech, MBBS, போன்ற புரபஷனல் படிப்புகள், கம்ப்யூட்டர் சயின்ஸ், ICWA, CA, கம்பெனி செக்ரட்டரி போன்ற படிப்புகளுக்கும், டிப்ளமா போன்ற படிப்புகளுக்கும், மிட் வைஃப், நர்சிங் என்று எல்லா விதமான படிப்புகளுக்கும் அங்கீகாரம் உண்டு. கல்விக் கடன் கிடைக்கும்.
- 'ஏர் கிராப்ட் மெயின்டனன்ஸ் இன்ஜினியர்', 'வொக்கேஷனல் கோர்ஸ்', 'ஆப் கேம்பஸ் கோர்ஸ்' ஆகியவற்றுக்கு மட்டும் கிடைக்காது.

- கடன்களை 15 முதல் 30 நாட்களுக்குள் கொடுத்துவிடுவார்கள். குறைந்த மதிப்பெண் பெற்றவர்களுக்கு அடுத்த படிப்பு படிக்க கடன் கிடைப்பது சிரமம். எனினும் எவர் விண்ணப்பத்தையும் நியாயமான காரணங்களுக்கு மட்டுமே கடன் கொடுப்பவர்களால் நிராகரிக்க முடியும்.

- ஒரு குடும்பத்தில் ஒருவருக்குதான் கல்விக் கடன் என்பது போன்ற நிபந்தனைகள் இல்லை. ஒரே மாணவரே அவருடைய மேற்படிப்புக்காக இரண்டாவது கல்விக் கடன் வாங்கலாம்.

எப்படி முடிவு செய்வார்கள்?

படிக்க விருக்கும் கல்லூரிகளை வைத்து, படித்து முடித்தால் வேலை கிடைக்குமா? என்ன சம்பளம் கிடைக்கும் என்று பார்ப்பார்கள். மிக நல்ல (டாப்) கல்லூரிகளில் படிக்க வட்டி குறைவாகவே இருக்கும். உதாரணத்துக்கு ஐ.ஐ.டி, ஐ.ஐ.எம் போன்ற மற்றும் டாப் 5க்குள் வரக்கூடிய கல்லூரிகளில் படிக்க வாங்கும் கடனுக்கு (மார்ச் 2022ல்) ஆண்டு வட்டி, 7 அல்லது 7.2%க்கெல்லாம் கிடைக்கிறது. அதே படிப்புகளை வேறு கல்லூரிகளில் படித்தால் வட்டிவிகிதம் 8 சதவீதம்.

சரியான படிப்பா? வேலை வாய்ப்பு அதிகம் உள்ள கோர்ஸா? என்று பார்ப்பார்கள். உதாரணத்துக்கு அதிகம் பேர் விரும்பும் MBBS படிப்புக்கு உடனே நல்ல சம்பளத்தில் வேலை கிடைக்குமா? அல்லது அதற்கு மேற்படிப்பு படிப்பு படித்தால்தானா என்பது போல ஆராய்வார்கள்.

கல்லூரி நல்ல கல்லூரியா? கேம்பஸ் பிளேஸ்மெண்ட் உண்டா? அங்கே படிக்கும் மாணவர்களுக்குக் கிடைக்கும் முதல் ஆண்டு சராசரி ஊதியம் என்ன?

பொதுத்துறை வங்கிகள் சரி. தனியார் வங்கிகள் ஓகே. தனியார் கம்பெனிகள்- வெளிநாட்டுப் படிப்புகளுக்கு NBFCகள் கூட கடன் கொடுக்கிறார்கள்.

எந்தெந்தச் செலவுகளுக்கு?

கல்லூரி கட்டணம், விடுதி கட்டணம், லேப், லைப்ரரி கட்டணங்கள் போன்றவற்றிற்கு கடன் கிடைக்கும். ஆனால். டொனேஷன் போல கொடுக்கும் 'கேப்பிடேஷன் பீஸ்'க்கு கிடைக்காது.

கட்டணமில்லா படிப்பில் சேர்ந்தவர்களுக்கு ஆகக்கூடிய மற்ற செலவுகளுக்கு கடன் பெற முடியும்.

சொந்தப்பணம் கொஞ்சம்- மார்ஜின் மணி

ரூபாய் நான்கு லட்சம் வரையிலான கல்வி கடன்களுக்கு மார்ஜின் பணம் இல்லை. அதற்குமேல் இருக்கும் கடன்களுக்கு மொத்த கடன் தொகையில், 5% மார்ஜின். 4 லட்சம் உள்பட.

ஒருவருக்குக் கிடைக்கக்கூடிய உபகாரச் சம்பளம் (ஸ்காலர்ஷிப்) மார்ஜின் பணமாக ஏற்றுக்கொள்ளப்படும். மொத்தப்பணத்தையும் ஒன்றாகத் தரமாட்டார்கள். தேவைப்படும் போதெல்லாம் (கட்டணங்கள் கட்டவேண்டிய நேரம்) தருவார்கள்.

கொலாட்டரல் செக்யூரிட்டி: ரூபாய் 7.5 லட்சம் வரை வாங்குகிற கடன்களுக்கு அரசாங்கத்தின் உத்தரவாதம் இருக்கிறது. அதனால் கடன் பெறுபவர் ஏதும் அடமானம் கொடுக்க வேண்டாம். ஏழரை லட்சத்துக்கும் மேல் போகும் கடன்களுக்கு 100% 'கொலாட்டரல் செக்யூரிட்டி' கொடுக்க வேண்டும்.

சில மாநிலங்களில் மட்டும் விவசாய நிலங்களையும் அடமானமாக எடுத்துக்கொள்வார்கள். எல்லா மாநிலங்களிலும் இல்லை. காப்பீட்டு பாலிசிகள், பங்கு பத்திரங்களைகூட ஓரளவு அதன் மதிப்பைக் குறைத்து, அடமானமாக எடுத்துக் கொள்வார்கள். பெற்றோரைக் கடனுக்கு உடன் கையெழுத்துப் போடும் 'கோ- பாரோவர்' ஆகச் சேர்த்துக்கொள்வார்கள். வருமான வரிக் கணக்கு எண் அவசியம் கேட்பார்கள்.

எவ்வளவு வட்டி?

படிக்கிற காலத்தில் கடனுக்கு சாதாரண வட்டிதான் (சிம்பிள் இன்ட்ரஸ்ட்). அதாவது, அசல் மீது மட்டும் வட்டி. கல்வி கடனுக்கு வட்டி குறைவு. 8.5-10.5% வரை இருக்கலாம். அதிகபட்சமாக 15 ஆண்டுகளுக்குள் திருப்பிக் கட்ட வேண்டும்.

மாரடோரியம் காலம்

படிப்பு முடிந்து ஓராண்டு வரை கடனுக்கு தவணை ஏதும் கட்ட வேண்டாம். அது 'மோரட்டோரியம்' காலம்.

வெளிநாட்டு படிப்புகளுக்கு கல்விக் கடன்

கடன் வாங்கிப் படிக்கும் படிப்புக்கு வேலை கிடைக்குமா வருமானம் வருமா என்று பார்ப்பார்கள். கல்லூரி வழங்கும் சேர்க்கை சீட்டு, 'அட்மிஷன் லெட்டர்' அவசியம். நுழைவுத்

தேர்வுகள் எதுவும் எழுதாமல் சேரக்கூடிய படிப்புகளுக்கு அதற்கு முந்தைய படிப்புகளில் பெற்ற மதிப்பெண்களைப் பார்ப்பார்கள். குறைவான மதிப்பெண்கள் இருந்தால் நிராகரிக்கக்கூடும்.

படித்து முடித்துவிட்டு சொந்தத் தொழில் செய்பவர்களுக்கும் 15 ஆண்டுகள் வரை கடனைத் திருப்பிக் கட்டும் காலம். 25 லட்சம் வரை கல்விக் கடன் கிடைக்கும். பாஸ்போர்ட், ஆதார் மற்றும் வருமான வரி கணக்கு எண் (பான் கார்டு) கேட்பார்கள். வீட்டுக்கு அருகில் இருக்கிற வங்கிக்கிளையில் வாங்குவது நல்லது.

கடன் நல்லது

வசதி இருந்தாலும், பிள்ளைகளைக் கடன் வாங்கிப் படிக்க வையுங்கள். பொறுப்பு வரும். நன்றாகப் படிப்பார்கள். வேலை தேடுவார்கள். வேலை கிடைக்கும்படியான படிப்புகளைத் தேர்வு செய்வார்கள் என்று சொல்வோரும் உண்டு.

கல்விக் கடன் என்பது நல்ல கடன். வாங்கிப் பயன்படுத்திக் கொள்ளலாம்.

வீட்டுக்கடன்

கடன் வாங்குகிறவருடைய வயதை பொறுத்து அவரால் திருப்பிக் கட்ட கூடிய காலத்தை கணக்கிட்டு 30 ஆண்டுகள் வரை கூட கடனை திருப்பிக் கட்ட அனுமதிப்பார்கள். நிரந்தர வருமானம் இருக்க வேண்டும். ஒருவருடைய தற்போதைய வருமானம் மற்றும் வருங்காலத்தில் பெறக்கூடிய வருமானம் இரண்டையும் பார்ப்பார்கள்.

வீடு கட்டி வாடகைக்கு விடப்போகிறார் என்றால் அதற்கு வாடகை நிர்ணயம் செய்து ஒப்பந்தம் எழுதப்பட்டிருந்தால், அந்தக் கால அளவைப் பொறுத்து, அதையும் வருமானமாகக் கருதுவார்கள்.

இருப்பதிலேயே இந்தக் கடனுக்குத்தான் வட்டி குறைவு. வரிவிலக்கு சலுகைகளும் அதிகம். அதில் மட்டுமே ஆண்டுக்கு 3 லட்சம் வரை வரி விலக்கு பெற முடியும். அடமானமாக எடுத்துக்கொள்ளப்படும் வீட்டுப் பத்திரம் வங்கியில் இருக்கும். அவர்கள் அனுமதி இல்லாமல் அந்த வீட்டை விற்க இயலாது. கடன் முடிந்ததும் பத்திரத்தைத் திருப்பிக் கொடுத்துவிடுவார்கள். இடையில் கடனைக் கட்டி விட்டு பத்திரத்தைப் பெற்றுக் கொள்ளலாம்.

கட்டி முடிக்கப்பட்ட, கட்டப்பட்டு கொண்டிருக்கிற வீடுகளுக்குக் கடன் கிடைக்கும். ஆனால் கட்டடங்களுக்குத்தான் கடன் கொடுப்பார்கள். வெறும் மனைகளுக்கு இந்தக் கடன் இல்லை. சில தனியார் வங்கிகள் அதற்கும் கடன் கொடுக்கின்றன. 3 ஆண்டுகளுக்குள் வீடு கட்டவேண்டும் என்கிற நிபந்தனையுடன்.

முதல் வீடு என்றுதான் இல்லை. அடுத்தடுத்த வீடுகளுக்கும் கடனைத் திருப்பிக் கட்டும் திறன் இருந்தால் கடன் கொடுக்கிறார்கள். வருமான வரி சலுகையில் அதற்கு வேறு நடைமுறை.

வீடு / ஃபிளாட்டின் மொத்த மதிப்புக்கும் கடன் தரமாட்டார்கள். வீட்டின் மொத்த விலையில் மதிப்பில் 90% மற்றும் ஒருவரால் திருப்பித் தரக்கூடிய திறன் ஆகிய இரண்டையும் வைத்துக் கடன் அளவை முடிவு செய்வார்கள்.

அநேகமாக அனைத்து வங்கிகளும் பல கடன் தரும் நிறுவனங்களும் இதற்குக் கடன் தருகின்றன. பொதுவாக, இது ஒரு நீண்டகாலக் கடன் என்பதால் 'ஃப்ளோட்டிங் ரேட்' வட்டியில் எடுப்பதில் ரிஸ்க் குறைவு.

வீட்டுக்கடன் வாங்குகிறவருக்கு ஆயுள் காப்பீடு எடுக்கச் சொல்வார்கள். குறைந்தபட்சம் கடன் அளவு தொகைக்குக் காப்பீடு எடுக்கவேண்டும் அதற்கு ஒன் டைம் ப்ரிமியம் கட்டலாம். அல்லது தவணைகளாகவும் கட்டலாம். அந்தச் செலவையும் வீட்டுக்கடனில் சேர்த்துக்கொள்வார்கள். கடன் கொடுப்பார்கள்.

சிலர் அவர்களது பணத்தை வங்கியின் சேமிப்புக் கணக்கில் (எஸ்.பி. அக்கவுண்ட்) போட்டு வைத்துவிட்டு, வீட்டுக்கடன் கேட்பார்கள். அவர்கள் விரும்பினால், சேமிப்புக்கணக்குக்கு வட்டி தராமல், வீட்டுக்கடனுக்கு வட்டி கேட்காமல் இருப்பார்கள். எல்லா வங்கிகளிலும் இல்லை என்றாலும் சிலர் இப்படியும் பயன்படுத்துகிறார்கள்.

ஏற்கெனவே வீட்டுக்கடன் வாங்கியவர் சில ஆண்டுகளுக்குப் பின் அதே வீட்டின் மீது கூடுதல் கடன் (டாப்-அப் லோன்) கேட்டுப் பெறமுடியும். வட்டி 1 அல்லது 2 சதவீதங்கள் அதிகமிருக்கலாம்.

பழுது பார்க்கவும் கூடுதலாகக் கட்டவும் வீட்டுக் கடன் கிடைக்கும். மரவேலைகள், திரைச்சீலைகள் என்று 'பர்னிஷிங்'கும் கடன் கிடைக்கும்.

எவருக்குக் கிடைக்கும்?

இந்தியர் அல்லது NRI அல்லது NRO. வயது 18 முதல் 70க்குள்.

வட்டி மற்றும் பிற வரைமுறைகள் (மார்ச் 2022ல்): வேலையில் இருந்தாலும் சுயதொழில் செய்தாலும் மாதம் குறைந்தது 50,000 வருமானம்.

தற்போது சொந்த வீட்டில் அல்லது ஒரே வாடகை வீட்டில் குறைந்தபட்சம் ஓராண்டு வசிப்பவர்.

கிரெடிட் (சிபில்) ஸ்கோர் 750 அல்லது அதற்கு மேல்.

கொடுக்கவேண்டிய ஆவணங்கள்

அடையாள அட்டை, முகவரி சான்று, வருமான வரி சான்று, வருமான வரி தாக்கல் செய்த விவரங்கள் போன்ற பிற கடன்களுக்குத் தரவேண்டியவை தவிர, வீட்டுமனை உரிமை, வீடுகட்ட அனுமதி, அனுமதிக்கப்பட்ட வரைபடம் என்பதும் போல வீடு/ ஃபிளாட் மனை தொடர்பான ஆவணங்கள் கொடுக்கவேண்டிவரும். அவை திருப்திகரமாக சரியாக இருந்தால் மட்டுமே கடன் வழங்கப்படும்.

மார்ச் 2022ல் இருந்த வட்டி விகிதங்கள்

வங்கி	ஆண்டு வட்டி %	கடன் தொகை	காலம் ஆண்டு	பிராசசிங் சார்ஜ்
HDFC	6.70 முதல் 7.35 வரை	5 லட்சம் - 30 கோடி வரை	1-30	2000-5000 வரை + GST
SBI	6.70 முதல் 7.35 வரை	30,000 - 2.5 லட்சம் வரை	1-30	0.35% + GST
PNB	6.75	8 லட்சம் -	1-30	0.5% + GST
Union Bank	6.60	25 லட்சம் -	1-30	0.25-0.50 + GST
LIC	6.90	30 லட்சம் - 5 கோடி வரை	5-30	0.25% + GST

மார்ஜின் பணம்

மார்ஜின் பணம் என்றால் கடன் பெறுகிறவர் அவர் பங்காகக் கொடுக்கிற பணம். அவர் எவ்வளவுதான் அடமானம், ஈடு (செக்யூரிட்டி) கொடுத்திருந்தாலும் அவர் பங்காகக் குறிப்பிட்ட பணத்தைப் போட்டால்தான் வங்கிகள் கடன் கொடுக்கும். கடனுக்கு கடன், கடன் தொகையில் அந்த சதவிகிதம் மாறுபடும் என்றும் சொல்வார்கள். மார்ஜின் பணம் நிச்சயமாக சொந்தப் பணமாகத்தான் இருக்கவேண்டும். வங்கியில் கணக்கு திறந்து கடன் பெறும்முன் மார்ஜின் பணத்தைக் கட்டவேண்டும். அல்லது வாகனக்கடன், வீட்டுக்கடன் போன்றவற்றில் மார்ஜின் பணத்தை விற்பவருக்குக் கொடுத்துவிட்டு அதன் ரசீதை வங்கியில் கொடுக்க வேண்டும்.

லோன் டு வேல்யு

மொத்த தேவையில் வங்கி எவ்வளவு கொடுக்கிறது என்பதை, 'லோன் டு வேல்யு' என்பார்கள். அது கடன் வாங்குபவர், அவரது நிதி நிலை ஆகியவற்றைப் பொறுத்தும் மாறும். 70 முதல் 90 சதவீதம் வரை இருக்கலாம். வீட்டுக்கடன் என்றால், வீடு மொத்த விலை 20 லட்சம் என்றால் 85% லோன் டு வேல்யு என்பது, 17 லட்சம். மீதம் 3 லட்சம் கடன் வாங்குகிறவரின் சொந்தப்பணமாக இருக்கவேண்டும்.

ரூபாய் 50 லட்சம் வரையிலான கடன்களுக்கு 85 சதவீதம் வரையும், அதற்கு மேல் இருக்கும் கடன்களுக்கு 75% வரையிலும் கொடுக்கும் வழக்கம் உண்டு. இது வங்கிக்கு வங்கி நபருக்கு நபர் மாறுபடலாம்.

தவணை கட்டாவிட்டால்

முன்பு பார்த்ததுதான். 90 நாட்களுக்கு மேல் கடன் கணக்கில் எந்த வரவும் இல்லாமல் இருந்தால் அந்தக் கணக்கு NPA ஆகிவிடும். அதன்பின் வசூல் நடவடிக்கைகள் எடுப்பார்கள்.

பிரதான்மந்திரி ஆவாஸ்யோஜனா

பிரதான் மந்திரி ஆவாஸ் யோஜனா (PMAY) என்ற வீட்டுக் கடனுக்கான சிறப்புத் திட்டத்தை மத்திய அரசு கொண்டு வந்திருக்கிறது. அதில் இரு வகையான மானியங்கள் இருக்கின்றன.

- நகர்ப்புற ஏழைகளுக்கான பிரதான் மந்திரி ஆவாஸ் யோஜனா (நகர்ப்புறம்) (PMAY/U)

- கிராமப்புற ஏழைகளுக்கான பிரதான் மந்திரி ஆவாஸ் யோஜனா (கிராமின்) (PMAY-G மற்றும் PMAY -ஆர்)

இரண்டு திட்டங்கள் மார்ச் 2022 வரை நீட்டிக்கப்பட்டிருக்கின்றன. மேலும் நீட்டிகப்பட்டிருக்கிறதா என்பதை வங்கிகளில் கேட்டுத் தெரிந்துகொள்ளலாம்.

ஆண்டுக்கு 6 லட்சம் முதல் 12 லட்சம் வரை வருமானம் இருப்பவர்களுக்கு அவர்கள் முதல் முறையாக அவர்கள் பெயரில் வீடு கட்டினால் அல்லது வாங்கினால் அவர்கள் வீடுகட்ட வாங்கும் கடன் தொகைக்கான வட்டியில் ஒரு பகுதியை மத்திய அரசு கட்டிவிடும். இவர்களை, MIG-I என்று குறிப்பிடுகிறது. ஆண்டுக்கு 12 லட்சத்துக்கு மேல் 18 லட்சம் வரை வருமானம் இருப்பவர்கள் MIG-II. இவர்களுக்கும் இந்த வட்டி மானியம் உண்டு.

இந்த மானியம் பெற விரும்புவோர் குடும்பத்தில் கணவன் அல்லது மனைவி அல்லது திருமணம் ஆகாத மகள் அல்லது மகன் ஆகியோர் பெயரில் பக்கா வீடு இருக்கக்கூடாது. வீடில்லாதவர்களுக்கு வீடு கட்ட உதவி செய்யும் திட்டம் இது.

MIG-Iயின் கீழ் வருகிறவர்களுக்கு அவர்களது 9 லட்ச ரூபாய் வரையிலான கடனுக்கு 4 சதவீத வட்டி மானியமும், MIG-II கீழ் வருகிறவர்களுக்கு அவர்கள் கடனில் 12 லட்ச ரூபாய் வரையிலான தொகைக்கு 3 சதவீத வட்டி மானியமும் வழங்கப்படுகிறது.

MIG-I மற்றும் MIG-IIக்கான CLSS என அழைக்கப்படும் நடுத்தர வருமானக் குழுவுக்கான (MIG) கடன் இணைக்கப்பட்ட மானியத் திட்டம் (CLSS) 2017ஆம் ஆண்டு நடைமுறைப்படுத்துவதற்கு முதலில் ஒப்புதல் அளிக்கப்பட்டது. இருப்பினும், அரசாங்கம் மே மாதம் 14, 2020, மலிவு விலை வீடுகள் CLSS திட்டத்துக்கான காலக்கெடுவை ஓராண்டுக்கு, அதாவது மார்ச் 2021 வரை நீட்டிப்பதாக அறிவித்தது. அடுத்த பட்ஜெட்டில் மேலும் ஓராண்டு என 31.3.22 வரை நீடித்தது.

சொத்துக்கள் மீது கடன் (மார்ட்கேஜ் லோன்)

வங்கி அங்கீகரித்த வழக்கறிஞரிடம் இருந்து, பத்திர ரீதியாக எல்லாம் சரியாகத்தான் இருக்கிறது என்று காட்டும் 'லீகல் ரிப்போர்ட்'. அங்கீகரிக்கப்பட்ட அப்ரைசரிடம் இருந்து, சொத்து இவ்வளவு மதிப்பு என்று தெரிவிக்கிற ஒரு 'வேல்யுவேஷன்

எஸ்டிமேட்' ஆகியவற்றை வங்கியில் கொடுக்கவேண்டும். ரூபாய் 5 கோடிக்கும் அதிக மதிப்புள்ள சொத்துக்களுக்கு இரண்டு ரிப்போர்ட்டுகள் கேட்பார்கள். இரண்டு வேல்யுவேஷன்களுக்கு இடையே 10 சதவீதத்துக்கும் அதிகமான வேறுபாடு இருந்தால், மூன்றாவது அப்ரைசரிடம் இருந்து வேல்யுவேஷன் ரிப்போர்ட் கேட்பார்கள். ஒரு வங்கிக்காக பெற்றவற்றை வேறு ஒரு வங்கியிலும் ஏற்றுக்கொள்வார்கள்.

கடன் வாங்குகிறவரை சொத்து மதிப்பீடு செய்பவர் அல்லது வங்கியாளர், வீடு மனை அல்லது அந்த இடத்தில் நிற்க வைத்து புகைப்படம் எடுப்பார். சொத்து பத்திரங்கள், டைட்டில் டீட், லீகல் ஒப்பீனியன், 'லொகேஷன் மேப்', 'லே-அவுட்' 'அப்ரூவ்டு பிளான்', 'கட்டட அப்ரூவ்ட் பிளான்' வரி கட்டிய ரசீதுகள் மற்றும் வில்லங்க சான்றிதழ் (என்கம்பிரன்ஸ் சர்டிபிகேட்- EC) கேட்பார்கள். தண்ணீர், சாக்கடை, சொத்து வரிகள், மின்சார கட்டணம் போன்ற எதிலும் நிலுவை இருக்கக்கூடாது.

சந்தை மதிப்பு என்பது வேறு; வங்கியாளர் செய்யும் மதிப்பீடு வேல்யுவேஷன் என்பது வேறு. அரசு சொல்லும் கைடுலைன் வேல்யூ என்பதும் வேறு.

வங்கி, அவசரத்தில் அந்தச் சொத்தை விற்றால் என்ன விலை போகுமோ (டிஸ்டிரஸ் சேல் வேல்யு) அதைத்தான் அதன் மதிப்பாக எடுத்துக்கொள்வார்கள். சில பல கோடிகள் பெறுமானமுள்ள சொத்துக்கள் என்றால் ஒன்றுக்கும் மேற்பட்ட அப்ரைசர்களிடம் வேல்யுவேஷன் கேட்பார்கள். வீடுகள், மனைகள் இருக்கும் இடம், லொக்கேஷன் மிக மிக முக்கியம்.

சில இடங்களில் ஆக்ரமிப்பு இருக்கும். பத்திரம் எல்லாம் ஒருவர் பெயரில் இருந்தாலும் உரிமையாளரால் அதைப் பயன்படுத்த முடியாது. அதிகாரமிக்க வேறு எவரோ ஆக்கிரமித்திருப்பார். அல்லது அந்த இடமே உரிமையாளருக்கு தொந்திரவு தருவதாக, விற்க முடியாததாக இருக்கும்.

இடம்

விவசாய நிலங்களுக்குக் கடன் தரமாட்டார்கள். சர்பாசி சட்டத்தில் சிக்கல் வரும். கிராமத்தில் இருக்கிற வீடுகளுக்கும் அப்படித்தான். விற்கவோ, ஜப்தி செய்யவோ சிரமம் என்று கடன் தரத் தயங்குவார்கள்.

விவசாயக் கடன்

வங்கிகள் வழங்கும் விவசாயக் கடன்கள் பல வகைப்பட்டவை.

பயிர் கடன்கள், விளைந்ததை மார்கெட்டிங் செய்வதற்கு கடன், குடோன்களில் வைத்திருக்கும் விளைபொருட்கள் மீது கடன், கிசான் கிரெடிட் திட்டம், விவசாய டெர்ம் கடன்கள், நிலத்தை மேம்படுத்த 'லேண்ட் டெவலப்மெண்ட்' கடன், விவசாய உபகரணங்கள் வாங்குவதற்கு கடன், நீர்பாசனம் உருவாக்கிக் கொள்ள 'மைனர் இரிகேஷன் கடன்' கிசான் கோல்ட் கார்ட் திட்டம், நிலம் வாங்க கடன், பால் தொடர்பான 'டயரி பிளஸ் ஸ்கீம்', கோழிப்பண்ணைகளுக்காக 'பிராய்லர் பிளஸ் ஸ்கீம்' தோட்டக் கலைக்கு கடன் எனக் குறிப்பாக கிராமப்புற, பொதுத்துறை வங்கிக் கிளைகளில் வழங்கப்படுகின்றன.

ஒவ்வொரு கடனுக்கும் இடையே, யாருக்கு, அதிக பட்ச கடன் தொகை எவ்வளவு, வட்டி என்ன, அதில் எவ்வளவு எந்த அரசின் மானியம் போன்ற பலவும் வேறுபடும்.

ஒரு அறிமுகத்துக்காக சில வங்கிகள் மற்றும் அவை வழங்கும் கடன்களுக்கான வட்டி விகிதங்கள் கீழே.

வட்டி மற்றும் பிற வரைமுறைகள் (மார்ச் 2022ல்)

வங்கி / நிறுவனம்	ஆண்டு வட்டிவிகிதம்	பிராசசிங் கட்டணம்
HDFC Bank	9.10 - 20.0%	2 - 4%
IndusInd Bank	10.25 - 14.75%	1% + Tax
ICICI Bank	10.0 - 15.33%	2%
KVB	10.30%	வங்கி விதிப்படி
Andhra Bank	13.0%	வங்கி விதிப்படி
Canara Bank	10.10%	வங்கி விதிப்படி

நபார்ட் (NABARD)

பொதுத்துறை வங்கிகள் தவிர கூட்டுறவு வங்கிகள் பல விவசாயம் தொடர்பான கடன்கள் கொடுக்கின்றன. பெரும்பாலான

விவசாயக் கடன்களுக்கான பணம் நபார்ட் (National Bank for Agriculture and Rural Development) என்று அழைக்கப்படும் மத்திய அரசின் விவசாயம் மற்றும் கிராமப்புற மேம்பாட்டுக்கான நிறுவனத்தால் 'ரி பைனான்ஸ்' செய்யப்படுகிறது. வங்கிகள் அவை கொடுத்த கடன்களுக்கான பணத்தை அந்நிறுவனத்திடம் பெற்றுக்கொள்ளும்.

எனவே, பெரும்பாலான விவசாயக் கடன்களுக்கான பணத்தை பொதுத்துறை மற்றும் கூட்டுறவு வங்கிகளுக்கும், மாநில அரசுகளுக்கும் ஆண்டுக்கு 4.5% வட்டி முதல் மேலும் சில சதவீத வட்டிகளுக்கு நபார்ட் கொடுக்கிறது.

பங்குகள் வாங்க கடன்

பங்குகள் என்பது வேகமாக விலை ஏற, இறங்கக்கூடியது என்பதால் அவற்றை வாங்கக் கடன் கொடுக்கக்கூடாது என்பது ரிசர்வ் வங்கியின் கட்டுப்பாடுகளில் ஒன்று. ஆனாலும் மீறி கடன் வாங்கி, தானும் நஷ்டப்பட்டு வங்கிகளுக்கும் பேரிழப்பு ஏற்படுத்தியவர், ஹர்ஷத் மேத்தா.

வங்கிகள் தராவிட்டாலும், பங்கு தரகு நிறுவனங்கள் வாடிக்கையாளர்களுக்குப் பங்குகள் வாங்கப் பணம் கடனாகக் கொடுக்கின்றன.

பங்குகளை அடமானம் வைத்து வங்கிகளில் ஓரளவு கடன் வாங்கலாம். லோன் டு வேல்யு (LTV) மிகவும் குறைவாக இருக்கும்.

பிசினெஸ் லோன் எனப்படும் வியாபாரக் கடன்கள்

தனிநபராகவோ சிறு பெரு நிறுவனங்களாகவோ, தொழில், வியாபாரம் செய்கிறவர்களுக்குப் பலவிதமான கடன்கள் கிடைக்கின்றன. சில ஆயிரங்கள் முதல் பல கோடிகள் வரை கடன்களாக வழங்கப்படுகின்றன.

வியாபாரத்தை விரிவு செய்ய, எந்திரங்கள் அல்லது வேறு பொருட்கள் வாங்க, வரவு நேரத்துக்கும் செலவு செய்தாக வேண்டிய நேரத்துக்கும் இடைப்பட்ட நேரத்தில் தேவைப்படும் ஊதியம் கொடுக்கவேண்டும் என்பது போன்ற 'வொர்கிங் கேப்பிடல்' மற்றும் 'கேஷ் புளோ' தேவைகளை நிறைவு செய்து கொள்ள, அதிக வட்டிக் கடன்களை அடைக்க எனப் பல்வேறு காரணங்களுக்காக பிசினெஸ் லோன்கள் எடுக்கிறார்கள். மருத்துவர்கள், சார்டெட் அக்கவுண்டெண்ட்ஸ் போன்ற புரஃபஷனல்

களும் அவர்கள் பணியிடத்தை மேம்பாடு செய்வது, உபகரணங்கள் வாங்குவது போன்ற காரணங்களுக்காக கடன் வாங்குகிறார்கள்.

எவருக்குக் கிடைக்கும்?

புதிதாக வியாபாரம்/தொழில் தொடங்குபவர்களுக்கு, குறிப்பாக பெண்கள், பட்டியல் இனத்தோர், விதவைகள், மாற்றுத் திறனாளிகள் போன்றோருக்கு மத்திய அரசின் பல திட்டங்கள் இருக்கின்றன. அனைவருக்குமான ஸ்டார்ட் அப் திட்டங்களும் உண்டு. சில மாநில அரசுகளின் திட்டங்களும் இருக்கின்றன.

- நடந்துகொண்டிருக்கும் வியாபாரங்கள் தொழில்களுக்கு வங்கிகள், குறைந்தபட்சம் ரூ 40 லட்சம் ஆண்டு விற்றுமுதல் (டர்ன் ஓவர்) இருக்கவேண்டும்.

- தொழில் வியாபாரத்தில் இறங்கி 5 ஆண்டுகளும், தற்போது செய்துகொண்டிருக்கும் வியாபாரத்தில் 3 ஆண்டுகளும் ஆகியிருக்கவேண்டும்.

- கடனுக்கு விண்ணப்பிக்கும் நேரத்துக்கு முந்தைய 2 ஆண்டுகளில் லாபம் செய்திருக்கவேண்டும்.

- ஆண்டு வருவாய் குறைந்தது ரூ 1.5 லட்சமாக இருக்க வேண்டும்.

- விண்ணப்பிக்கிறவர் வயது 25 முதல் 55 வரைக்குள் இருக்கவேண்டும்.

- வருமான வரி தாக்கல் செய்திருக்கவேண்டும்.

-என்பது போலெல்லாம் வங்கிகள் சில நிபந்தனைகள் வைத்திருக்கின்றன. வியாபாரத்தின் 20% விற்றுமுதல் (டர்ன் ஓவர்) அளவு கடன் கொடுக்கலாம் என்பதும் சில வங்கிகள் வைத்திருக்கும் நடைமுறை. வியாபாரத்துக்குக் கிடைக்கும் கடன் குறித்து இன்னும் விரிவாக அடுத்த அத்தியாயத்தில் பார்க்கலாம்.

7
வியாபாரக் கடன்கள்

வியாபாரத்துக்கான கடன்களைப் பொறுத்தவரை இரண்டு வகைகளாகப் பிரிக்கலாம்.

- பணம் கொடுக்கும் கடன்கள். இவற்றை 'பண்டட் லோன்' என்பார்கள். வங்கியோ நிறுவனமோ பணத்தைக் கடனாகக் கொடுக்கும். அதற்கு வட்டி பெற்றுக்கொள்ளும்.

- உத்திரவாதம் (மட்டும்) கொடுக்கும் கடன்கள். இவற்றை 'நான் பண்டட் லோன்' என்பார்கள். வங்கி பணம் கொடுக்காது. ஆனால் வாடிக்கையாளர் (கடனாளர்) சார்பாக, எதிர் பார்ட்டிக்கு உத்திரவாதம் கொடுக்கும். அதற்காகக் கட்டணங்கள் வசூலித்துக்கொள்ளும். கடனாளர் கொடுக்கவேண்டிய பணத்துக்கு வங்கி பொறுப்பு சொல்வதால், அவர் தவறும்பட்சம், வங்கி அந்தப் பணத்தைக் கட்டவேண்டி வரும்.

முதல் வகையான 'பண்டட் லோன்'களை மேலும் இரண்டு பிரிவுகளாக வகைப்படுத்தலாம். உள்பிரிவுகள்.

- மனைகளுக்கு, கட்டடங்கள், தொழிற்சாலைகள் கட்டுவதற்கு, வாகனங்கள் எந்திரங்கள் வாங்குவது போன்ற

மூலதன (கேப்பிடல்) செலவுகளுக்கு வழங்கப்படும் கடன்கள். இவற்றுக்கு 'டெர்ம் லோன்'கள் என்று பெயர். இவை எதற்காக வழங்கப்படுகிறதோ அந்தச் செலவு களுக்குத்தான் அந்தக் கடன் தொகையைச் செலவு செய்ய வேண்டும்.

- தயாரிப்புக்கான மூலப் பொருட்கள், மின்சாரம், ஊதியம் போன்ற தயாரிப்பு செலவுகளுக்கு வழங்கப்படும் 'ஓவர் டிராப்ட்' (OD) மற்றும் கேஷ் கிரெடிட் (CC). இவற்றை 'ஒர்க்கிங் கேப்பிடல்'க்கு வழங்கப்படும் கடன்கள் என்பார்கள்.

வியாபாரங்களுக்கு வழங்கப்படும் கடன்களை மற்றொரு வகையாகவும் பிரித்துப் பார்ப்பதுண்டு.

- 'டிமாண்ட் லோன்'கள். இவை 36 மாதங்களுக்கு அல்லது அதற்குக் குறைவான காலகட்டத்தில் திருப்பிச் செலுத்த வேண்டிய கடன்கள்.

- 'டெர்ம் லோன்'கள். இவை 36 மாதங்களுக்கும் அதிகமான காலகட்டத்துக்கு வழங்கப்படும் லோன்கள்.

ஆவணங்கள்

வழக்கமான அடையாள அட்டை, முகவரிச் சான்று, வருமான வரி கணக்கு எண், தாக்கல் செய்த ITRகள், 6 மாத வங்கி ஸ்டேட்மெண்ட், நிறுவனப் பதிவு விவரங்கள், நிறுவனத்தின் ஆர்டிக்கிள்ஸ் - மெமராண்டம் போன்றவை புதிய நிறுவனக்களுக்குத் தேவைப்படும்,

கடன் கொடுக்கலாமா என்று முடிவு செய்ய

கடன் கேட்டுப் போகிறவர்கள் வேலை கேட்டுப் போகிறவர்கள் போலதான். அதற்காகவே வங்கியில் ஒரு நேர்முகம் நடக்கும். கடன் வழங்கவிருக்கும் அதிகாரி விவரங்கள் கேட்பார். ஆவணங்கள் கேட்பார். கடன் கேட்பவர் சொல்லும் தகவலுக்கு தகுந்த ஆவணங்கள் காட்டினால்தான் அவருக்குக் கடன் கிடைக்கும். அங்கே 'பேப்பர்தான் பேசும்'. முகஸ்துதி, சுயபுராணங்கள் எடுபடாது. அதனால் அப்படி சந்திக்க, தனியாக நேரம் (அப்பாயிண்ட் மெண்ட்) வாங்கி, முழுத் தயாரிப்போடு போகிறவர்களுக்கு வேலை முடியும்.

வட்டி மற்றும் பிற வரைமுறைகள் (மார்ச் 2022ல்)

வங்கி / நிறுவனம்	ஆண்டு வட்டி %	காலம் (மாதங்கள்)	கடன் தொகை
HDFC வங்கி	11.90 - 21.35	12 - 48	50,000 - 50 லட்சம்
பெடெரல் வங்கி	8.75	120	7.5 லட்சம் வரை
டாடா கேப்பிடல்	19	12 - 36	1- 75 லட்சம் வரை
ஸ்டாண்டர்ட் சார்டட்	17.25	60	10 - 75 லட்சம் வரை
கர்னாடகா வங்கி	9.41	120	15 கோடி வரை
கோட்டக் வங்கி		48	75 லட்சம் வரை

கொரானா காலகட்டத்தில் மத்திய அரசு பல சலுகை வகை கடன்கள் அறிவித்தது. அந்த விவரங்களை வங்கிகளில் தெரிந்து கொள்ளலாம்.

இதர கட்டணங்கள்

கடனுக்கு வசூலிக்கப்படும் வட்டி தவிர கடனை வாங்கி வழங்க முடிவெடுக்கும் வேலைக்குக் கேட்கப்படும் கட்டணம் வேறு. அதற்கு 'பிராசசிங் சார்ஜ்' என்று பெயர். எல்லா வகைக் கடன்களுக்கும் பிராசசிங் கட்டணம் உண்டு.

பொதுவாக, இந்தக் கட்டணம் என்பது, கடன் வகையைப் பொறுத்து, அரை சதவீதத்துக்கு சற்று கூடுதல் குறைச்சலாக இருக்கும். தவிர, கடன்தொகை என்பது மிக குறைவாகவோ, மிக அதிகமாகவோ இருக்கலாம். அதனால் ஒவ்வொரு வகைக் கடனுக்கும் ஒரு குறைந்தபட்ச 'பிராசசிங் சார்ஜ்' மற்றும் அதிகபட்ச 'பிராசசிங் சார்ஜ்' நிர்ணயம் செய்திருப்பார்கள்.

'பிராசசிங் சார்ஜ்' தவிர, டாக்குமெண்டேஷன் கட்டணங்கள் மற்றும் அவர்கள் ஆய்வு செய்வதற்காக ஆகும் இன்ஸ்பெக்ஷன் செலவுகள் என இரு வேறு கட்டணங்களும் வசூலிப்பார்கள். பிசினெஸ் கடன்களுக்கும் ஏனைய கடன்களுக்கு வசூலிப்பது போல பிராசசிங் (2 முதல் 6% வரை), பிரி குளோசர் (கட்டும் காலம், தொகைகள் பொறுத்து) செக் பவுன்ஸ் அபராதம் போன்ற பல கட்டணங்கள் உண்டு. இந்தக் கட்டணங்கள் வங்கிக்கு வங்கி வேறுபடும்.

கடன்கள் கொடுப்பதற்கு என்றே வங்கிகள் நடத்தும் சிறப்பு முகாம்களான 'லோன் மேளா' களில் மட்டும் இந்தக் கட்டணத்தை வங்கிகள் தள்ளுபடி செய்யலாம்.

தொகை வழங்கல்

சிலர் வியாபாரக் கடன்கள் வாங்கி அதைத் தங்கள் சொந்தச் செலவுகளுக்குப் பயன்படுத்துவார்கள். அதனால் வியாபாரத்தில் நஷ்டம் காட்டி, தவணை கட்ட சிரமம் என்பார்கள். இதைத் தவிர்ப்பதற்காக வங்கிகள், கடன் பெறும் நிறுவனத்தின் சார்பாக வாங்கப்படும் பொருளுக்கான விலையை நேரடியாக 'சப்ளையர்' நிறுவனத்திடமே கொடுத்துவிடுவார்கள்.

வங்கிகளில் கிடைக்கும் கடன் வகைகள்

ஓவர் டிராப்ட்

அவ்வபோது பணம் தேவைப்படும் நிறுவனங்கள் வங்கிகளில் இந்த வகையில் கடன் பெற்றுக்கொள்ளலாம். முதலில் கடன் கேட்கும் நிறுவனத்தை ஒரு நிரந்தர வைப்பு (எப்.டி) போடச் சொல்வார்கள். பிறகு ஒரு நடப்பு கணக்கு திறந்து அதிலிருந்து தேவைப்படும் நேரம் பணம் எடுக்க ஒரு வரம்பு சொல்வார்கள்.

பிக்செட் டிப்பாசிட்தான் என்றில்லை. நகைகள், அரசாங்க பாண்டுகள் போன்றவற்றின் மீதும் கூட ஓடி கணக்கு தொடங்கலாம். அந்தக் கணக்கின் பெயர்தான் 'ஓ.டி. அக்கவுன்ட்'. ஓவர் டிராப்ட் கணக்கு - Over Draft - OD.

அனுமதிக்கப்பட்ட அளவிற்கு மேல் பணத்தை எடுக்கலாம். (செக்குகள் விடலாம்) அந்தப் கூடுதல் தொகைகளுக்கு கூடுதல் வட்டி கணக்கிடுவார்கள். ஓடி கணக்குகள் ஓராண்டுக்குத்தான் தருவார்கள். பதினோரு மாதங்களுக்கு பிறகு அந்தக் கணக்கை வங்கி ஒரு மீள்பார்வை செய்யும். நீட்டிக்கலாம்.

டெர்ம் லோன்

ஓடி கணக்கிற்கு மாற்றான கடன் இது. முதலிலேயே ஒரு குறிப்பிட்ட தொகை கொடுத்துவிடுவார்கள். அதுதான் கடன். அதன்பின் டாப் அப் வேண்டுமானல் செய்து கூடுதல் பணம் கடனாகப் பெறலாம். இடையே பணத்தைக் கட்டுவது மீண்டும் எடுப்பது எல்லாம் ஓடி கணக்கில் செய்வது போல செய்ய

முடியாது. அதனால்தான் இவற்றின் பெயர் குறிப்பிட்ட காலத்திற்கான கடன், டெர்ம் லோன்.

இதில் குறுகிய கால (ஷார்ட் டர்ம்) மத்திம கால (மீடியம் டெர்ம்) மற்றும் நீண்ட கால (லாங் டர்ம்) கடன்கள் தருவார்கள். செக்யூரிட்டி இல்லாமலும் கொடுப்பார்கள். வட்டியை பிக்செட் ஆகவோ புளோட்டிங் ஆகவோ தேர்வு செய்துகொள்ளலாம்.

பெரிய ஒப்பந்ததாரர்களுக்கு சாலைகள் போட, மேம்பாலங்கள் கட்ட பத்து பன்னிரெண்டு கால கடன்கள் கொடுப்பார்கள். எப்போது அந்த பணத்தை எவ்வளவு திருப்பி கட்ட வேண்டு மென்று வங்கி தெரிவிக்கும். கல்விக் கடன்கள் போல இப்படிப் பட்ட பெரிய கடன்கள் சிலவற்றுக்கு ஆரம்பத்தில் எதுவும் கட்ட வேண்டாம் என்கிற மோரடோரியம் உண்டு.

டிமாண்ட் லோன்

ஒரு நிறுவனத்தில் வாங்கிய கடனை கட்டி முடிக்காமல் அந்த கடனை வேறு ஒரு நிறுவனத்திற்கு மாற்றிக்கொள்வது. ஏற்கனவே வாங்கிய கடனுக்கு கட்டிக்கொண்டிருக்கும் வட்டியைக் காட்டிலும் குறைவான வட்டிக்கு கடன் வழங்கும் வேறு ஒரு நிறுவனத்திற்கு கடனை மாற்ற முடியும்.

அப்படிச்செய்வதற்கு புதிய நிறுவனத்தில் தேவைப்படும் ஆவணங்களை சமர்ப்பிக்க வேண்டும். செய்தால் ஏற்கனவே வாங்கியிருந்த கடன் பணத்தை, வட்டியை, முன்கூட்டியே கடனை கட்டுவதற்கான அபராதவட்டி போன்றவற்றை புதிய நிறுவனம் முதலில் கடன் கொடுத்த நிறுவனத்திடம் கட்டிவிடும். அதோடு முதல் கடன் முடிந்தது.

இனி கடன் என்பது புதிய நிறுவனத்தில்தான். புதிய (குறைந்த) வட்டி விகிதம்தான். ஒருக்கால் கடனாக மேலும் கொஞ்சம் பணம் கேட்டிருந்தால், அடமானப் பொருளின் அப்போதிய சந்தை மதிப்பைப் பொறுத்து, புதிய நிறுவனம் கொஞ்சம் பணமும் கொடுகலாம். உதாரணத்திற்கு, ஒரு வங்கியில் 10,000 கடன் வாங்கிவிட்டு, 6000 அசலைக் கட்டியபின், கடனை 'பேலன்ஸ் டிரான்ஸ்பர்'செய்தால், புதிய நிறுவனம் 6000 நிலுவை அசல் + வட்டி + மற்ற கட்டணங்களைக் கட்டியபின், 3000 சொச்ச ரூபாயை கடனாக கொடுக்கலாம். ஆக, புதிய நிறுவனத்தில் மீண்டும் 10,000 ரூபாய் கடன்.

மோர்ட்கேஜ் (Mortgage)

இந்த வகையிலும் ஒரு சொத்தை, வீட்டுமனை, கட்டடம் போன்ற ஏதோ ஒரு சொத்தைக் கடன் கொடுப்போர் அடமானமாக எழுதிக்கொடுப்பது. ஆனால், இதை ‘பிளெட்ஜ்’ என்று சொல்லாதற்கு காரணம், இது அசையாச் சொத்து. அதனால், சொத்து இருக்கிற இடத்தில்தான் இருக்கும். அதன் உரிமையைக் (டைட்டிலைக்) கடன் கொடுப்பவருக்கு எழுதிக் கொடுப்பது. கடன் திருப்பிக் கொடுக்கப்பட்டதும், மீண்டும் சொத்தின் உரிமையை மாற்றிக்கொள்வது.

உதாரணம், கட்டி முடித்து புழக்கத்தில் இருக்கிற வீட்டின் மீது அல்லது வேறு விதமான கட்டடத்தின் மீது கடன் வாங்குவது. கவனிக்க வேண்டும் இது வீடு கட்டுவதற்கான கடன் அல்ல. வீட்டை அடமானமாக எழுதிக் கொடுத்துப் பெறும் கடன்.

வீட்டுக் கடனை விட இந்த மோர்ட்கேஜ் கடனுக்கு வட்டி கூடுதலாக இருக்கும். அதேபோல சொத்து மதிப்பில் எவ்வளவு சதவீதம், லோன் டூ வேல்யூ’ வாக கடன் தொகை கொடுப்பார்கள் என்பதும் வீட்டுக் கடனில் இருந்து மாறுபடும். வீட்டுக் கடனுக்குத் திருப்பிக்கட்டும் வருமான அளவைப் பொறுத்து, பொதுவாக 90% வரை கூட ‘லோன் டூ வேல்யூ’ இருக்கலாம். ஆனால், மோர்ட்கேஜ் கடன்களில் 70% என்பது போலத்தான் இருக்கும்.

வீட்டுக் கடன் வாங்கினால் அந்தப் பணம் முழுவதையும் வீடு கட்ட, வீட்டுக்காகத்தான் பயன்படுத்த வேண்டும். ஆனால், மோர்ட்கேஜ் கடன்கள் அப்படியல்ல. வீட்டை அடமானம் வைத்து கடன் வாங்கி, அதில் என்ன செலவும் செய்யலாம்.

வீட்டுக் கடன்களுடன் ஒப்பிடும்போது, மோர்ட்கேஜ் கடன் களுக்குத் திரும்பக் கட்டும் காலம் – டென்யூர் – குறைவு. வட்டி விகிதம் கூடுதல். வருமான வரியில் சலுகைகளும் கிடையாது.

மோர்ட்கேஜ் செய்யப்படும் சொத்துக்கள் குறித்து முப்பது ஆண்டு களுக்கான ஆவணங்களைச் சோதித்து பார்ப்பார்கள். அந்தச் சொத்தானது கடன் கேட்பவர் பெயரில், வில்லங்கம் இல்லாமல், கிளியர் டைட்டிஸ் ஆக இருக்கிறதா என்று பார்ப்பார்கள். அதற்கென வங்கிகளில் அங்கீகரிக்கப்பட்ட வழக்கறிஞர்கள் உண்டு. தவிர, இடத்தையும் நேரடியாக வந்து பார்ப்பார்கள். கூடவே மதிப்பீடு செய்பவரை (அப்ரைசர்)அழைத்துப் போய்,

சொத்தை புகைப்படங்கள் எடுப்பார்கள். இடம், வீடு போன்றவையாக இருந்தால், அந்த இடத்துக்குப் போக வழி இருக்கிறதா? அதை எளிதில் விற்பனை செய்ய முடியுமா? அதன் சந்தை மதிப்பு? அவசரத்தில் விற்றால் (டிஸ்டிரஸ் சேல்) என்ன விலைக்கு விற்கமுடியும்? போன்றவற்றையெல்லாம் அப்ரைசர் அவர் வங்கிக்கு சமர்ப்பிக்கும் அறிக்கையில் தெரிவிப்பார். அவற்றையெல்லாம் கருத்தில்கொண்டுதான், சொத்தை மோர்ட்கேஜ் ஆக ஏற்றுக் கடன் கொடுப்பார்கள்.

மோட்கேஜில் ஈக்விட்டபிள் மோர்ட்கேஜ் மற்றும் ரெஜிஸ்டர்டு மோர்ட்கேஜ் என்று இரண்டு வகைகள் இருக்கின்றன.

கடன் கொடுப்பவரும் கடன் பெறுவரும் மட்டும் சேர்ந்து செய்யும் அடமான ஒப்பந்தம், ஈக்விட்டபிள் மோர்ட்கேஜ். இதற்கு ஸ்டாம்ப் டூட்டி 0.1 முதல் 0.2% வரை இருக்கும். இது கடன் கொடுப்பவரின் செலவு. கடன் திருப்பிக் கட்டப்படாவிட்டால், சொத்தை ஏலத்துக்கு விட்டு, பணத்தை வசூல் செய்து கொள்ளலாம். அந்த ஒப்பந்ததை அரசு சொத்து பதிவாளர் அலுவலகத்தில் பதிவு செய்தால் அது, ரிஜிஸ்டர்டு மோர்ட்கேஜ்.

அந்த வழிமுறைகள்படிதான் மோர்ட்கேஜ் இருக்கவேண்டும். தவிர, அப்படி பதிவு செய்ய ‘ஸ்டாம்ப் கட்டணம்’ கட்டவேண்டும். அந்தப் பணம் செலவுதான். திரும்ப வராது. அந்தச் செலவை கடன் வாங்குகிறவர்தான் ஏற்கவேண்டும். கட்டணம் சொத்து மதிப்பில் 5% வரை இருக்கலாம். கடன் திருப்பிக் கட்டப்படாவிட்டால், கடன் கொடுத்தவர், அந்த சொத்தை அவர் விரும்பும் விதம் செய்யலாம்.

நகைக்கடன்கள்

குறிப்பிட்ட அளவு பணத்துக்கான நகைக் கடன் பற்றி முன்பே பார்த்துவிட்டிருக்கிறோம். 3 முதல் 5 லட்சமாக இருக்கலாம். அதற்கு மேல் வாங்கும் கடன்களுக்கு நகை கடன்கள் போல சலுகை வட்டி இருக்காது. அவை ‘கமர்ஷியல்’ எனும் வியாபாரத் தேவைகளுக்காக வாங்கப்படும் கடன்கள் என்பதால் வட்டி அதிகமிருக்கும்.

அடமானக் கடன்

நகைகளை அடமானம் வைத்து கடன் பெறுவது போல, பங்குகள், பரஸ்பர நிதிகள், காப்பீட்டு பத்திரங்கள், பாண்டுகள்

போன்றவற்றைக் கொடுத்து அவற்றின் மதிப்பில் ஒரு பகுதிக்குக் கடன் பெறமுடியும். அவசர காலங்களுக்கு உதவும்.

லெட்டர் ஆப் கிரெடிட் (Letter of Credit LOC)

வியாபாரம் செய்பவர் அவரது பொருட்களை வாடிக்கையாளருக்கு அனுப்புகிறார். அது போய்ச் சேர்ந்தபின், அவர் கொடுக்கும்போது விற்றவருக்குப் பணம் கிடைக்கும். ஒருவேளை வாங்கியவர் பணம் கொடுக்காவிட்டால்?

தவிர, இடைப்பட்ட காலத்தில் வியாபாரம் செய்பவருக்கு 'ஒர்கிங் கேப்பிட'லில் பற்றாக்குறை ஏற்படுமே. அதை சமாளிக்க வேண்டுமே!

இந்த இரண்டுக்குமான தீர்வுதான் லெட்டர் ஆப் கிரெடிட். வாங்கியவர் பணம் கொடுத்துவிடுவார் என்று விற்றவருக்கு வங்கி கொடுக்கும் உத்திரவாதம்தான் லெட்டர் ஆப் கிரெடிட்.

பொருட்களை வாங்குபவர், அவரது வங்கியில் இருந்து அவர் பணம் கொடுத்துவிடுவார் என்கிற கடித உத்திரவாதத்தைப் பெற்று பொருள் விற்பவருக்கு அனுப்புவார். அதைச் செய்வதற்கு பொருட்களை அனுப்பியிருப்பவர், அவர் அனுப்பியிருக்கும் பொருட்கள் விவரம், இன்வாய்ஸ் (பில்) மதிப்பு, போக்குவரத்தின் போது எடுக்கப்பட்டிருக்கும் காப்பீடு விவரங்கள் போன்றவற்றை வங்கியிடம் சமர்ப்பிக்கவேண்டும். அதன் பிறகு 'லெட்டர் ஆப் கிரெடிட்'டைப் பெற்றுக்கொள்ளலாம். அதை வைத்து வங்கியில் பணம் பெறலாம். வாங்கியவர் என்ன காரணத்தினாலோ பணம் கொடுக்காவிட்டால், முழுப்பணத்தையும் வங்கி கொடுக்க வேண்டும். அதனால் யார் சார்பாக வங்கி உத்திரவாதம் கொடுக்கிறதோ அவரிடமிருந்து அதற்கு ஈடான அளவு பணம் அல்லது வேறு சொத்துகளைப் பெற்றுக்கொள்ளும். என்ன தொகைக்கு உத்திரவாதம் கொடுக்கிறதோ அதன் ஒரு குறிப்பிட்ட சதவீதத்தைக் கட்டணமாகவும் பெற்றுக்கொள்ளும்.

என் சார்பாக லெட்டர் ஆப் கிரெடிட் கொடுங்கள் என்று கேட்பவருக்கு வட்டி இல்லை. கட்டணம்தான்.

லெட்டர் ஆப் கிரெடிட்-ல் பல வகைகள் இருக்கின்றன.

எல்லா ஆவணங்களையும் சமர்ப்பித்தவுடன் லெட்டர் ஆப் கிரெடிட் அளவுக்குப் பணம் கொடுத்துவிடுவது ஒருவகை.

இதற்கு, 'சைட் லெட்டர்' (Sight letter) என்று பெயர். பொருள் விற்பவருக்கு உடனடியாக அவருடைய பில்லுக்கு பணம் வங்கியிடம் இருந்து கிடைத்துவிடும்.

அடுத்த வகை, அக்செப்டென்ஸ் கிரெடிட் அல்லது டைம் கிரெடிட் என்று பெயர். இவற்றை யுசான்ஸ் பில்ஸ் (Usance bills) என்றும் சொல்வார்கள். ஆவணங்கள் சமர்ப்பித்தபின் 30 நாட்களுக்குப் பிறகுதான் வங்கியில் இருந்து பணம் கிடைக்கும்.

மற்றொருவகையில் வழங்கப்படும் லெட்டர் ஆப் கிரெடிட்டை வழங்கும் வங்கி நடுவில் ரத்து செய்துவிடலாம். அதற்கு 'ரிவோக்கபிள்' என்று பெயர். அப்படி ரத்து செய்யமுடியாததை 'இர்ரிவோக்கபிள்' என்பார்கள்.

காலம் (Period) - முதலாவது வியாபாரம் நடைபெறும் நாடு களைப் பொறுத்தது. உள்நாட்டுக்குளாகவே நடைபெறும் வியாபாரத்துக்கு 180 நாட்களும், அயல்நாடுகளில் இருப்பவர்களுக் கிடையே நடைபெறும் வியாபாரங்களுக்கு 360 நாட்களும் இது வழங்கப்படும்.

கேஷ் கிரெடிட் - Cash Credit – CC

வாங்கிய பொருள் மீது, கையிருப்புப் பொருள் மீது கடன் வாங்கலாம். அந்தப் பொருட்கள் மீது எவ்வளவு தொகைவரை கடன் கொடுக்கலாம் என்பதை வங்கி முடிவுசெய்யும். பொதுவாக, அது அந்தப் பொருள் மதிப்பில் 70 முதல் 75 சதவீதம் வரை இருக்கலாம்.

ஒரு நிறுவனத்தினுடைய 'வொர்க்கிங் கேபிட்டல்' தேவைகளுக் காகக் கொடுக்கப்படுகிற குறுகிய கால கடன் இது. எதையாவது அடமானம் வைத்து அல்லது ஹைபாதிகேஷன் செய்தால்தான் தருவார்கள். லிமிட் என்ற வரம்பு என்னவாக இருந்தாலும் எடுக்கிற பணத்துக்கு மட்டும் வட்டி போடுவார்கள்.

பொருட்கள் கடன் வாங்கியவரிடமே இருக்கும். ஆனால், அதன் மீதான 'சார்ஜ்' எனப்படும் அதிகாரம் கடன் கொடுத்த வங்கியிடம் இருக்கும்.

பெரும்பாலும் ஓராண்டுக்குக் கடன் கொடுப்பார்கள். மாதாமாதம் வட்டி கட்ட வேண்டும். வட்டியானது கணக்கிலிருந்து எடுத்துக் கொள்ளப்படும். ஒவ்வொரு மாத இறுதியிலும் அடமானப் பொருள் எவ்வளவு இருக்கிறது என்கிற ஸ்டேட்மெண்ட்டை

கடனாளர் கொடுக்க வேண்டும். அதை வைத்துத் தொடர்ந்து எவ்வளவு வரை கடன் கொடுக்கலாம் என்கிற வரம்பு (லிமிட்) மாற்றிக்கொள்ளப்படும்.

பொருட்களை விற்பனை செய்துவிட்டு வரவேண்டிய பணம் இருந்தால் – கிரெடிட் சேல்ஸ் – அதன் மீது கூட சார்ஜ் உருவாக்கலாம். வரப்போகிற பணத்தின் மீது கடன்.

சார்ஜ் கொடுத்த பொருட்களை விற்கலாம். ஆனால் விற்று வந்த பணத்தை வங்கியில் உள்ள கடனுக்கான கணக்கில் கட்டிவிட வேண்டும். குறைந்தபட்சம் 90 சதவீத தொகை வங்கிக்கு வந்து விட வேண்டும்.

பேங்க் கியாரண்டி

தங்களிடம் இருக்கும் அசையா சொத்துகள் அல்லது வேறு சொத்துகளை வங்கியிடம் அடமானம் வைத்து, கடன் தொகையை ஒரு உறுதியளிப்பு சான்றிதழாகப் (கியாரண்டி சர்டிபிகேட்) பெற்றுக்கொள்வதைக் குறிக்கும். அதைத் தனது வியாபாரத்தில் தேவைப்படும் இடங்களில் பயன்படுத்திக்கொள்வது.

உதாரணத்துக்கு ஒரு டெண்டர் எடுப்பதென்றால், டெண்டர் எடுப்பவர், குறிப்பிட்ட தொகையை டிப்பாசிட்டாகக் கட்டுவதற்குப் பதில், பேங்க் கியாரண்டியாகக் கொடுக்க வேண்டியிருக்கும். அதற்கு இதைப் பயன்படுத்துவார்கள்.

டெண்டர் எடுத்த இடத்தில் ஏதேனும் நஷ்டம் அல்லது வேறு இழப்புகள் ஏற்பட்டு, இவர் பணம் கொடுக்கவேண்டி வந்தால், இழப்பு கேட்பவர் அந்த பேங்க் கியாரண்டியைப் பயன்படுத்தி வங்கியிடம் இருந்து பணம் வாங்கிக்கொள்ளமுடியும். வங்கியிடம் சொத்து அடமானம் இருப்பதால், அது பணம் கொடுத்துவிட்டு, இவரிடம் கடன் கொடுத்திருப்பதாக எழுதிக் கொள்ளும். திருப்பிக் கட்டும்வரை வட்டி கட்டவேண்டும்.

நிறுவனத்தின் முதலாளி பெண்ணாக இருந்தால் அல்லது நிறுவனத்தின் முதலீட்டில் 50% பெண்கள் உடையதாக இருந்தால், அவர்கள் பெறும் கடன்களுக்கு சில சலுகைகள் வழங்கப்படுகின்றன.

அடமானப் பொருளுக்கு இன்சூரன்ஸ்

எந்தப் பொருள் மீது கடன் கொடுத்தாலும் அது வீடோ வாகனமோ அல்லது எந்திரங்களோ அவற்றுக்குக் காப்பீடு எடுக்கச்

சொல்வார்கள். அந்த காப்பீட்டுக்கு கட்டும் பிரிமியச் செலவு கடன் வாங்குகிறவருக்குத்தான்.

இவற்றில் கடன் வாங்கியவர்தான் எச்சரிக்கையாக இருக்க வேண்டும். எனக்கு வேண்டிய ஒருவருக்கு பாரத ஸ்டேட் வங்கியில் கல்விக் கடன் வாங்கினோம். சுமார் 12 லட்சம். அதற்கு 20 லட்சம் பெறுமானமுள்ள ஒரு இடத்தை 'மார்ட்கேஜ்' செய்துகொடுத்தோம். அந்த இடத்துக்கு இன்சூரன்ஸ் எடுத்தது வங்கி. அந்த பிரிமியத்தொகையை ஒவ்வொரு ஆண்டும் அவருடைய 'லோன் அக்கவுண்ட்'ல் தொடர்ந்து எழுதி வந்தது. அதனால், வட்டி தவிர காப்பீடு பிரிமியமும் சேர்த்து வாங்கிய கடனைக் கட்டிலும் ஆண்டுக்கு ஆண்டு நிலுவை அதிகமாகும்.

இறுதியாக வட்டி அசல் எல்லாம் கட்டியாயிற்று. எப்படியோ ஒரு 1000 ரூபாயை நிலுவையாகக் காட்டினார்கள். மாணவர் கவனிக்கவில்லை. பிறகு திடீரென்று ஒரு நாள் சில ஆயிரம் ரூபாய்களாக நிலுவைத் தொகை உயர்ந்தது. பதறிக்கொண்டு போய் அவர்களைப் பார்த்தால், உரிய நபரை சுலபத்தில் சந்திக்க முடியவில்லை. பின்பு அவர் சாவாதனமாக ச் சொன்னார், 'உங்கள் அடமான சொத்துக்கு மீண்டும் காப்பீடு எடுத்திருக்கிறோம்' என்று.

வெறும் 1000 ரூபாய் நிலுவைக்கு, 20 லட்ச ரூபாய் சொத்து அடமானம். அது தொடரலாம். ஆனால் கண்மூடித்தனமாக அந்த 20 லட்சத்துக்கும் ஓராண்டுக்குக் காப்பீடு புதிப்பித்திருக்கிறார்கள். அதை என்னவென்று சொல்ல! என்ன முயற்சித்தும் அந்தப் பணத்தைக் கட்டினால்தான் அடமானத்தை விலக்க முடியும் என்று சொல்லிவிட்டார்கள். பாவம் கட்டினார் அவர்.

ஒவ்வொரு வங்கிக்கும் கடன் தரும் நிறுவனங்களுக்கு ஏதாவது சில காப்பீடு நிறுவனங்களுடன் ஒப்பந்தம் இருக்கும். அதனால் நாம் ஏதும் சொல்லாதபட்சம் அவர்களே அந்த நிறுவனத்தில் காப்பீடு எடுத்துவிடுவார்கள். மற்ற நிறுவனங்களைக் காட்டிலும் பிரிமியம் அதிகமாக இருக்கலாம்.

காப்பீடு அவசியம் என்று கட்டாயப்படுத்தலாமே தவிர, இன்ன நிறுவனத்தில்தான் எடுக்கவேண்டும் என்று கட்டாயப்படுத்த முடியாது. கடன் பெறுகிறவர் அதை மறுக்கலாம். அவர் தேர்வு செய்யும் நிறுவனத்தில் நமக்கு வேண்டிய இடத்தில் காப்பீடு எடுத்து வங்கியிடம் கொடுக்கலாம். இழப்பீடு தரும் நிலை வந்தால் அதில் முதல் உரிமை கடன் கொடுத்த வங்கிக்கு என்று காப்பீடு பாலிசியில் எழுதப்பட்டிருந்தால் போதும்.

‘சேங்ஷன் லெட்டர்’ எனும் கடன் வழங்கல் கடிதம்

வங்கிக் கடன்தானே... அதிலும் பொதுத்துறை வங்கி கடன் அல்லவா என்று சிலர் அலட்சியமாக இருப்பார்கள். தங்களுக்குப் பாதகமாக ஏதும் இருக்கிறதா என்று கவனமாக நடந்துகொள்ள மாட்டார்கள். ஒருவருக்கு கடன் வழங்க முடிவு செய்யும் தகவலை, வங்கி அதன் ‘ஒப்புதல் கடிதம்’ என்று சொல்லிக்கூடிய ‘சேங்ஷன் லெட்டர்’ அல்லது ‘சேங்ஷன் டிக்கெட்’ மூலம் தெரிவிக்கும்.

அந்தக் கடிதத்தில் கடன் குறித்த பல்வேறு விஷயங்கள் விவரமாக எழுதப்பட்டிருக்கும். அவற்றில் கையெழுத்து போட்டுவிட்டால் எல்லாவற்றுக்கும் ஒப்புக்கொண்டது போலதான். எழுதப் பட்டிருக்கும் அத்தனையும் கடன் வாங்குகிறவருக்குச் சாதகமாக அல்லது முழுவதும் ஒப்புக்கொள்ளக்கூடிய விதமாக, அப்படியே ஏற்றுக்கொள்ள வேண்டியதாக இல்லாமல் போகலாம். இருக்க வேண்டிய அவசியமில்லை. வங்கி அல்லது கடன் தரும் நிறுவனம், அதன் பணத்தைப் பாதுகாப்பாக வைத்துக் கொள்வதற்கும் நல்ல வருமானம் பார்ப்பதற்கும் ஏற்ற வகையில் அதில் பல நிபந்தனைகளை எழுதியிருக்கலாம்.

அந்தக் கடிதத்தை பொறுமையாகப் படித்து பார்க்க வேண்டும். இயலாவிட்டால் அதற்கு ஒரு நகல் எடுத்துக் கொண்டு போய் (செல்போனிலேயே படம் பிடிக்கலாம்) விபரம் அறிந்தவரிடம் காட்டிக் கேட்டுத் தெரிந்துகொள்ளவேண்டும்.

கடன் குறித்த விவரம் என்பது என்ன தொகை தருகிறார்கள், என்ன வட்டி என்பது மட்டுமில்லை. அதில் கடன் வாங்கியவரைக் கட்டுப்படுத்தும் இன்னும் சில விஷயங்களும் எழுதப்பட்டிருக்கும்

- கடன் தொகை எவ்வளவு?
- கடன் எப்படிப்பட்ட வகையைச் சேர்ந்தது? (டெர்ம் லோனா, கேஷ் கிரெடிட்டா (CC யா?) டிமாண்ட் கடனா?)
- கடன் வாங்குகிறவர் முன்னதாக கட்டவேண்டிய மார்ஜின் தொகை எவ்வளவு?
- கடனைத் திருப்பி கட்டுகிற வழிமுறை என்ன? ஈ.எம்.ஐ.யா? எத்தனை மாதங்கள்?
- வட்டி இல்லாத காலகட்டம், ‘மாரடோரியம் பீரியட்’ ஏதும் உண்டா?
- எவ்வளவு காலத்துக்கு?

- வட்டி விகிதம் என்ன?
- வட்டி விகிதம் எப்போதெல்லாம் மாறும். அது எப்படி முடிவு செய்யப்படும்? எதோடு தொடர்புடையது? (ரிப்போ ரேட் அல்லது வேறு எதுவுமா?)
- யார் கடனுக்கு உறுதியளிக்கிறார்? கியாரண்டார் யார்?
- கடனுக்கு எது என்ன அடமானம்?
- காலம் தாழ்த்திக் கட்டும் வட்டிக்கு அபராதம் என்ன?
- கடன்காரர் கணக்குக்குத் தணிக்கை (ஆடிட்) உண்டா? எவ்வளவு மாதங்களுக்கு ஒரு முறை?
- அதற்கான செலவுகளை யார் ஏற்றுக் கொள்வது?
- கடன் தொடர்பான விவரங்களுக்கு வங்கியில்/ நிறுவனத்தில் யாரை தொடர்பு கொள்வது?

இப்படிப்பட்ட கடிதத்தை பாதுகாப்பாக, தனியாகத் தேவைப்படும் நேரம் எடுத்துப் பார்க்கும் வண்ணம் வைத்துக் கொள்ளவேண்டும். தவிர, முக்கியமாகக் கவனிக்க வேண்டிய விஷயங்களைப் படித்துத் தெரிந்துகொண்ட உடனேயே எளிதாக எடுப்பாகத் தெரியும் நிறம் கொண்டு ‘ஹைலைட்’ செய்து வைத்துக்கொள்ளவேண்டும்.

சில முக்கிய பதங்கள் (டெர்ம்ஸ்)

வங்கியில் வாங்கும் கடன்களைப் பொறுத்தவரை பலவிதமான பதங்கள் பயன்படுத்தப்படுகின்றன. அவை ஒவ்வொன்றுக்கும் வெவ்வேறு அர்த்தம். அதைச் சரியாகப் புரிந்துகொள்வதற்காக அப்படிப்பட்ட சில முக்கிய பதங்களை ஒன்றோடு ஒன்று ஒப்பிட்டுப் பார்த்துவிடலாம்.

பிளெட்ஜ் (Pledge)

பிளெட்ஜ் என்றால் அடமானம் என்று சொல்லலாம். நகைகளை அல்லது வேறு மதிப்புமிக்க பொருட்களை அடமானமாகக் கொடுத்து, அவற்றின் சந்தை மதிப்புக்குச் சற்று குறைந்த தொகையைக் கடனாகப் பெற்றுக்கொள்வது.

அடமானத்துக்குப் பொருளைக் கொடுப்பதால், அதுவும் அந்தப் பொருள் முழுவதுமாகக் கடன் கொடுப்பவர் கட்டுப்பாட்டில் இருப்பதால், வேறு உத்தரவாதங்கள் தேவைப்படாது. கடன் கிடைப்பதும் சுலபம். உதாரணம், நகை கடன்கள்.

ஹைபாதிகேஷன் (Hypothication)

தங்கத்தை அடமானம் கொடுத்தால் அதை வாங்கி, வங்கி அதன் பாதுகாப்பு பெட்டகத்தில் வைத்துக்கொள்ளும். ஆனால், கார் வண்டி போன்ற வாகனங்களை கடன் கொடுத்தவர் அவ்வாறு அவர் கட்டுப்பாட்டில் வைத்துக்கொள்ளமுடியாது. அதனால் அவை கடன் பெற்றவரிடமே இருக்கும். அவற்றை அவர் பயன்படுத்தலாம். ஆனால், விற்க முடியாது. காரணம் அடமானமாக அவற்றின் ஆர்.சி. புத்தகம் போன்ற உரிமைகள் கடன் கொடுத்தவர் வசமிருக்கும். கடன் கட்டிய பின்புதான் திரும்பக் கொடுப்பார்கள்.

அசையும் மதிப்புள்ள வேறு பொருட்களையும் அடமானம் கொடுக்கலாம். அதற்காகப் பொருட்களைக் கடன் கொடுப்பவர்கள் இடத்துக்குக் கொண்டுபோக வேண்டிய அவசியமில்லை. முழுக்கடனையும் கட்டாத பட்சம் அந்தப் பொருட்கள் மீது கடன் கொடுத்த நிறுவனம்/ வங்கிக்கு உரிமை இருப்பதாக எழுதிக் கொள்ளப்படும் ஓர் ஒப்பந்தம் இது.

மற்றபடி அந்தப் பொருட்களின் உரிமை என்பது அடிப்படையில் பெயர் மாற்றம் செய்யப்படமாட்டாது. அந்தப் பொருட்களை விற்பது, அதில் வரும் லாபத்தை எடுத்துக்கொள்வது போன்ற வற்றைக் கடன் வாங்கியவர்கள் தாராளமாகச் செய்யலாம். ஆனால், அவற்றை விற்று வரும் பணத்தில் இருந்து பெரும்பகுதியை, கிட்டத்தட்ட 90 சதவீதத்தை கடன் வாங்கிய கணக்கில் கட்டிவிடவேண்டும்.

கேஷ் கிரடிட் கடன் (சி சி)

ஒரு நிறுவனத்தின் 'வொர்க்கிங் கேபிடல்' தேவைகளுக்காகக் கொடுக்கப்படுகிற குறுகிய காலக் கடன். எதையாவது அடமானம் அல்லது ஹைபோத்திகேஷன் செய்தால் தருவார்கள். கொடுக்கிற பணத்துக்கு மட்டும் வட்டி போடுவார்கள்.

ஒருவர் அவர் வாங்கும் பொருட்கள் மற்றும் கையிருப்புப் பொருட்கள் மீது கடன் வாங்கலாம். அந்தப் பொருட்கள் மீது எவ்வளவு தொகை வரை பணம் கடனாகக் கொடுக்கமுடியும் என்பதை வங்கி/ கடன் தரும் நிறுவனம் முடிவு செய்யும். பொதுவாக அது அந்தப் பொருட்களின் சந்தை மதிப்பில் 70 முதல் 75 சதவீதம் வரை இருக்கலாம்.

பொருட்கள் முதலாளியிடம்தான் இருக்கும் ஆனால், அதன் மீதான 'சார்ஜ்' வங்கியிடம் இருக்கும்.

பெரும்பாலும் ஓராண்டுக்கான கடன் இது. மாதாமாதம் வட்டி கட்ட வேண்டும். வட்டிப் பணம் கடனாளர் கணக்கிலிருந்து எடுத்துக்கொள்ளப்படும். ஒவ்வொரு மாத இறுதியிலும் தங்களிடம் எவ்வளவு பொருட்கள் இருக்கின்றன என்கிற தகவலை ஸ்டேட்மெண்ட் ஆக வங்கியிடம் கொடுக்க வேண்டும். அதை வைத்து மேலும் எவ்வளவு கடன் என்கிற வரம்பு நிர்ணயிக்கப்படும்.

பொருட்களை விற்பனை செய்ததால் வாடிக்கையாளரிடமிருந்து பணம் வரவேண்டியிருந்தால், (அதை கிரெடிட் சேல்ஸ் என்பார்கள்) அதன் மீது கூட சார்ஜ் உருவாக்கலாம். கடன் பெறலாம். பொருட்களை விற்ற பணத்தை வங்கியில் கட்டிவிட வேண்டும் குறைந்தபட்சம் 90 சதவீத தொகை வங்கிக்கு வந்து விட வேண்டும்.

மார்ஜின் பணம்

மார்ஜின் பணம் என்றால், கடன் பெறுகிற நபர் கடன் வாங்கி செய்யும் முதலீட்டில், அவரது பங்காக கொடுக்கிற தொகை. உதாரணத்திற்கு ஒருவர் 40 லட்சத்துக்கு வீடு வாங்க கடன் கேட்டால், அவர் வீட்டின்மொத்த மதிப்பில் ஒரு பகுதியை (சுமார் 20%) வீடு வாங்க செலவழிக்கவேண்டும். மீதம் 80% த்தான் வங்கியோ வேறு நிறுவனமோ கொடுக்கும்.

50 லட்சம் பொறுமானமுள்ள வீட்டிற்கு, கடன் பெறுகிறவர் 10 லட்சம் போட்டுவிட்டு 40 லட்சம் கடன் கேட்கலாம். அந்த 10 லட்சம்தான் மார்ஜின் பணம்.

அவர் எவ்வளவுதான் ஈடு (செக்யூரிட்டி) கொடுத்திருந்தாலும் அவர் பங்காக ஒரு பணத்தை போட்டால்தான் வங்கிகளோ நிறுவனங்களோ மீதியைக் கடனாகக் கொடுக்கும். கடனுக்கு கடன் மற்றும் நிறுவனத்திற்கு நிறுவனம் வழங்கப்படும் சதவீதம் மாறுபடும். வெகு சில அதிக பொருமானமுள்ள மற்றும் நெடுங்காலம் ஒழுங்காக தவணிஅ கட்டியவர்களுக்கு மட்டும் மார்ஜின் பணத்தில் விலக்கு அளிக்கலாம்.

லீன் – Lein

ஒருவர் தன்னுடைய வைப்பு நிதி (FD) அல்லது வேறு எதன் மீதாவது கடன் வாங்கியிருந்தால் – அது லீன் செய்யப்பட்டது

என்று அழைக்கப்படும். கடன் அளவைவிடக் கூடுதல் மதிப்பு இருக்கிற சொத்தை வங்கிக்கு ஒருவர் லீன் செய்து கொடுத்திருக்கிற பட்சம் ஒரு பகுதி கடனை அடைத்த பின்பும்கூட வங்கி அந்த சொத்தை, கடன் வாங்கியவர் பெயருக்கு எழுதித் தராது. காரணம், இன்னும் கடன் பாக்கி இருக்கிறது. கடன் முழுமையாக தீர்ந்தபாடில்லை.

லோன் டு வேல்யு (LTV)

இந்த அளவை 'லோன் டு வேல்யு' என்பார்கள். மொத்த மதிப்பில் எவ்வளவு கடன் என்று குறிப்பிடுவது. பொதுவாக 75 முதல் 80% வரை இருக்கலாம். மார்ஜின் பணம் நிச்சயமாக சொந்தப் பணமாகத்தான் இருக்கவேண்டும். வங்கியில் கணக்கு திறந்து கடன் பெறும்முன் மார்ஜின் பணத்தைக் கட்ட வேண்டும். அல்லது வாகனக்கடன், வீட்டுக்கடன், எந்திரங்கள் வாங்க கடன் போன்றவற்றில், மார்ஜின் பணத்தை பொருள் விற்பவரிடம் கொடுத்துவிட்டு அதன் ரசீதை வங்கியில்/ நிறுவனத்தில் கொடுக்கவேண்டும்.

பேடே லோன்

வெளிநாடுகளில் கைமாற்றுக் கடனை கூட முகம் தெரியாவர்களிடம் வாங்கலாம். அதற்கு வட்டி கூடுதலாக இருக்கும். கடனை உடனடியாக அல்லது ஆறு மாதங்களுக்குள் திருப்பிக் கொடுத்துவிட வேண்டும். அதற்குப் பெயர் பேடே லோன் (Payday Loan).

சம்பளத்தின் ஒரு பகுதியை மாதா மாதம் கட்டுவது போல தவணை அமைப்பார்கள். கட்டவேண்டிய வட்டியும் அசலும் தவணைகளாக ஆறு மாதங்களில் முடிந்துவிடக் கூடிய அளவு கடன் கொடுப்பார்கள்.

என்.பி.ஏ - Non Performing Asset (NPA)

வழங்கப்பட்ட கடனுக்கு வட்டி கட்ட வேண்டும். ஒப்புக் கொண்ட நேரத்தில் அசலைத் திருப்பிக் கட்டவேண்டும். வழங்கப் பட்ட கடன்களில் இருந்து கடன் கொடுத்த நிறுவனத்துக்குப் பணம் வந்து கொண்டிருந்தால் அதன் பெயர், செயல்பட்டுக் கொண்டிருக்கும் சொத்து (பால் கறக்கும் மாடு). Performing Asset. அப்படி ஏதும் நடக்காவிட்டால், அது செயல் இழந்த கடன். அதைத்தான் 'நான் பெர்ஃபார்மிங் அசெட்' என்று ஆங்கிலத்தில் சொல்கிறார்கள். சுருக்கமாக, NPA.

ஒரு வங்கி அல்லது கடன் வழங்கும் நிறுவனம் அதன் கடன்களை இந்த வகையில் செயல்படுபவையா செயல்படாதவையா என்று வகைப்படுத்தி ரிசர்வ் வங்கிக்குத் தெரிவிக்க வேண்டும். சில நாட்கள் அல்லது ஒன்றிரெண்டு மாதங்கள் வரை கட்டாமல் இருந்தால் அந்தக் கடன், NPA ஆக கருதப்படமாட்டாது. ஆனால், 90 நாட்கள் வரை அந்தக் கடன் கணக்குக்கு எந்த வரவும் வராமல் இருந்தால் அது NPA ஆகக் கருதப்படும்.

NPA ஆனதாலேயே நிறுவனத்துக்குப் பணம் தரவேண்டியதில்லை என்று அர்த்தமில்லை. பணம் வசூலாகாமல் இருக்கிறது என்று மட்டுமே அர்த்தம்.

‘ஒன் டைம் செட்டில்மெண்ட்’

வியாபார நஷ்டம் போன்றவற்றால் சிலரால் அவர்கள் வாங்கிய கடனைக் கட்ட முடியாது. அது, NPA வாக ஆகி சில ஆண்டுகள் கூட ஓடிவிடும். கடன் கொடுத்த நிறுவனம் தொடர்ந்து முயற்சிகள் எடுத்தாலும் பலன் இருக்காது. அதுபோன்ற நேரங்களில், அபராத வட்டி, கட்டணங்கள், வட்டிக்கு வட்டி போன்ற சிலவற்றைத் தள்ளுபடி செய்துவிட்டு (கிடைத்தவரை சரி என) அசலைமட்டும் கூட வாங்கி கொள்ளத் தயாராகும். அதற்கு ‘ஒன் டைம் செட்டில்மெண்ட்’ என்று பெயர். கணக்கு முடித்துக்கொள்வது.

கடன்கொடுத்த நிறுவனம் கடன்காரர் கொடுக்கும் பணம் இல்லாவிட்டால் அவர் கடனுக்காக ஏற்கனவே அடமானம் கொடுத்திருந்த அல்லது இப்போது கொடுக்க சம்மதிக்கும் சொத்துக்களைப் பொது ஏலத்தில் விற்று பணமாக்கிக்கொண்டு கணக்கை முடித்துக்கொள்ளும்.

கடனுக்குக் கொடுக்க வேண்டிய பணத்துக்குக் காலியிடங்களைக் கொடுத்தால் சீக்கிரம் வாங்குவார்கள். ஊருக்கு வெளியில் உள்ள இடம் என்றால் ஏற்பது சிரமம். விற்க எவ்வளவு காலம் ஆகும் என்றும் வேல்யுவேஷனும் பார்ப்பார்கள். எந்த வேல்யுவேஷன் ரிப்போர்ட்டுக்கும் வழங்கப்பட்ட தேதியில் இருந்து ஓராண்டுதான் மதிப்பு. அதற்குள் வேலை முடியாவிட்டால் மீண்டும் மற்றொரு வேல்யுவேஷன் ரிப்போர்ட் புதிதாக வாங்க வேண்டும்.

அடமானம் கொடுத்த சொத்துகள் ஏலம் போகாமல் தடுக்கச் சொல்லிக் கேட்டால், நிலுவைத் தொகையில், குறிப்பிட்ட சதவீதம் (25 சதவீதம் என்பதுபோல) உடனடியாக கட்டுங்கள் நடவடிக்கையை நிறுத்தி வைக்கலாம் என்பார்கள்.

சர்ஃபாசி சட்டம் 2002

The Securitisation and Reconstruction of financial assets and enforcement of security interest act, 2002 என்பதன் சுருக்கம்தான் சர்ஃபாசி சட்டம் 2002.

இந்தச் சட்டத்தின்படி கடன் வழங்கிய நிறுவனங்கள் அவர்களுக்கு வரவேண்டிய நிலுவைத் தொகையை விரைவாக வசூலிக்க முடியும்.

இந்தச் சட்டம் வருவதற்கு முன்பு, சொத்துகளை அடமானம் வைத்து கடன் வாங்கியவர்கள் கடனைக் கட்டவில்லை என்றால், கடன் கொடுத்த நிறுவனம் நீதிமன்றத்தில் சிவில் வழக்குதான் போட இயலும். அது முடிந்து பணம் கைக்குக் கிடைக்க வெகு காலம் ஆகும்.

சர்ஃபாசி யின் கீழ் மீட்பு என்பது அடமானம் (செக்யூர்டு) கடன்களுக்கு மட்டுமே பொருந்தும். அதனால் நிலுவைத் தொகையை வசூலிக்க கடன் வழங்கிய நிறுவனங்கள் தங்களிடம் அடமானம் வைக்கப்பட்டுள்ள சொத்தை ஏலம் விடலாம்.

குறு மற்றும் நடுத்தர நிறுவனங்கள் (MSME) பெறும் வீட்டுக் கடன்கள், சொத்து மீதான கடன் மற்றும் பிணையத்தின் மீதான கடன் ஆகியவற்றுக்கு இது பொருந்தும். சர்ஃபாசி சட்டத்தின் கீழ், கடன் வழங்குபவர் 60 நாள் அறிவிப்புக்குப் பிறகு சொத்து அல்லது அடமானம் வைத்த சொத்துக்களைக் கையகப்படுத்தலாம்.

கடன் வழங்குபவர்கள் உடைமைகளைக் கையகப்படுத்தலாம். அல்லது அடமானம் வைக்கப்பட்டுள்ள சொத்தை எந்த நீதிமன்றம் அல்லது மூன்றாம் தரப்பினரின் தலையீடு இல்லாமல் அவற்றை விற்கலாம். அல்லது பெயர் மாற்றலாம். சொத்து ஏலம் விடப்பட்டவுடன், கடன் வழங்குபவர் அதன் நிலுவைத் தொகையைக் கழித்துவிட்டு, மீதமுள்ள நிதியைச் சொத்து உரிமையாளருக்கு செலுத்தவேண்டும்.

கியாரண்டாருக்குப் பிரச்னை

கடன் பெற்றவர் கடனைக் கட்டாதபட்சம், அவருக்கிருக்கும் பொறுப்புதான் கியாரண்டி கொடுத்தவருக்கும் இருக்கும். கியாரண்டி கொடுத்தவருக்கும் நோட்டீஸ் போகும். ரிமைண்டர் நோட்டீஸ், ரிகால் நோட்டீஸ் என இரண்டும் போகும்.

உங்கள் கணக்காக இருந்தால் அதைத் தட்டச்சு செய்யலாம். கேரன்டி கொடுத்தவர் அவருடைய சொத்தை மோர்ட்கேஜ் செய்து இருந்தால் சர்பாசி நோட்டீஸும் போகும். வங்கியாளர்களைச் சந்தித்து, விளக்கம் கொடுத்தது, நேரம் கேட்கலாம். கிடைக்கும். நோட்டீஸை வாங்கி வைத்துக் கொண்டு சும்மா இருக்கக்கூடாது.

8
வட்டி

உலகத்தில் சிறந்தது எது? ஓர் உருவமில்லாதது எது?
ஒவ்வொரு நாட்டிலும் ஒவ்வொரு வீட்டிலும்
அனுபவமாவது அது. அனுபவமாவது அது.
அது... எது?

என்று தொடங்கி, உலகத்திலேயே சிறந்தது எது என்று முடிக்கவேண்டும். இப்படியாக, 'பட்டணத்தில் பூதம்' என்கிற திரைப்படத்தில் ஒரு போட்டி நடைபெறும். போட்டியில் கலந்துகொள்ளும் கதாநாயகி கே.ஆர்.விஜயா, உலகத்தில் சிறந்தது காதல்தான் என்பார். மூன்றாவதாகப் பாடும் கதைநாயகர் ஜெய்சங்கர் தாய்மைதான் உலகத்தில் சிறந்தது என்று பாடி, பரிசைத் தட்டிச் செல்வார். கவியரசு கண்ணதாசன் எழுதிய பாடல் அது.

போட்டியில் இரண்டாவதாகப் பாடும் நகைச்சுவை நடிகர் நாகேஷ், உலகத்தில் சிறந்தது, ஓர் உருவமில்லாதது, ஒவ்வொரு நாட்டிலும் ஒவ்வொரு வீட்டிலும் அனுபவமானது 'வட்டி'. என்பார். அவருக்கு பரிசு கிடைக்கவில்லை என்பது வேறு விஷயம். ஆனால், அவர் சொன்னதுபோல், வட்டி என்பது உருவமில்லாதது என்பதும் பலருக்கும் பல நாடுகளிலும் அனுபவமாகிறது என்பதும் இன்றளவும் சரியாகத்தான் இருக்கிறது.

ஏன் வட்டி?

ஒருவர் தன்னுடைய உழைப்பை, நேரத்தை, அறிவை, திறமையை செலவிட்டால் அதற்கு பதிலாக அவருக்கு சம்பளம் அல்லது சன்மானம் என்று ஏதோ ஒன்று கிடைக்கும்.

ஒருவர் தனக்குச் சொந்தமான நிலம், வீடு, கடை, வாகனம் போன்ற எதையேனும் அடுத்தவர் பயன்படுத்துவதற்குக் கொடுத்தால், அதற்குப் பதிலாக அவருக்கு குத்தகைப்பணம், வாடகை, அல்லது கட்டணம் என்று ஏதோ ஒரு பெயரில் பணம் கிடைக்கும்.

அதேபோல ஒருவர் தன்னிடம் இருக்கும் பணத்தை வேறு ஒருவருக்கு நிரந்தரமாகக் கொடுத்துவிட்டால் அதன் பெயர், தானம் அல்லது தர்மம். அதற்குக் கட்டணம் ஏதும் இல்லை. ஆனால், தற்காலிகமாக வேறு ஒருவர் பயன்படுத்திக்கொள்ளக் கொடுத்துவிட்டு பின்பு அதைத் திரும்ப தரவேண்டும் என்றால் அதன் பெயர், கடன். அப்படிக் கடனாகக் கொடுக்கும் பணத்துக்கு வாடகை போன்றது வட்டி.

வீடு, இடம் போன்றவற்றை வேறு ஒருவர் பயன்படுத்தினால், சொத்து தேய்மானம் ஆகிறது. அதற்காக வாடகை கேட்கிறார்கள். ஆனால் பணம் திருப்பிக் கொடுக்கும்போது வாங்கிய அளவிலேயே இருக்கும். அதற்குத் தேய்மானம் உண்டா? என்று கேட்கலாம்.

பணத்துக்கும் தேய்மானம் உண்டு. பணம் தேய்மானம் ஆகக் காரணம், ‘இன்பிளேஷன்’ எனப்படும் பணவீக்கம்.

விலைவாசி பத்து ஆண்டுகளுக்கு முன்பு இருந்த அதே அளவில் இப்போதும் இருக்கிறதா? இரண்டுக்கும் இடையே இருக்கும் வேறுபாடுதான் பணவீக்கம். அல்லது கடந்த ஆண்டு 1,000 ரூபாய்க்கு வாங்கி அளவு பொருட்களை அடுத்த ஆண்டு வாங்குவதற்கு அதே ஆயிரம் ரூபாய் போதுமா? உயர்ந்திருக்கும் விலைவாசியில் கடந்த ஆண்டு ஆயிரம் ரூபாயாக இருந்த பணத்தின் அடுத்த ஆண்டு மதிப்பு, ரூபாய் 910 அல்லது 930 என்பதுபோலக் குறைந்திருக்கும்.

அந்தத் தேய்மானத்தை ஈடுகட்டுவதற்காக வழங்கப்படும் கட்டணம்தான் வட்டி.

உலகெங்கும் பயன்பாட்டுப்பொருட்களின் விலைகள் தொடர்ந்து உயர்ந்து வருகின்றன. அதிலும் குறிப்பாக வளரும் நாடுகளில் ஆண்டுக்காண்டு விலைவாசி அதிகமாக உயரும். அதனால் வட்டி

விகிதங்களும் கூடுதலாகவே இருக்கும். ஆனால், வளர்ந்த நாடுகளில் பணவீக்கமும் அதனால் வட்டி விகிதங்களும் குறைவாக இருக்கும்.

வங்கியில் ஒரு லட்ச ரூபாய் வைப்பு நிதியாகப் போட்டுவைத்தால் ஓராண்டு கழித்து அதே பணத்தைத் திரும்பப் பெறும்போது, வட்டியும் சேர்த்து, ஒரு லட்சத்து ஆறாயிரம் ரூபாயாகத் தருவார்கள் அந்த ஆறாயிரம் என்பது பணத்துக்கான வாடகை போல.

வட்டி விகிதம் எப்படி முடிவாகிறது?

மற்ற பலவற்றின் விலைகளைப் போலவே, பணத்துக்கான தேவை (டிமாண்ட்) மற்றும் இருப்பு (சப்ளை) ஆகியவற்றைப் பொறுத்துத்தான் வட்டி விகிதங்களும் முடிவாகின்றன என்று சொல்லலாம். அதிகமான நபர்களுக்குப் பணம் தேவைப்படும் போது, அதிகத் தொகைகள் தேவைப்படும்போது, கொடுப்போரிடம் இருக்கும் பணத்தின் அளவு குறைவாக இருந்தால், வட்டி விகிதம் அதிகரிக்கும். அதே போல அதிகமான நபர்கள் பணம் கொடுக்கத் தயாராக இருந்து, மிகக் குறைவான நபர்களே கடன் வாங்கத் தயாராக இருந்தால், வங்கி வட்டி விகிதம் குறையும். இது பொதுவான விதி. ஆனால் இதில் அரசுகள் பல்வேறு காரணங்களுக்காக ரிசர்வ் வங்கி மூலம் தலையிடுகின்றன.

யதார்த்தத்தில் உலக நாடுகள் பெரும்பாலானவற்றில் அந்தந்த நாடுகளின் மத்திய ரிசர்வ் வங்கிகள்தான் வட்டி விகிதங்களை முடிவு செய்கின்றன.

நாட்டில் இயங்கும் பல்வேறு 'கமர்ஷியல்' வங்கிகள் தனிநபர்கள் மற்றும் நிறுவனங்களிடம் இருந்து பல லட்சம் கோடி ரூபாய்களை வைப்புத் தொகைகளாகப் பெறுகின்றன. அவற்றைத் தேவைப் படுகிறவர்களுக்குப் பலவிதமான கடன்களாகக் கொடுத்து, லாபம் சம்பாதிக்கின்றன. அதில் ஏதேனும் சிக்கல்கள் வந்தால் பொது மக்கள் பணம் காணாமல் போகும். மக்கள் பாதிக்கப்படுவார்கள்.

அந்த நிலையைச் சமாளிப்பதற்காக, அனைத்து வங்கிகளும் அவற்றிடம் டெப்பாசிட்டாக இருக்கும் பணத்தில், 18 சதவீதத்தை (ஏப்ரல் 2022 நிலவரப்படி) ரிசர்வ் வங்கியிடம் கொடுத்து வைக்கவேண்டும் என்பது சட்டம். ஏதாவது ஒரு வங்கிக்குப் பிரச்னை வந்தால், இந்தப் பணத்தில் இருந்து சமாளிக்கலாம் என்பது திட்டம். இந்தத் தொகைக்கு ஸ்டாடுடரி லிக்விட்டிட்டி ரேஷியோ (SLR) என்று பெயர்.

தங்களிடம் இருக்கும் பணம் போதாமல் வங்கிகள், ரிசர்வ் வங்கியில் இருந்து கடன் வாங்கும்போது அதற்கு என்ன வட்டி கட்டவேண்டும் என்பதை ரிசர்வ் வங்கியின் மானிடரி பாலிசி கமிட்டி தீர்மானம் செய்கிறது. அந்த வட்டியின் பெயர் ரிப்போ ரேட். Repurchase agreement or repurchasing option என்பதன் சுருக்கம். இந்த ரிப்போ ரேட்தான் நாட்டின் அதிகாரபூர்வமான, அடிப்படையான வட்டி விகிதமாகப் பார்க்கப்படுகிறது.

தற்போது ஆகஸ்ட் 2002-22ல் ரிப்போ ரேட் 4.9 சதவிகிதமாக இருக்கிறது. இதே அளவு அல்ல. ஆனால் இதை ஒட்டித்தான் நாட்டில் வட்டி விகிதங்கள் அமையும்.

கடந்த சில ஆண்டுகளில் இந்தியாவில் இருந்த ரிப்போ ரேட் வீதங்கள் வருமாறு:

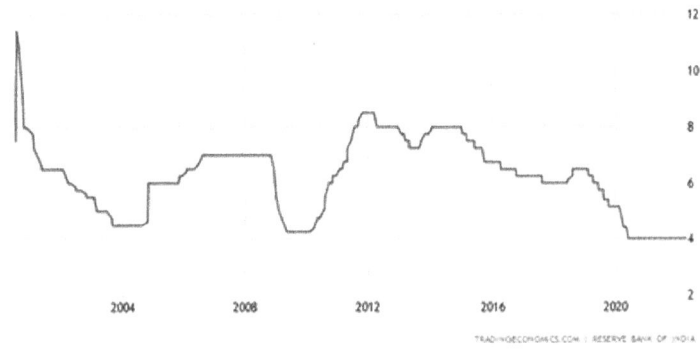

இதை முடிவு செய்து அறிவிப்பது ரிசர்வ் வங்கியின் கீழ் பணியாற்றும் 'மானிட்டரி பாலிசி கமிட்டி' என்கிற ஒரு அமைப்பு. குறிப்பிட்ட இடைவெளிக்கு ஒரு முறை (மூன்று மாதங்களுக்கு ஒரு முறை) இந்தக் கூட்டத்தில் நாட்டில் நிலவும் விலைவாசி, பணவீக்கம், வளர்ச்சி போன்றவற்றைக் கருத்தில் கொண்டு, வெளிநாடுகளில் இருக்கும் பணவீக்கம் வளர்ச்சி, தேவைகள் போன்றவற்றையும் கருத்தில் கொண்டு, விவாதித்து முடிவு செய்யப்படும்.

இப்படிப்பட்ட ரிப்போ ரேட் மாற்ற அறிவிப்புகள் வந்தால், உடனே நாட்டில் இருக்கும் பல்வேறு வங்கிகளும் பின்னர், தொடர்ச்சியாக மற்ற நிதி நிறுவனங்களும் அவை கொடுத்திருக்கிற மற்றும் வாங்குகிற கடன்களுக்கான வட்டி விகிதங்களை மாற்றும்.

வங்கிகளும் நிதி நிறுவனங்களும் ரிப்போ ரேட் தவிர, அந்தந்த வங்கிகளுக்கான தனிப்பட்ட செலவுகள், லாபம் போன்ற வற்றைக் கருத்தில் கொண்டு கூடுதல் வட்டி விகிதத்தைச் சேர்த்து அவை கடன் கொடுத்தால் என்ன வட்டி விகிதத்தில் கொடுக்கும் என்று அறிவிக்கும். இதை வங்கியின் 'லெண்டிங் ரேட்' என்பார்கள்.

வங்கிகளும் நிதி நிறுவனங்களும் அவை பெற்றுக்கொள்ளும் டிப்பாசிட்டுகளுக்குக் கொடுக்கும் வட்டி விகிதத்துக்கும், அவை கடன் வழங்கும் போது வசூலிக்கும் வட்டி விகிதங்களுக்கும் இடையே உள்ள வேறுபாடுதான் அவற்றின் வருமானம். இதை 'நெட் இன்ட்ரஸ்ட் மார்ஜின்' (NIM) என்பார்கள்.

ஒரு கடைக்காரர், கிலோ 10 ரூபாய் என்று கொள்முதல் செய்து, அதை கிலோ 12க்கு விற்றால், அவருக்கு நிகரமாக கிலோ ஒன்றுக்கு 2 ரூபாய் கிடைப்பது போலதான் இது. மொத்தம் 100 கோடி ரூபாயை 6 சதவீத வட்டிக்கு வாங்கி, 8 சதவீத வட்டிக்கு விட்டு சம்பாதித்தால், 2% 'நெட் இன்ட்ர்ஸ்ட் மார்ஜின்' (NIM).

ஏப்ரல் 2022ல் பல்வேறு வங்கிகள் மற்றும் அரசு நிறுவனங்கள் டெபாசிட்தாரகளுக்குக் கொடுக்கும் வட்டி வீதங்கள் வருமாறு:

நிறுவனம்	1 ஆண்டு வட்டி %	5 ஆண்டுகள் வட்டி %
Post Office Term Deposits	5.5	6.7
பப்ளிக் பிராவிடண்ட் பண்ட் (PPF)	-	7.1
கிசான் விகாஸ் பத்திரம் (KVP)	-	6.9
பாரத ஸ்டேட் வங்கி	5.0	7.5
பஞ்சாப் நேஷனல் வங்கி	5.0	5.5
HDFC வங்கி	5.1	5.75
இந்தியன் வங்கி	5.0	5.25
ஆக்ஸிஸ் வங்கி	5.1	5.75

வங்கிகளிலும் சில நிதி நிறுவனங்களிலும் 60 வயதுக்கு மேற்பட்ட மூத்த குடிமக்கள் ஆண் பெண் இரு பாலருக்கும் (சீனியர் சிட்டிசன்கள்) மற்றவர்களுக்கு வழங்குவதைவிட அரை சதவீதம் வட்டி கூடுதலாக வழங்கப்படுகிறது.

வங்கிகளில் ரூபாய் 5 கோடிக்கும் குறைவான டிப்பாசிட்டுகளுக்கு வழங்குவதைக் காட்டிலும் 5 கோடிக்கும் அதிகமான தொகைகளுக்கு அரை சதவீதம் முதல் 1 சதவீதம் வரை வட்டி குறைவாக வழங்கப் படுகிறது. சில வங்கிகளில் 2 கோடி ரூபாய்க்கு மேல், கீழ் என்று வேறுபாடு இருக்கிறது.

பெடரல் ரேட் / பெட் ரேட்

இந்திய ரிசர்வ் வங்கியைப்போல அமெரிக்காவில் (USA) இயங்கும் மத்திய ரிசர்வ் வங்கியின் பெயர், பெடரல் ரிசர்வ்.

ஏப்ரல் 2022ல் இருக்கும் பெடரல் ரிசர்வ் ரேட் (வட்டி விகிதம்) 0.25% முதல் 0.50% வரை. (ஆண்டுக்கு கால் முதல் அரை வட்டி). 2018ம் ஆண்டுக்குப் பின் முதல் முறையாக மார்ச் 2022ல்தான் வட்டி விகிதத்தை கால் சதவீதம் அதிகரித்திருக்கிறது பெடரல் ரிசர்வ். அதற்கு முன் சில ஆண்டுகளுக்கு 0% முதல் 0.25% வரைதான் இருந்தது.

அமெரிக்க டாலர் என்பது உலக அளவில் மிக அதிகம் பயன் படுத்தப்படும் ஒரு கரன்சி என்பதால், ஃபெடரல் ரிசர்வ் செய்யும் வட்டி விகிதம் மாறுதல்கள் உலக அளவில் தாக்கம் கொடுக்கும்.

யூரோபியன் சென்ட்ரல் பேங்க் - ECB

ஐரோப்பிய நாடுகளுக்கான வட்டி வீதங்களை யூரோபியன் சென்ட்ரல் பேங்க் தீர்மானிக்கிறது.

ஏப்ரல் 2022ல் அதன் வட்டி விகிதம் மைனஸ் .05 முதல் +0.25 வரை இருக்கிறது. ஆம். வட்டி கிடையாது என்பது தவிர, வங்கியில் பணத்தை டெப்பாசிட் செய்தால், செய்பவர் அரை சதவீதம் வட்டி (வாடகை!) தரவேண்டும்.

சுவிட்சர்லாந்தில் மைனஸ் 0.75%, டென்மார்க்கிலும் மைனஸ் 0.75%, ஜப்பானில் மைனஸ் 0.1%.

ஸ்வீடெனில் 1%, சீனாவில் 4.35%, பாகிஸ்தானில் 10.76%.

அந்தந்த நாடுகளில் நிலவும் பணவீக்கத்தைப் பொறுத்து அவற்றின் வட்டி விகிதங்கள் கூடுதலாகவோ குறைவாகவோ இருக்கின்றன. இந்தியா, பாகிஸ்தான், ஆப்ரிக்கா போன்ற வளரும் பொருளாதாரங்களில் பணவீக்கம் கூடுதலாகத்தான் இருக்கும். அதனால் வட்டி விகிதமும் அதிகமாக இருக்கும்.

கடந்த காலங்களைவிட இந்தியாவிலும் இப்போது பணவீக்கம் குறைவாக இருப்பதைக் கீழ்கண்ட படத்தில் பார்க்கலாம்.

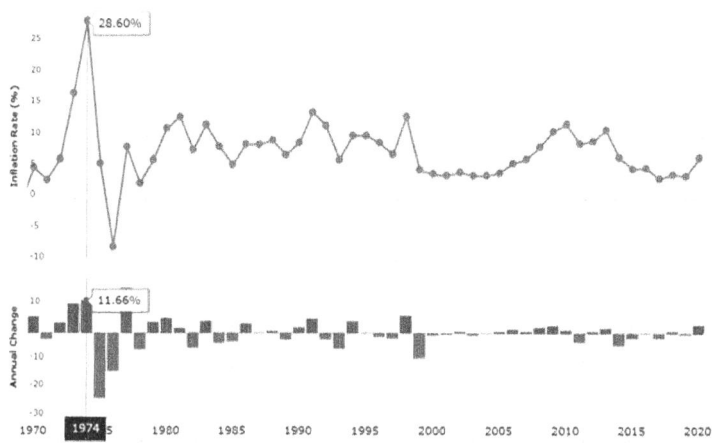

மாறும் வட்டி விகிதங்கள்

ரிசர்வ் வங்கி ரிப்போ ரேட்டில் மாறுதல் செய்கிற போதெல்லாம், பொதுத்துறை வங்கிகளும் அந்த மாற்றத்தை நடைமுறைக்குக் கொண்டுவரும். (ஃபுளோட்டிங் ரேட்களில்) கூடவே தனியார் வங்கிகளும் சந்தை மாற்றங்களை நடைமுறைப்படுத்தும். பிறகு மற்ற நிதி நிறுவனங்களும் சந்தையில் இயங்குவதற்காக அவர்களுடைய வட்டி விகிதங்களை மாற்றிக் கொள்கின்றன. அதன் பின் ஏனைய இடங்களில் இந்த வட்டி வீத மாற்றம் ஓரளவு தாக்கம் கொடுக்கிறது.

மற்ற காரணங்கள்

கடனாகக் கொடுக்கிற கடன் பணம், முழுமையாகச் சிரமமின்றித் திரும்ப வரும் என்கிற நிச்சயத்தன்மை அதிகரிக்க அதிகரிக்க, அப்படிப்பட்ட கடன்களுக்கான வட்டி விகிதம் குறைவாக இருக்கும். கொடுக்கும் பணத்துக்கு ரிஸ்க் உண்டு என்றால், திரும்ப வாங்குவது சிரமம் அல்லது கொஞ்சம் நிச்சயக் குறைவு என்றால் அப்படிப்பட்ட பணத்துக்கு வட்டி விகிதம் அதிகமாக இருக்கும். இந்தக் கூடுதல் வட்டியை ரிஸ்க்குக்கான பிரிமியம் என்கிறார்கள்.

ரிஸ்க் உள்ள கடன்களில் சில திரும்ப வராது. அல்லது முழுமை யாக வராது. சில கடன்கள் வாராக் கடன்கள் ஆகிவிடும். அப்படிக்

கெட்டுப்போய்விடும் முதலுக்கும் சேர்த்து, கடன் பெறும் மற்றவர்களிடமும் வசூலிக்கும் வட்டி ஈடு செய்ய வேண்டும். எந்தக் கடன் கெட்டுப்போகும் என்று முன்கூட்டியே உறுதியாகத் தெரியாத காரணத்தினால் அப்படிப்பட்ட எல்லா கடன்களுக்குமே வட்டி விகிதம் அதிகமாக இருக்கும்.

உதாரணத்துக்கு வீட்டுக் கடன், நகைக் கடன் போன்றவற்றில் கடன் தொகையைவிட அதிகமான மதிப்புக்கு அடமானப் பொருள் உண்டு. அதன் காரணமாக அப்படிப்பட்ட கடன்களுக்கு வட்டி குறைவு. பர்சனல் லோன் போன்ற அடமானம் இல்லாத கடன்களுக்கு வட்டி கூடுதலாக இருப்பதற்குக் காரணம், அப்படிப் பட்ட கடன்களை வாங்கிய சிலரால் அந்தக் கடனைக் கட்ட இயலாது. கடன் கொடுப்போர் அவரிடமிருந்து வசூல் செய்யும் நிலைமையும் இருக்காது.

வட்டி காலம்

பொதுவாக வட்டி என்று சொன்னால் அது ஆண்டு வட்டி விகிதம்தான். ஓராண்டுக்கு, 100 ரூபாய்க்கு, எவ்வளவு வட்டி என்பதுதான் வட்டி விகிதமாகக் குறிப்பிடப்படுகிறது. உதாரணத்துக்கு ரிப்போ ரேட் 4% என்றால், 100 ரூபாய்க்கு, ஆண்டு ஒன்றுக்கு, 4 ரூபாய் வட்டி என்று பொருள். 6 சதவீதம் என்றால் 100 ரூபாய்க்கு ஆண்டு ஒன்றுக்கு 6 ரூபாய் வட்டி. பப்ளிக் பிராவிடண்ட் ஃபண்ட் போன்றவற்றில் கடந்த 2021ம் ஆண்டு 8.35% வட்டி கொடுத்தார்கள்.

வங்கிகள் மற்றும் பெரும்பாலான நிதி நிறுவனங்களில் வட்டி விகிதங்கள் ஆண்டொன்றுக்கு 5 முதல் 24 சதவிகிதம் வரை இருக்கின்றன. அவ்வளவு வேறுபாடா என்று மலைப்பு வரும். கிட்டத்தட்ட நான்கு மடங்கு வித்தியாசம் இருக்கவே செய்கிறது. இந்த வேறுபாடே குறைவுதான். ஆண்டுக்கு 100 ரூபாய்க்கு 100 ரூபாய்க்கு மேல் வட்டி வசூலிப்பவர்கள் எல்லாம் நம் நாட்டில் உண்டு. அவை எல்லாம் முறைப்படுத்தப்படாத, சட்டத்துக்குப் புறம்பான நிறுவனங்கள் மற்றும் தனி மனிதர்களால் வசூலிக்கப்படும் வட்டி.

தமிழ்நாடு கந்து வட்டி தடைச் சட்டத்தின் படி, தனிநபர் தேவை களுக்கான கடன்களுக்கு ஆண்டுக்கு அதிகபட்சமாக 12 சதவீதமும், வியாபாரக் கடன்களுக்கு அதிகபட்சமாக 18 சதவீதம் வரையும் வட்டி வசூலிக்கலாம். அதற்கு மேல் கேட்டால், வசூலித்தால் அது குற்றம். காவல்துறையில் புகார் கொடுக்கலாம். வசூலிப்பவர் களுக்கு சிறை தண்டனை உண்டு.

ஆண்டு, மாத வட்டிகள்

கடன் கொடுப்போர் மற்றும் வாங்குவோர் ஆகிய இருதரப்பிலுமே வட்டி கணக்கிடுவதில் இரு வேறு முறைகள் இருக்கின்றன. ஒன்று மாத வட்டி; மற்றொன்று ஆண்டு வட்டி. வட்டி விகிதம் என்பது ஒன்றுதான் என்றாலும், இப்படி வெவ்வேறு விதங்களில் கணக்கிடும் முறைகளால் வட்டிப் பணத்தின் அளவு மாறுபடும்.

உதாரணத்துக்கு லட்ச ரூபாய் பணத்துக்கு ஆண்டுக்கு 12% வட்டி என்றால் ஒவ்வொரு ஆண்டும் 12,000 ரூபாய் வட்டி என்று கணக்கிட வேண்டும். வட்டியை ஆண்டு முடிவில் 12,000 என்று கொடுப்பதற்குப் பதிலாக, ஒவ்வொரு மாத முடிவிலும் ஆயிரம் ரூபாய் வட்டி கேட்கலாம். கொடுக்கலாம். அப்படிச் செய்தால், அது, 12 x 1000 = 12,000. வெறும் 12,000 தானா? இரண்டும் ஒன்று போலத் தெரிந்தாலும் அவற்றுக்கிடையே வேறுபாடு உண்டு.

சிம்பிள் இண்ட்ரெஸ்ட் கணக்குப்படி

மாதம்	அசல்	வட்டி
1	1,00,000	-
2		
3		
4		
5		
6		
7		
8		
9		
10		
11		
12		12000
மொத்தம்		12000

காம்ப்பவுண்ட் இண்ட்ரெஸ்ட் கணக்குப்படி

மாதம்	அசல்	வட்டி
1	1,00,000	1000
2	*1,01,000	1010
3	1,02,010	1020
4	1,03,030	1030
5	1,04,060	1041
6	1,05,101	1051
7	1,06,152	1062
8	1,07,214	1072
9	1,08,286	1083
10	1,09,369	1094
11	1,10,462	1105
12	1,11,567	1116
மொத்தம்		12683

* முதல் மாத வட்டி பணம் சேர்த்து

இரண்டு வகைகளிலும் மொத்தம் 12,000 ரூபாய் தான் வருகிறது என்று நினைக்கலாம் ஆனால் இரண்டாவது வகையில் முதல் மாதம் மட்டுமே அசல் ஒரு லட்சமாக இருக்கும் அடுத்தடுத்த மாதங்களில் வழங்கப்படும் வட்டியும் சேர்த்து பார்த்தால் அசலின் அளவு ஒரு லட்சத்துக்கு மேலாக தொடர்ந்து உயர்ந்து கொண்டே போகும்.

அந்த விதத்தில் முதல் மாத வட்டி கடன் கொடுத்தவருக்கு அல்லது டிப்பாசிட் செய்தவருக்கு 11 மாதம் முன்பாகவே கிடைத்து விடுகிறது. அந்த ஆயிரம் ரூபாய் வட்டியானது கடன் வாங்கிய வரிடமே இருந்தால், இரண்டாவது மாத ஆரம்பத்தில் அசல் 1 லட்சத்துடன் சேர்ந்து, ஒரு லட்சத்து ஓராயிரம் ரூபாயாக இருக்கும்.

இப்படியாக லட்ச ரூபாய்க்கான வட்டி மற்றும் அந்த ஆயிரம் ரூபாய்க்கான வட்டி இரண்டும் சேர்ந்து மூன்றாவது மாதத்தில் லட்சத்து 2 ஆயிரத்து 10 ஆக அதிகரிக்கும். இப்படியே 12 மாதங்களும் அசல் லட்சம் மற்றும் மாதவட்டிகளுக்கான வட்டி எல்லாம் சேர்த்து, 12683 ரூபாய் என, 12,000 ரூபாயைக் காட்டிலும் 683 ரூபாய் அதிகமாக இருக்கும்.

தனிவட்டி மற்றும் கூட்டுவட்டி

இதைத்தான் தனிவட்டிக்கும் கூட்டுவட்டிக்கும் உள்ள வேறுபாடு என்கிறார்கள். தனிவட்டி என்பது, 'சிம்பிள் இன் டிரஸ்ட்'. அதில் மாத வட்டிப்பணம் கணக்கிடப்படாது. அதற்குத் தனியாகக் கூடுதல் வட்டி கிடைக்காது. ஆனால், 'காம்பவுண்ட் இன்ட்ரெஸ்ட்' எனப்படும் கூட்டு வட்டியில், மேலே பார்த்தது போல வட்டிக்கும் வட்டி கணக்கிடப்படும்.

ஒருவர் கடன் கொடுத்தாலோ கடன் பெற்றாலோ அந்த நேரத்தில் வட்டி விகிதம் எவ்வளவு என்று முடிவு செய்யப்படுவதைப் போல, கொடுக்கப்படும் வட்டி, 'தனி வட்டி'யா அல்லது 'கூட்டு வட்டி'யா என்பதையும் தெரிந்து கொள்ள வேண்டும். கூட்டு வட்டியை Cumulative interest என்பார்கள்.

கூட்டு வட்டி முறையில் இடையில் வட்டியைப் பெற்றுக் கொள்ளக் கூடாது. தரவும் மாட்டார்கள். கடன் கால இறுதியில் தான் அசலோடு சேர்த்துத் தருவார்கள். இந்த வகையில் பணத்தை டெபாசிட் செய்பவர்களுக்குக் கூடுதல் பணம் வட்டியாகக் கிடைக்கும்.

குறையும் கடன்

பொருட்களைக் கடனுக்கு வாங்கும்போது கடனுக்கு வட்டி மட்டுமே கட்டி வந்தால், அசல் என்பது சற்றும் குறையாமல் அப்படியே நிலுவையில் இருக்கும் அந்தக் காரணத்தால், மாதாமாதம் கட்டுகிற வட்டித் தொகையில் மாற்றம் வராது. ஆனால், அதையே சம தவணைகளாக (EMI யாகக்)கட்டும்போது, கட்டுவதில் ஒரு பகுதி வட்டிக்கும் மற்றொரு பகுதி அசலுக்கும் போகும். அதனால் நிலுவையில் இருக்கும் அசல் தொகை போகப் போக குறைந்துகொண்டே போகும். குறைந்து கொண்டே போகும் அசல் தொகைக்கு, 'ரெட்யூசிங் பேலன்ஸ்' என்று பெயர்.

வங்கிகள் கொடுக்கும் வீட்டு, வாகனக் கடன்களுக்கு திருப்பிக் கட்டுவது இப்படித்தான் கணக்கிடப்படுகிறது. கடன் வாங்கு கிறவர்கள் இதைத் தெரிந்து கொள்ள வேண்டும்.

வேறு பெயர்களில்

கடன் வாங்கினால் கட்டுகிற வட்டியை மட்டும் சிலர் கவனத்தில் எடுத்துக்கொள்கிறார்கள். லட்ச ரூபாய் வாங்கினால், 10% வட்டி என்று இருந்தால், அதை ஆண்டுக்கு பத்தாயிரம் ரூபாய் மட்டுமே செலவு என்பதுபோலக் கணக்கிட்டுக் கொள்கிறார்கள். நீண்டகால கடன்களுக்கு இந்த புரிதலும் அணுகுமுறையும் சரிதான். அதேபோல ஒழுங்காக கடனை கட்டிவிடுகிறவர் களுக்கும் இந்த எண்ணத்தால் சிரமமில்லை. ஆனால், குறுகிய கால கடன் வாங்குகிறவர்களுக்கும், வாங்கிய கடனை முன்கூட்டியே திருப்பிக் கட்டுகிறவர்களுக்கும், அடிக்கடி வட்டி கட்ட முடியாமல் தவறுகிறவர்களுக்கும் வட்டி மட்டுமே செலவு அல்ல. வேறு சில செலவுகளும் உண்டு.

கட்டணங்கள்

முறையாக நிறுவனங்கள் மூலம் கடன் கொடுப்பவர்களின் லாபம் வட்டியில் மட்டுமில்லை. சிலருக்கு வட்டியைவிட அதிக லாபம் சம்பாதித்துக்கொடுப்பவை, கட்டணங்கள்தான். கடன் பெறுகிற ஒவ்வொருவரும் வட்டி தவிர பல்வேறுவிதமான கட்டணங் களையும் கட்டவேண்டும்.

கடன் கொடுப்பவர்கள் சில குறிப்பிட்ட கட்டணங்களை வசூலிப்பது சரிதான். ஆனால், அனைவரும் அனைத்து நிறுவனங்களும் ஒரே போல வசூலிப்பதில்லை. இவற்றுக்கு இவ்வளவுதான் என்பது போன்ற வரைமுறைகள் இருப்பதாகவும் தெரியவில்லை.

ப்ராசசிங் கட்டணம், அப்ரைசர் கட்டணம், சட்ட கட்டணம், நோட்டரி கட்டணம், சரக்கு மற்றும் சேவை வரி, அபராத வட்டி என்பது போல பல்வேறு கூடுதல் செலவுகள் உண்டு. இவை கடன் தொகையில் ஒன்று முதல் மூன்று, நான்கு, ஐந்து சதவீதம் வரை கூட இருக்கும். தவிர, சதவீதங்கள் மட்டுமின்றி 'குறைந்தபட்ச தொகை', 'அதிகபட்ச தொகை' என்ற அளவுகளும் வைத்திருப்பார்கள்.

கடன் பெறுவதற்கு முன்பு, இவையெல்லாம் எழுதப்பட்டிருக்கும் தாள்களில் கையெழுத்துப் போடச் சொல்வார்கள். படித்துப் பார்த்து போடவேண்டும்.

வட்டி விகிதங்களை எவை தீர்மானிக்கின்றன?

ஒரு குறிப்பிட்ட வங்கி அல்லது ஒரு நிறுவனத்தில், ஒரே வகைக் கடன் பெறும் அனைவருக்கும் ஒரே அளவு வட்டி வீதங்கள் போடப்படுவதில்லை. அதற்குக் காரணம், வட்டி விகிதங்கள் கீழ்கண்டவற்றை அதிகமாகின்றன.

1. குறைவான 'சிபில் ஸ்கோர்'
2. சுமாரான அல்லது மோசமான 'கிரெடிட் ஹிஸ்டரி'
3. 'ரிஸ்க் பேர்சப்ஷன்'

வாராக் கடன்கள்

ஒருவர் அல்லது ஒரு நிறுவனம் வாங்கிய கடனுக்கு, 90 நாட்கள் வரை, வட்டி அல்லது அசல் என, எந்த ஒரு தொகையும் அதன் கடனுக்காகக் கட்டாத பட்சம், அந்தக் கணக்கு NPA (நான் பெர்பார்மிம்க் அசெட்) கணக்கு ஆகிவிடும். கடன் வாங்குகிறவர் களுக்கு அது ஒரு கெட்ட பெயர். அப்படி செய்தவர்களுக்கு அதன்பிறகு கடன் கிடைப்பது சிரமம். கிடைத்தாலும் வட்டி வீதம் அதிகமாகிவிடும்.

அநியாய வட்டிகள்

இவரை பார்த்ததெல்லாம் நடைமுறையிலுள்ள, கட்டக்கூடிய, ஓரளவேனும் அனுமதிக்கப்பட்ட வட்டி வீதங்கள். ஆனால், சமுதாயத்தில் சாதாரண மக்களை கசக்கிப் பிழியும் பல பெரிய வட்டி வீதங்கள் உள்ளன. அவை எல்லாம் சட்டப்படி தவறு. ஆனாலும் அவை புழக்கத்தில் இருக்கின்றன.

காய்கறி, பூ, பழ வியாபாரம் செய்பவர்கள், நடைபாதை கடை வைத்திருப்பவர்கள், சிறு, குறு கடைக்காரர்கள் மற்றும் விவரம்

அறியாத அல்லது தன் வாழ்க்கையைச் சரியாக நடத்த தெரியாத பல நிறுவன ஊழியர்கள் பலர் அப்படிப்பட்ட கடும் வட்டியில் சிக்கித் தவித்துக் கொண்டிருக்கிறார்கள். இப்படிப்பட்ட பலரையும் ஆரம்ப அத்தியாயங்களில் பார்த்தோம்.

நாட்டில் வங்கிகள், நிதி நிறுவனங்கள் லட்சக்கணக்கான கிளைகளைக் கொண்டு இயங்கிக்கொண்டிருந்தாலும் இவர்களில் பலருக்கு அங்கே போகத் தெரியாது. அல்லது அங்கே அவர்களுக்குக் கடன் கிடைக்காது. காரணம் அவர்களிடம் அடமானம் வைக்க சொத்துகளோ பொருட்களோ இருக்காது. அவர்கள் எத்தனை ஆண்டுகள் உழைத்தாலும் பொருளாதார ரீதியாக வளரமுடியாமல் இருப்பதற்கு அவர்கள் பெரிய வட்டிகளுக்கு வாங்கும் கடன்களே காரணம். அவர்களுடைய உழைப்பில், திறனில் ஒரு பகுதி வட்டிக்கே போய்விடுகிறது.

கந்துவட்டி

பொதுவாகக் கந்துவட்டி (Usury Loans) என்று அழைக்கப்படும் இந்த வகை அதிக வட்டி விகிதங்களில் பல வகைகள் உண்டு. இது குறித்து முறையான ஆவணப்படுத்தப்பட்ட தகவல்கள் கிடைக்க வில்லை. விசாரித்துத் தெரிந்துகொண்டவைதான் எல்லாம்.

வட்டி என்பது, குறிப்பிட்ட மாதம் அல்லது ஆண்டுக்கு கொடுக்கப்படுவது. உதாரணத்துக்கு, லட்ச ரூபாய் கடன். ஒரு ஆண்டுக்கு 24% வட்டி என்றால், ஓர் ஆண்டு முடிவில் 24,000 ரூபாய் வட்டியாகக் கொடுக்க வேண்டும். சில கடன் கொடுப்பவர்கள், லட்ச ரூபாய் கடன் கொடுக்க சம்மதிப்பார்கள். கையெழுத்து வாங்கிக்கொள்வார்கள். ஆனால் 76,000தான் பணம் கொடுப்பார்கள். கேட்டால் வட்டியை முன்கூட்டியே பிடித்துக் கொள்கிறோம் என்பார்கள்.

மேலோட்டமாகப் பார்த்தால் சரி என்பது போலதான் இருக்கும். ஆனால் அவர்கள் உண்மையில் வசூலிக்கும் வட்டி 24%ஐ விட அதிகம். லட்ச ரூபாய்க்கு, 24000 ரூபாய் வட்டி என்றால், சதவீதக் கணக்கில், 24%. ஆனால் கொடுப்பது 76,000 மட்டுமே. அதற்கு 24,000 வட்டி என்றால் (ஆமாம். திருப்பிக்கொடுக்கையில் லட்ச ரூபாய் அல்லவா கொடுக்கவேண்டும்) அது, 31.5% வட்டி கணக்காகிறது!

தண்டல்

காலையில் 1000 ரூபாய் கடன். வட்டி போக, 900 தருவார்கள். மாலை அல்லது இரவுக்குள் 1000 ரூபாயாக திருப்பிக்

கொடுத்துவிடவேண்டும். ஒரு நாளைக்கு 100 ரூபாய் என்றால், 365 நாட்களுக்கு, 36,500. ஒன்பது நூறு ரூபாய் கடனுக்கு ஆண்டுக்கு 36,500 ரூபாய் என்றால், 4055 மடங்கு வட்டி!

அல்லது 10,000 கடனுக்கு, 9000 தருவார்கள். தினம் ஆயிரம் ரூபாய் வீதம் 10 நாட்களுக்குத் தரவேண்டும். 9000க்கு 10 நாட்களுக்கு 1000 ரூபாய் என்றால், 365 நாட்களுக்கு 36500. வட்டி விகிதம் ஆண்டுக்கு 405 மடங்கு.

லட்ச ரூபாய் கடன். தினம் 200 ரூபாய் வட்டி. எப்போது வேண்டுமானாலும் திருப்பித் தரலாம். தினம் 200 என்றால் ஆண்டுக்கு 73%

அல்லது தினசரி 500 வட்டி. அப்படியென்றால் ஆண்டுக்கு 182.5 மடங்கு

ஒரு சனிக்கிழமை 90,000 கொடுத்துவிட்டு, அடுத்த சனிக்கிழமை 100,000 திருப்பிக்கேட்பார்கள். இவற்றின் பெயர் வட்டம். 8 நாட்களுக்கு 90,000க்கு 10,000. வட்டி விகிதம் 506 மடங்கு

90,000 கொடுத்துவிட்டு, 100 நாட்களில் லட்ச ரூபாயாகத் திருப்பித் தரவேண்டும். வட்டி விகிதம்: 40%. இதிலேயே 120 நாட்கள், 150 நாட்கள் என பலவிதங்கள் உண்டு.

காலையில் 10 ஆயிரம் கடன் கொடுப்பார்கள். மாலை 6 மணிக்குத் திருப்பிவிடவேண்டும். தாமதமாகும் ஒவ்வொரு மணி நேரத்துக்கும் கூடுதல் வட்டி. வட்டிக்கும் வட்டி உண்டு.

இப்படியாகப் பலவித தொகைகள். பலவிதமான திருப்பிக்கட்டும் முறைகள். இவற்றுக்கு கந்து, மீட்டர், ஸ்பீட், ராக்கெட், மின்னல், ஸ்பீட் வட்டி என்று பல பெயர்கள் இருக்கின்றன.

இவற்றை வாங்குபவர்களால் திருப்பிக் கட்ட முடியும் என்று சொல்ல முடியாது. கட்டாவிட்டால் வட்டிக்கு வட்டி போட்டு, அதன்பின் எப்போது பணம் கொடுத்தாலும் அது வட்டிக்கே போதாத நிலைதான் ஆகும். அவமானப்படுத்தப்படுதல், அடி தடி, கொலை, தற்கொலை என அவை பலவற்றில் முடியும்.

கியாரண்டி கையெழுத்துப் போடுவது

கடன் வாங்கியவர்கள், அவர்கள் குடும்பத்தினர் மட்டுமல்ல. அவர்களுக்காக கியாரண்டி கொடுத்தவர்கள், ஜாயிண்ட் கையெழுத்துப் போட்டவர்கள் எல்லாமும் அதே கொடுமை களைத்தான் அனுபவிக்கவேண்டிவரும்.

அவசரத்துக்குக் கடன் வாங்கும்போது, என்ன வட்டி என்றெல்லாம் கேட்கும், கணக்குப் போட்டுப்பார்க்கும் நிலையில் அவர்கள் இருக்கட்டார்கள். தவிர, இவற்றில் எதுவும் எழுத்துப் பூர்வமாகவும் இருக்காது. கட்டும் வட்டிக்கு ரசீதுகள் கிடைக்காது.

ஆக, ஆண்டுக்கு வெறும் 5 சதவீதம் முதல், ஆண்டுக்கு 4000 மடங்கு வரையெல்லாம் பல அளவுகளில் வட்டி வசூலிக்கப் படுகிறது. இதில் வேதனை என்னவென்றால், நல்ல வசதியானவர்கள் மிகச்சொற்ப வட்டிக்கு பணம் பெற்று லாபம் அடைகிறார்கள். மிக எளிமையானவர்கள், ஏழைகள், மிக அதிகமான வட்டிக்கு கடன் வாங்கி மடிகிறார்கள்!

9
சிபில் ஸ்கோர்

இதை 'கிரெடிட் ஸ்கோர்' என்றும் அழைப்பதுண்டு. இரண்டும் ஒன்றுதான். சிபில் ஸ்கோர் என்றால் ஒருவர் அவர் அதற்கு முன்னால் வங்கிகள் மற்றும் NBFC களில் வாங்கியிருந்த கடன்களை, தவணைத் தொகைகளைக் கட்டினாரா இல்லையா? எப்படிக் கட்டினார்? சரியான நேரத்தில் கட்டினாரா? போன்றவற்றுக்கு மதிப்பெண்கள் போட்டுக் காட்டும். அது ஒரு எண். மொத்தம் 1000க்கு ஒருவர் எவ்வளவு என்று கட்டும் மதிப்பெண். கிரெடிட் கார்டுகளுக்கு நேரத்துக்குக் கட்டாமல் விட்ட தொகைகளும் கணக்கில் எடுத்துக்கொள்ளப்படும், இந்த சிபில் ஸ்கோரில் பிரதிபலிக்கும்.

எவற்றுக்கு எவ்வளவு மதிப்பெண் என்ற தகவல்கள் தெரிந்தால் பலருக்கும் உதவியாக இருக்கும் அல்லவா.

இது வரை எப்படி என்கிற 'பேமெண்ட் ஹிஸ்டரி'க்கு 30 விழுக்காடு (1000க்கு 300).

தவணைத் தேதி தாண்டவே கூடாது. முந்தைய நாளுக்குள் கட்டிவிடுவது மேல். ஒரு கடனுக்கு ஒரு தவணைக்கு 30 நாட்கள் தள்ளிப் போனால் சுமார் 100 புள்ளிகள் வரை சிபில் ஸ்கோர் குறைந்துவிடும்.

என்ன அளவு கடன் வாங்குகிறீர்கள் என்று பார்க்கும் 'கிரெடிட் எக்ஸ்போஷர்'க்கு 25 விழுக்காடு. *(250 பாயிண்ட்ஸ்)*

கிரெடிட் கார்டு போன்றவற்றில் என்ன அளவு வரை கடனில் வாங்கலாமென்று 'லிமிட்' (அளவு) கொடுத்திருப்பார்கள் அல்லவா. அதில் எத்தனை விழுக்காட்டைப் பயன்படுத்து கிறார்கள் என்பதுதான் கிரெடிட் எக்ஸ்போஷர். அது 30% வரை இருந்தால் சரி. அதிகரித்தால், 'சரி, இந்த நபருக்கு அதிக இரவல் பணம் தேவைப்படுகிறதுபோலும். இவர் கொஞ்சம் ரிஸ்க் ஆனவர்' என்று முடிவு செய்து 'சிபில் ஸ்கோர்' குறைத்துவிடுவார்கள்.

கடன் வாங்கி கட்டும் பழக்கம் உண்டா என்று பார்க்கும் 'கிரெடிட் டைப் - டுரேஷன்'க்கு 20 விழுக்காடு. *(200 மதிப்பெண்கள்)*

கடனே வாங்காத ஒருவர் திடீரென கடன் வாங்கினால் அவர் நடைமுறைகள் எப்படி என்று தெரியாது அல்லவா? அதனால் ஒருவர் முதன் முதல் கடன் வாங்கி எவ்வளவு ஆண்டுகள் ஆகிறது? அதன்பின் கடன் வாங்கியிருக்கிறாரா? என்பதையும் தெரிந்து கொள்வார்கள். கடனைச் சமாளிக்கும், ஒழுங்காகத் தவணைகள் கட்டும் அனுபவத்துக்கான மதிப்பெண்கள் இவை.

இதனால் தேவையோ இல்லையோ சம்பாதிக்கத் தொடங்கிய உடனேயே ஒரு கிரெடிட் கார்டோ ஒரு கல்வி அல்லது வாகனக் கடனோ வாங்கி ஒழுங்காக திருப்பிக் கட்டி வருவது, பின்னாட்களில் வீட்டுக்கடன் போன்ற பெரிய கடன்களை வாங்க சிபில் ஸ்கோர் ஏற்றிக்கொடுத்து உதவும்.

மற்ற எனப்படும் 'அதர் பேக்டர்ஸ்'க்கு 20 விழுக்காடு.

இதுவும் மிகவும் முக்கியமான ஒன்றுதான். ஒரு கடனுக்கே பலரிடம் முயற்சி செய்தால், கடன் கொடுக்க நிறுவனங்கள் ஒவ்வொன்றும் தனித்தனியாகக் கடன் கேட்பவரின் சிபில் ஸ்கோரை பொதுவெளியில் இருந்து எடுத்துப் பார்க்கும். அதன் பெயர் 'ஹார்டு என்கொயரி' (Hard Enquiry)

ஒரே கடனுக்கு, குறிப்பிட்ட இடைவெளில் சிபில் ஸ்கோர் பார்க்கப்பட்டிருந்தால் அது தொந்திரவு. மதிப்பெண்கள் குறைந்துவிடும். 'இவருக்கு மறுக்கப்படுகிறது. அதனால்தான் அடுத்தடுத்த இடங்களில் முயற்சி செய்கிறார்' என்று அர்த்தப் படுத்திக்கொள்ளப்படும்.

கடன் | 137

மொத்தமாக எவ்வளவு மதிப்பெண்கள் பெற்றால் இதில் 'பாஸ்' ஆகலாம்? சிபில் ஸ்கோர் எவ்வளவு இருந்தால் கடன் கிடைக்கும்? இதில் ஜஸ்ட் பாஸ் எல்லாம் கிடையாது. மிக நல்ல மதிப்பெண்கள் வேண்டும்.

750 முதல் 900 வரை இருந்தால்	மிக நல்ல ஸ்கோர். இதுவரை வாங்கிய கடன்களைச் சரியான நேரங்களில் கட்டியவர்கள். இந்த மதிப்பெண்ணுக்கு சுலபமாக பலவகைக் கடன்களும் கிடைக்கும்.
700 முதல் 750 வரை	நல்ல ஸ்கோர்தான். ஆனாலும் கடன் வழங்கும் நிறுவனங்களின் தேவையான குறைந்தபட்ச ஸ்கோர்களை வைத்துதான் முடிவெடுக்கப்படும். எல்லா நிறுவனங்களும் கடன் வழங்கும் என்று சொல்ல முடியாது. தவிர, வட்டி விகிதம் சற்று கூடுதலாக இருக்கலாம்.
550 முதல் 700 வரை	சில தவணைகள் காலம் தாழ்த்திக் கட்டியிருந்தால் இப்படி மதிப்பெண்கள் வரும். இந்த ஸ்கோர் இருப்பவர்களுக்கு கடன் கொடுப்பது ரிஸ்க் என்று சில நிறுவனங்கள் கருதும். கூடுதல் அடமானம் கேட்கும். வட்டியும் அதிகரிக்கும்.
300 முதல் 550 வரை	முன்பு வாங்கிய கடன்களைச் சரியாகக் கட்டாமல் விட்டு, கடன் தள்ளுபடி, 'ஒன் டைம் செட்டில்மெண்ட்', போன்றவை செய்திருக்கலாம். இது மிக சுமாரான ஸ்கோர். புதிய கடன்கள் கிடைக்காது. அல்லது அரிது.

'சிபில் ரிப்போர்ட்' டில் என்ன தகவல்கள் இருக்கும்?

பெயர், முகவரி. தொ.பேசி எண், வருமான வரி கணக்கு எண், கிரெடிட் கார்ட் மற்றும் கடன் விவரங்கள். எங்கே எந்த வங்கி அல்லது நிறுவனத்திடம், எவ்வளவு கட்டியிருக்கிறது, எவ்வளவு நிலுவை, ஏற்கனவே கட்டவேண்டிய தவணைகள் கட்டப்

பட்டனவா இல்லையா, சமீபத்தில் எவ்வளவு நிறுவனங்கள் இவர் சிபில் ஸ்கோர் தெரிந்துகொள்ள ஹார்டு என்கொயரி செய்திருக்கிறார்கள் போன்ற சலக விவரமும் இருக்கும்.

கட்டணம் உண்டா?

பொதுவாக ஒரு நபருக்கு ஓராண்டில் ஒருமுறை அவரது சிபில் ரிப்போர்ட்டை, சிபில் ஸ்கோர் தரும் நிறுவனங்கள் இலவசமாக தரவேண்டும் என்று இந்திய ரிசர்வ் வங்கி சொல்லியிருக்கிறது. அதற்கு மேல் கட்டணங்கள் உண்டு. கடன் தொகையில் கழித்துக் கொள்வார்கள். அல்லது முன் கூட்டியே கட்டச் சொல்வார்கள்.

இலவசமாக சிபில் ஸ்கோர் தெரிந்துகொள்ள அங்கீகரிக்கப்பட்ட அடையாள அட்டை மற்றும் முகவரி அட்டையுடன் வருமான வரி கணக்கு எண் இருந்தால் www.CIBIL.com/freeCIBILscore என்ற வலைத்தளத்தில் முயற்சி செய்யலாம்.

சிபில் ஸ்கோர் குறைந்தால்

இப்படி சிபில் ஸ்கோர் குறைவாக இருப்பவர்களுக்கு வங்கிகள் மற்றும் பெரிய NBFCகளிடம் இருந்து கடன் கிடைக்காது.

10
அடமானம், காசோலை

ஒருவர் கடன் வாங்குகிறபோது அவரிடம் அந்தக் கடன் தொகை மற்றும் வட்டி ஆகியவற்றுக்கு முன்கூட்டியே காசோலை (வங்கி செக்) வாங்கிவிடுவார்கள். கடன் கொடுத்தவர் பெயருக்கு, வாங்கியவர் காசோலை கொடுக்க வேண்டும். அந்தக் காசோலை அடமானம் போல. கடன் வாங்கியவர் கடனைத் திருப்பித் தராவிட்டால், அந்தக் காசோலையைக் கடன் கொடுத்தவர் பணமாக்கிக்கொள்ளலாம்.

எந்தக் காசோலையும் குறிப்பிட்ட காலத்துக்குத்தான் செல்லும். தற்போதைய (2022) நிலவரப்படி வங்கி காசோலைகள் 3 மாதங்கள் வரைதான் செல்லும். அதாவது காசோலையில் எழுதப்படும் இருக்கும் தேதியில் இருந்து 3 மாதங்களுக்கு மட்டுமே. அதனால் பெரும்பாலும் காசோலையில் தேதி போடாமலோ பின் தேதி போட்டோ கேட்பார்கள்.

பின் தேதி எழுதப்பட்ட காசோலையைத்தான் ஆங்கிலத்தில், 'போஸ்ட் டேட்டட் செக்' என்கிறார்கள். உதாரணத்துக்கு, ஏப்ரல் 2022ல் கடனுக்குக் காசோலை வாங்கிக்கொள்ளும்போது ஏப்ரல் 2023 அல்லது ஏப்ரல் 2024 என்று தேதியிட்டுக் கொடுப்பார்கள், வாங்குவார்கள்.

தேதி போடாமல் பெற்றுக் கொள்கிற பழக்கமும் இருக்கிறது. காசோலையில் தேதி போடாமல் கொடுக்கிற பட்சம் அந்த இடத்தில் கடன் கொடுத்தவர் தேதியை அதாவது கடன் வழங்கப் பட்ட காலத்துக்கு பின்னால் கொடுக்கப்பட்டது போல ஒன்று, இரண்டு, மூன்று என எத்தனை ஆண்டுகள் வேண்டுமானாலும் போட்டுக்கொள்ளலாம்.

உதாரணத்துக்கு 2022-ல் ஒருவர் கடன் வாங்கினால் அதில் தேதி போடாமல் அவர் அதற்கு மாற்றாகக் காசோலை கொடுத்தார். அதைப் பெற்றுக் கொண்ட அவர் அதில் 2024, 2025 என்று கூட எழுதிக்கொள்ளலாம். வசூல் செய்ய முடியவில்லை. இனி பணம் திரும்ப வராது, வழக்குதான் போடவேண்டும் என்கிற நிலையில் கடன் வழங்கியவர் அப்போதைய தேதியை இட்டு நிரப்பிக் கொள்வார். இதன் மூலம் காசோலை காலாவதி ஆகிறது என்ற பிரச்னையை அவர் தவிர்த்து விடுகிறார்.

இன்னும் சில காசோலைகளில் தொகைகள் கூட எழுதாமல் கொடுங்கள் என்று கடன் கொடுப்பவர்கள் கேட்பார்கள், பெற்றுக் கொள்வார்கள். 'என் மீது நம்பிக்கை இல்லையா?' என்று கேட்பார்கள். கடன் வாங்குகிறவர் நிலைமையைப் பொறுத்து அவர் இதை தவிர்க்கலாம் அல்லது இப்படிக் கொடுக்கவேண்டிவரும். இல்லாவிட்டால் கடன் கிடைக்காது.

கடன் கொடுத்தவர் அதில் எந்தத் தொகையை வேண்டுமானாலும் எழுதிக்கொள்ளும் ஆபத்து இருக்கிறது. அப்படி அவர் எழுதிக்கொண்டால் அந்த அளவு தொகையை, கடன் வாங்கியவர் பெற்றுக் கொண்டதாகத்தான் நீதிமன்றங்கள் கருதும். எனவே, தொகை எழுதப்படாத 'பிளாங்க் செக்' அது எவருக்காயினும் கொடுப்பது மிக மிக ஆபத்து. எவ்வளவு தெரிந்தவராக இருந்தாலும், நம்பிக்கைக்கு உரியவராக இருந்தாலும் தொகையைக் குறிப்பிடாமல் காசோலை கொடுக்கவே கூடாது.

ஏடிஎம் கார்ட்டை பின் நம்பரோடு கொடுத்தால் கூட அவ்வளவு பெரிய ஆபத்தில்லை. வங்கிக்கணக்கில் இருக்கும் அளவு பணம்தான் போகும். ஆனால், வெற்றுக்காசோலையில் ஒருவர் கையெழுத்திட்டிருந்தால், அதில் எழுதப்படும் தொகை முழுமைக்கும் அவரே பொறுப்பு. அது கடன் போலதான்.

அதேபோல ஒரு காசோலையில் தொகை மற்றும் தேதிகள் எழுதப்படுவது போலவே அந்தக் காசோலை அவருக்கு

வழங்கப்படுகிறது என்கிற பெயரும் தேவைப்படுகிறது அல்லவா. சிலர் அதையும் எழுதாமல் வெற்றிடமாக விட்டுத் தரச்சொல்லிக் கேட்பார்கள்.

அப்படிப்பட்ட காசோலைகளை, கடன் கொடுத்தவர், வேறு எவருக்கும் கொடுத்துவிட முடியும். அப்படி நேரும் பட்சம் முன்பின் தெரியாத ஒருவரிடம் கடன் வாங்கியது போலாகிவிடும். அவர் கடனைத் திருப்பிக் கேட்பார். வசூலிக்க நடவடிக்கை எடுப்பார். அவர் தெரிந்தவராக அல்லது உறவினராக இல்லாததால் முரட்டுத்தனமாக நடந்துகொள்ளலாம். அவர் எடுக்கும் நடவடிக்கைகள் கடுமையாக இருக்கலாம்.

சிலர் இப்படிச் செய்யக் காரணம், அவர்களால் கடன் வாங்கியவரை அழுத்திக் கேட்க முடியாது. வசூலிக்க முடியாது என்கிற சூழ்நிலையில் அல்லது மேலும் பொறுத்திருக்க முடியாது என்கிற நேர நெருக்கடியில் அந்தக் காசோலையை மற்றவரிடம், வசூல் செலவுக்காகக் கொஞ்சம் குறைத்து பணம் பெற்றுக் கொண்டுகூடக் கொடுத்து விடக் கூடும். அதை 'மேட் ஓவர்- Made over) என்பார்கள்.

இப்படிச் செய்வதால் கடன் கொடுத்தவருக்கும் ஒருவிதத்தில் பாதுகாப்பு இல்லை. ஒருக்கால் அந்தப் பெயர் எழுதாத காசோலையை, அவர் தவறவிட்டு, அது வேறு நபர் கையில் கிடைத்தால் அல்லது வேறு எவரேனும் திருடிவிட்டால் முழுப்பணமும் நஷ்டமாகிடும். கண்டெடுத்தவர் அவர் பெயரை எழுதி பணமாக்கிக்கொள்ள முயற்சி செய்யலாம்.

எனவே, கடனுக்கு மாற்றாக காசோலை கொடுக்கிறபோது, அதில் கடன் கொடுப்பவரின் பெயரைக் கட்டாயம் எழுதிக் கொடுக்க வேண்டும். அதுதான் இருவருக்குமே பாதுகாப்பு.

கிராஸ்டு செக்

'கிராஸ்டு செக்' என்பது காசோலையின் இடது பக்க மூலையில் இரண்டு கோடுகள் வரைவது. அல்லது மேலும் 'அக்கவுண்ட் பேயி' (Account Payee) என்று அந்த இரு கோடுகளுக்குள் எழுதலாம். அப்படி 'அக்கவுண்ட் பேயி' என்று எழுதா விட்டாலும், இரண்டு கோடுகள் போட்டாலே, எவர் பெயருக்கு செக் வழங்கப்படுகிறதோ அவர் வங்கிக்கணக்கில் மட்டுமே அந்த செக்கைக் கட்ட இயலும். இப்படிச் செய்வதன் மூலம் ஒருவர்

அவர் பெற்றுக்கொண்ட செக்கை வேறு ஒருவருக்குக் கொடுக்க இயலாது. மேலும் அந்தக் காசோலையைப் பெற்றவர், வங்கியில் கட்டப் பணம் பெற்றால் அது வங்கி மற்றும் கொடுத்தவரின் பாஸ் புத்தகத்தில் பதிவாகும்.

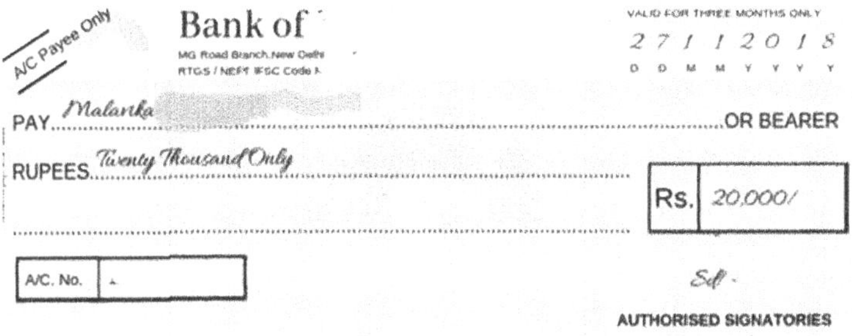

A/C Payee Only

Bank of

MG Road Branch, New Delhi

RTGS / NEFT IFSC Code

VALID FOR THREE MONTHS ONLY

27 11 2018

D D M M Y Y Y Y

PAY Malanka .... OR BEARER

RUPEES Twenty Thousand Only

Rs. 20,000/

A/C. No.

Sd/-

AUTHORISED SIGNATORIES

கடனைத் திருப்பி கட்டுகிறபோது நினைவாக ஏற்கனவே கொடுத்திருந்த காசோலைகளைத் திரும்பப் பெற்றுக் கொண்டு விட வேண்டும். இதுவும் முக்கியம். பெற்றுக்கொண்டவுடன் உடனடியாக அதில் கையெழுத்திட்டு இருக்கும் பகுதியைக் கிழித்துவிட வேண்டும். அப்படிச் செய்யும் பட்சம் அந்தக் காசோலை தவறினாலும் தொலைந்து போனாலும் அது பற்றி கையெழுத்துப் போட்டுக்கொடுத்தவர் அச்சப்படத் தேவை இல்லை.

சிலர் கடன் பணத்தைத் திரும்பப் பெற்றுக்கொண்டபின்பும் காசோலையை திருப்பித் தரமாட்டார்கள். பின்பு தருகிறேன் என்பார்கள். அப்படி வாங்காமல் விட்டுவிட்ட காசோலையை மறந்து விடும் ஆபத்து இருக்கிறது. ஒருக்கால் கடன் கொடுத்தவருடைய எண்ணம் சரியில்லாவிட்டால், அவர் அந்த காசோலையை வங்கியில் சமர்ப்பிக்கலாம். அல்லது கவனமின்றியும் சமர்ப்பிக்கலாம்.

அப்படி சமர்பிக்கப்பட்டால், அந்தக் காசோலை பணம் கேட்டு, கடன் பெற்று கொண்டவரின் வங்கிக் கணக்குக்கு வரும். வங்கி கணக்கில் பணம் இருந்தால், பணம் வழங்கப்பட்டுவிடும். அது நஷ்டம்.

அவர் வங்கிக்கணக்கில் பணம் இல்லாதபட்சம், வங்கி, 'இந்த காசோலைக்கு வங்கி கணக்கில் பணம் இல்லை' என்று,

'இன்சபீஷியண்ட் ஃபண்ட்' என்ற காரணம் எழுதப்பட்ட ஓலையுடன் கடன் கொடுத்தவருக்குப் போய்ச் சேரும். அதை வைத்து அவர் நீதிமன்றம் போகலாம். கிரிமினல் வழக்குப் போடலாம்.

கையெழுத்துப் போட்டுக் கொடுத்த காசோலைக்குக் கொடுத்தவர் முழு பொறுப்பு. அந்தக் காசோலை சரியான விதத்தில் அல்லது நேர்மையற்ற விதத்தில் அதாவது கூடுதல் தொகை, கூடுதல் காலம் அல்லது திருப்பி கட்டிவிட்ட பணத்துக்கும் கூட மீண்டும் வசூலிக்க நினைக்கும் நடவடிக்கை என எதுவாக இருந்தாலும், அந்தக் காசோலை கடன் கொடுத்தவரிடம் இருக்கும்வரை காசோலை கொடுத்தவர் அதற்குப் பொறுப்பு ஆகிறார்.

செக் பவுன்ஸ்

ஒருவர் வழங்கிய காசோலை, அவர் வங்கிக் கணக்கில் பணம் இல்லை அல்லது போதவில்லை என்பது போன்ற காரணங்களால் திருப்பி அனுப்பப்பட்டால், அதன் பெயர் 'செக் பவுன்ஸ்'. அது, Negotiabel Instruments Act 1881 சட்டப்படி குற்றம். அதன் காரணமாக காசோலை அளித்தவர், 'வாங்கிய பணத்தைத் திருப்பிக் கொடுக்காத' நபராகக் கருதப்படுவார். நெகோஷியபிள் இண்ட்ஸ்டிருமெண்ட்ஸ் சட்டப் பிரிவு 138 ன் படி அந்த நபருக்கு இரண்டு ஆண்டுகள் வரை சிறை தண்டனை மற்றும் அல்லது காசோலையில் எழுதப்பட்டிருக்கும் தொகையைப்போல இரு மடங்கு அபராதம் என தண்டனைகள் வழங்கப்படலாம்.

ஒரு காசோலை என்பது அதில் எழுதப்பட்டிருக்கும் 'எழுத்துகளில் இருக்கும் அடித்தல். திருத்தல்' அல்லது 'தேதி காலாவதி' ஆகியவற்றால் வங்கியிலிருந்து திருப்பி அனுப்பப்பட்டால், அது குற்றமில்லை.

செக் பவுன்ஸ் என்பது பணம் இல்லாத காரணத்தினால் இருந்தால் மட்டுமே. அதிலும் ஒரு வேறுபாடு, அந்தக் காசோலை பரிசாகவோ அல்லது வேறு எந்த காரணத்திற்காகவோ வழங்கப்பட்டு இருந்தால் பிரச்னை இல்லை. வாங்கிய பணத்துக்கு கடன் தொகைக்கு ஈடாக செக் கொடுத்திருந்தால் மட்டுமே 'செக் பவுன்ஸ்' என்பது குற்றம்.

ஒருவர் வழங்கிய, காசோலை பவுன்ஸ் ஆகிவிட்டால், அந்தக் காசோலையைத் தன் கணக்கில் கட்டியவர், வங்கி அனுப்பிய 'இன்சபீஷியண்ட் பண்ட்' என்ற சிட்டையுடன் காசோலையை

வழங்கியவருக்கு ஒரு நோட்டீஸ் அனுப்பலாம். அதில், 'நீங்கள் கொடுத்த காசோலை பணம் இல்லாமல் திரும்பி வந்துவிட்டது. அதனால், நீங்கள் அந்த பணத்தை எனக்கு உடனடியாக கொடுங்கள்' என்று கேட்கலாம்.

அவ்வாறு காசோலை திரும்பி வந்த தேதியில் இருந்து 30 நாட்களுக்குள் நோட்டீஸ் அனுப்பிக் கேட்கவேண்டும். அவர் பணம் கொடுக்க 15 நாட்கள வரை அவகாசம் உண்டு. அதற்குள் அந்த பணம் திரும்பக் கொடுக்கப்படாவிட்டால் மட்டுமே, நீதிமன்றத்தை நாட முடியும். 15 நாட்களுக்கு பிறகும் பணம் வராத பட்சம் அவர் அந்த 15-வது நாளில் இருந்து 30 நாட்களுக்குள் நீதிமன்றத்தை நாடலாம். குற்றவியல் (கிரிமினல்) வழக்கு போடலாம்.

முன் தேதி இடுதல் - Pre dated Cheques (PDC)

முன் தேதியிட்ட காசோலைகளும் அந்தத் தேதியிலிருந்து மூன்று மாதங்களுக்குத்தான் செல்லுபடியாகும். மூன்று மாதம் என்பது 90 நாட்கள் என்கிற கணக்கு அல்ல. தேதியிட்ட நாளிலிருந்து மூன்றாவது மாதம், அதற்கு முந்தைய நாள்.

பின் தேதி இடுதல் - Post dated Cheques (PDC)

இப்படி பின் தேதி எழுதுவதால் கடன் வழங்கப்பட்டதாக வேண்டுமானால் நிரூபிக்க முடியும். ஆனால், அதை வங்கிக்கு அனுப்பி பணம் இல்லாமல் திரும்பப்பெற்று, நீதிமன்றத்தை நாட முடியாது.

11
பிராமிசரி நோட் – கடன் உறுதிப் பத்திரம்

கடன் பெற்றவர், ஒரு தாளில், தான் கடன் வாங்கியிருப்பதாகவும் அதைத் திருப்பித் தர உறுதியளிப்பதாகவும் எழுதிக் கையெழுத்திட்டு கொடுக்கும் ஆவணத்தின் பெயர், பிராமிசரி நோட்டு.

இந்த ஆவணம் கொஞ்சம் கனமாக இருக்கிற, இளம் பச்சை நிறத்திலான 'பாண்ட் பேப்பரில்' எழுதுவது வழக்கம். வெள்ளைத்தாளிலும் எழுதலாம்.

காசோலையில் எழுதுவது போலவே, பிராமிசரி நோட்டிலும் தேதி குறிப்பிடப்பட வேண்டும். எந்த ஒரு பிராமிசரி நோட்டும் அதில் எழுதப்பட்டிருக்கும் தேதியிலிருந்து மூன்று ஆண்டுகளுக்கு மட்டுமே செல்லும்.

தவிர, அப்பா பெயர், வயது, முகவரி ஆகியவற்றுடன் யார் யாருக்கு எழுதித் தருகிறார் என்கிற விவரங்கள் சரியாக இருக்க வேண்டும்.

எந்த ஒரு பிராமிசரி நோட்டு என்பது ஒரு குறிப்பிட்ட தொகைக்குத்தான் இருக்க முடியும்.

அதில் வழங்கப்பட்ட தொகை என்ன என்றும் வட்டி விகிதம் எவ்வளவு என்றும் குறிப்பிட வேண்டும்.

தொகையை எண்ணாலும் எழுத்தாலும் எழுதவேண்டும்.

தமிழிலும் எழுதலாம்.

கை நாட்டும் ஏற்றுக்கொள்ளப்படும்

எத்தனை கோடி ரூபாய்க்கு வேண்டுமானாலும் பிராமிசரி நோட் எழுதலாம்; வரம்பு இல்லை. ஆனால் பிறகு நீதிமன்றம் போனால், அவ்வளவு பணம் கிடைத்த வழியை (சோர்ஸ்) நிரூபிக்க வேண்டியிருக்கும்.

கடன் பெற்றவரின் கையெழுத்து அந்தத் தாளில் இருப்பது தவிர, ஒரு ரெவின்யூ ஸ்டாம்ப் ஒட்டி அதன் மீது கையெழுத்துப் போடுவது கடன் கொடுப்பவருக்குக் கூடுதல் பாதுகாப்பு. அப்படிப்பட்ட பிராமிசரி நோட்டுகள்தான் ஸ்டாம்ப், வரி கட்டப்பட்டவையாக எடுத்துக்கொள்ளப்படும்.

பிராமிசரி நோட்டில் கடன் பெற்றவர் கையெழுத்திட்டால் போதும். சாட்சிகள் அவசியம் இல்லை. வேண்டுமானால் சாட்சிகளுடைய பெயர், முகவரி போன்ற அடையாளத் தகவல்களுடன் கையெழுத்து பெறலாம். கடன் பெற்றவர்கள் குடும்பத்தாரிடம் சாட்சிக் கையெழுத்துப் பெறுவது கூடுதல் வலு. இரண்டு சாட்சிகள் கையெழுத்து பெறுகிறவர்களும் உண்டு.

PROMISSORY NOTE PROVIDING FOR INTEREST

I, Sri.__________________ S/o.______________
promise to pay Sri.__________________
S/o.__________________ or order, on demand, the sum of
Rs.______ (Rupees________________only) with interest
at the rate of _______ per cent. per mensem / annum from the
date of these presents, for value received.

Place:

Date: Signature.

பிராமிஸரி நோட்டு

Rs.

சாட்சிகள்

1.

2.

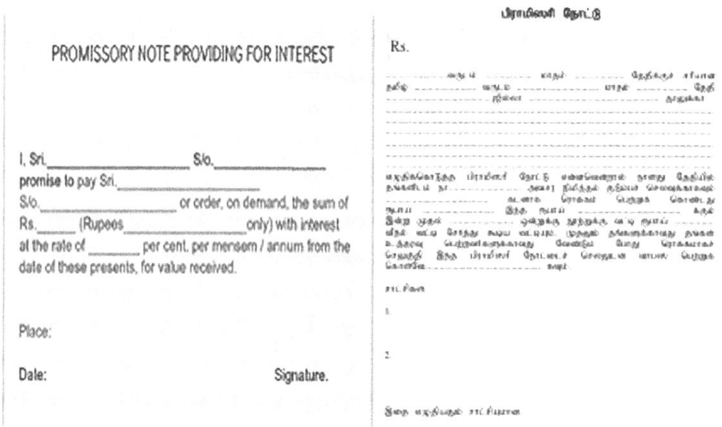

கொடுக்கப்பட்ட கடன் தொகைக்கு இணையாக அடமானமாக ஏதேனும் வாகனங்கள் அல்லது நகைகள் அல்லது அசையாச்

சொத்துக்களை எழுதிக்கொடுக்கலாம். அப்படி எழுதிக் கொடுக்கும் அந்த பிராமிசரி நோட்டின் வலு அதிகம். சொத்துக்களுக்கு பதில், 'கிராஸ்டு செக்' (Crossed Cheque) கொடுக்கலாம். அந்த காசோலையில் கடன் காலம் முடிவு தேதியை எழுதலாம். அதாவது, அவை 'போஸ்ட் டேட்டட்' பின் தேதியிட்ட காசோலையாக இருக்கலாம்.

பிராமிசரி நோட்டு என்பது கடன் கொடுத்ததற்கான/ பெற்றுக் கொண்டதற்கான ஒரு ஆவணம். உடன் அடமானம் இல்லாத பட்சம், கடன் தொகையை வசூலிப்பது சிரமம் ஆகலாம்.

கடனைத் திருப்பிக்கொடுக்கும்போது தவறாமல் பிராமிசரி நோட்டை திரும்பப்பெற்றுக்கொள்ளவேண்டும். பெற்றுக் கொண்டதும் கையெழுத்துப் போட்ட பகுதியைக் கிழித்துவிட வேண்டும். அல்லது அதன் குறுக்கே கோடுகள் போட்டு 'கேன்சல்டு' என்று எழுதிவிடலாம். அதைத் திரும்பப்பெறாத வரை, கடன் கொடுத்தவர், அவர் கொடுத்த கடன் பணத்தைத் திரும்பப்பெற்றுக்கொள்ளவில்லை என்று சொல்ல முடியும்.

பிராமிசரி நோட் வகைகள்

வாங்கிய பணத்தை எவ்வளவு நாட்களுக்குள் திருப்பிக் கொடுக்க வேண்டும் என்று கால வரையறை வைத்து எழுதிக்கொள்ளலாம். இதன் பெயர் 'ஓப்பன் பிரமிசரி நோட்' அல்லது 'ஆன் டிமாண்ட் பிராமசரி நோட்' ஆகவும் எழுதிக்கொள்ளலாம். இரண்டாவது வகையில் கால வரையறை இல்லை. கொடுத்தவர் கேட்கும் நேரம் பணத்தை திருப்பித் தரவேண்டும்.

கடன் பணம் திரும்ப வரவில்லை என்றால் கடன் வாங்கியவருக்கு 'வக்கில் நோட்டீஸ்' அனுப்பவேண்டும்.

பதில் வர, பணம் வர 15 நாள்கள் வரை காத்திருக்கவேண்டும். பிறகு 'சிவில் கோர்ட்' போக வேண்டும்.

கொடுத்த அசல் பணம், உரிய வட்டி மற்றும் வசூலிக்க ஆகும் 'செலவு தொகை' ஆகியவற்றைக் கேட்கலாம்.

நீதிமன்றத்தில் வழக்குப் போட, கேட்கும் தொகையில் 6% 'கோர்ட் பீஸ்' கட்டவேண்டும்.

கேட்கும் வட்டி என்பது 12%க்குள்தான் இருக்கவேண்டும். வியாபாரம் செய்ய வாங்கிய கடன்களுக்கு 18% வரை கேட்கலாம்.

அதற்கு மேல் கேட்டால் அது, கந்துவட்டி கேட்பதாக ஆகிவிடும்.

'பிராமிசரி நோட்' இல் எழுதப்பட்டிருப்பது உண்மை என்றுதான் நீதிமன்றம் எடுத்துக்கொள்ளும். கடன் வாங்கியவர்தான் (பிரதிவாதி) அது மிகை அல்லது பொய் என்றால் நிரூபிக்க வேண்டும். அதன்பின் நீதிமன்றம், பிராமிசரி நோட்டில் உள்ள கையெழுத்துகளைச் சரிபார்க்க நடவடிக்கை எடுக்கும்.

அதற்கு அடுத்தபடியாக வழக்கு போடப்பட்டிருக்கும் தொகை சரிதானா என்று பார்க்கும். கடன் வாங்கியவர்தான் இல்லை எனும் பட்சம் அதையும் நிரூபிக்கவேண்டும்.

கடன் வாங்கி அதற்கு 'பிராமிசரி நோட்' எழுதிக்கொடுத்தவர் இறந்துவிட்டால், அவருடைய வாரிசுதாரர்கள் மீது வழக்குப் போடலாம்.

பிராமிசரி நோட்டின் 'வேலிடிட்டி பீரியட்' 3 ஆண்டுகளுக்குத்தான். அதன்பின் அது செல்லாதது ஆகிவிடும். இடையில் அந்த நோட்டில் மீண்டும் ஒரு கையெழுத்து புதிய தேதியுடன் வாங்கியிருந்தால் செல்லும்.

வழக்கு தீர்ப்பு வந்தபின் 'எக்ஸ்சிக்யூஷன் பெட்டிஷன்' போடலாம். கடன் வாங்கியவரின் சொத்துகளில் அசையும் சொத்துகளை (மூவபில் அசெட்ஸ்) ஏலம் விட்டு பணம் எடுத்துக்கொள்ளலாம்.

கடன் வாங்கியவரால் பணத்தைத் திருப்பிக்கொடுக்க முடியாத நிலையில், அவர் பெயரில் சொத்துகளும் இல்லாத நிலையில் அவரை சிவில் கோர்ட்டில் அடைக்கலாம். ஆனால், அவர் மீது குற்றவியல் வழக்கு (கிரிமினல் கேஸ்) போட முடியாது.

12

கடன் வழங்குவோர்

அடமானக் கடைகள்

இப்படிப்பட்ட கடைகள் தென்னிந்தியாவில் அதிகம் என்று சொல்லலாம். அதிலும் கேரளாவில் மிக அதிகம் என்கிறது 'மிண்ட்' பத்திரிகை. ஒவ்வொரு நூறு மீட்டர் தூரத்திலும் ஒரு அடகுக் கடை இருக்கிறதாம். அங்கே அவற்றை 'கோல்ட் லோன்' கடைகள் என்று அழைப்பார்களாம். அதே சமயம் ரத்தம் சொட்டச் சொட்ட வட்டி வாங்குவார்கள் என்ற அர்த்தத்தில், அவற்றை 'பிளேடு' கடைகள் என்றும் சொல்வதுண்டாம்.

இப்போது அவற்றில் சில மிகப் பெரிய அளவில் விரிவடைந்து, முறைபடுத்தப்பட்டு, பல மாநிலங்களிலும் கிளைகள் பரப்பி, பங்குச் சந்தையில் பட்டியலிடப்பட்டிருக்கும் பப்ளிக் லிமிட் நிறுவனங்களாக வளர்ந்திருக்கின்றன!

முத்தூட் பைனான்ஸ், கொசமட்டம் பைனான்ஸ், மணப்புரம் போன்ற சில பிரபலமானவை.

அருகில் இருக்கிறது. எளிதில் கிடைக்கிறது. கூடுதல் கடன் கிடைக்கிறது என்பது போன்ற காரணங்களால் இவை தொடர்ந்து வளர்கின்றன. இவை கேட்கும் வட்டியைக் காட்டிலும் குறைவான வட்டிக்கு வங்கிகள் கொடுத்தாலும் அனைத்துத்

தரப்பினராலும் வங்கிகளில் நுழைந்து பேசி, அடகு வைத்து, கடன் வாங்க முடிவதில்லை.

தவிர, வங்கிகள் சில கிராம்கள் எடையுள்ள, சின்னச் சின்ன நகைகளுக்கெல்லாம் கடன் கொடுப்பதில்லை. இரண்டு சவரனுக்கு குறைவானவற்றுக்கு அங்கே கடன் கிடைப்பது சிரமம். தவிர வங்கிகளைப் பொறுத்தவரை அவற்றின் வேலை நடவடிக்கைகளில் நகைக் கடன்கள் பிரதானமில்லை. அதனால் வங்கிகளின் நகைக்கடனுக்கான வேலை நேரம், வேலை நாட்கள் என பலவும் சாதாரண மக்களின் அவசரத் தேவைகளுக்கு ஒத்துவராது.

தமிழ்நாட்டில், 'தமிழ்நாடு ஃபான் புரோக்கர்ஸ் சட்டம் 1943' என்று ஒரு சட்டம் இந்தத் தொழிலை வரைமுறைப்படுத்துகிறது. அடமானக் கடை நடத்த 'லைசென்ஸ்' வாங்க வேண்டும். தாசில்தார், உதவி தாசில்தார்கள் லைசென்ஸ் வழங்குகிறார்கள்.

ஆண்டுக்கு வட்டி 12%க்கும் அதிகமாக வசூலிக்கக்கூடாது. மற்ற கட்டணங்கள் வாங்கலாம். நகைக்கு ரசீது கொடுக்கவேண்டும். நகைகள் குறித்த விவரங்களை எழுதி வைத்திருக்கவேண்டுமென்பது போல பல ஷரத்துகள் அந்தச் சட்டத்தில் இருக்கின்றன.

யாரேனும் அதிக வட்டி கேட்டால் அது குறித்து காவல்துறையில் புகார் கொடுக்க முடியும்.

'மெட்ராஸ் ஃபான் புரோக்கர்ஸ் அசோசியேஷன்' என்று அடமான கடைக்காரர்கள் (ஃபான் புரோக்கர்ஸ்) ஒரு அமைப்பு வைத்திருக்கிறார்கள். சென்னை சவுக்கார் பேட்டையில் இருக்கும் அதில் 3900க்கும் அதிகமான ஃபான் புரோக்கர்கள் அங்கத்தினர்கள். அவர்களுக்கு இந்த சங்கம் சட்ட உதவி செய்யும். அவர்களுக்கு ஒரு முகநூல் (பேஸ்புக்) பக்கமும் இருக்கிறது.

அடகு வைப்பதா அல்லது விற்றுவிடலாமா?

அடகு வைக்கும் நகையை மீட்க இயலும் என்றால் மட்டுமே அடகு வைக்க வேண்டும். குறிப்பிட்ட மாதங்களுக்குப் பிறகும் மீட்க முடியுமா என்பது சந்தேகமாக இருந்தால், வட்டி கட்டிக்கொண்டிருப்பதைவிட விற்றுவிடுவதே மேல்.

10,000 ரூபாய்க்கு நகையை அடகு வைத்து அந்தக் கடனுக்கு ஓராண்டு வட்டி, 12% அளவில் 1200 ரூபாய் ஆகும். தவிர, அதற்கு இதற்கு என்று கட்டணங்கள் 500 ஆகலாம். ஓராண்டு முடிவில் ரூபாய் 1700 செலவு. 11,700 கட்டித்தான் அதை மீட்க முடியும்.

இரண்டு ஆண்டுகள் வட்டி கட்டினால், வட்டி மட்டுமே 2400 ரூபாய். மேலும் கட்டணங்கள். அதன்பின் போய் கடன் முழுத்தொகையைக் கட்டி, நகையை மீட்கவேண்டும்.

சாதாரண மக்கள் பலரிடம் ஒரே நேரத்தில் அவ்வளவு பணம் சேராது. இருக்காது. வட்டி கட்டுவதே சிரமமாக இருக்கும்; பலரால் முழுப்பணம் கட்ட முடியாது.

அப்படிப்பட்ட நிலையில் அது மூழ்கிவிட அனுமதிப்பார்கள். அல்லது வேறுவழியின்றி விட்டுவிடுவார்கள். நகை போய்விடும்.

ஏல வழிமுறை

அடகு வைத்து ஓராண்டு 7 நாட்கள் ஆகிவிட்டால், கடைக்காரர், பதிவு தபால் மூலம் நகையின் சொந்தக்காரருக்குத் தகவல் தெரிவிக்கவேண்டும். வந்து பணம் கட்டினால் சரி. இல்லா விட்டால் மீண்டும் தபால். ஒரு மாத இடைவெளியில் மீண்டும் நோட்டீஸ். பதிவு தபாலில். பிறகு அதை ஏலம் விட ஏற்பாடு செய்துவிடுவார். ஏலம் குறித்த விவரம் செய்திதாள்களில் விளம்பரம் வரும். நகை விற்பனை ஆகி உருக்கப்பட்டுவிடும்.

அடகு வைத்து பெற்றுக்கொண்ட பணம் ரூபாய் 10,000. ஆனால் அவர்கள் அடகு வைத்த நகையின் மதிப்பு அதே அளவுதானா இருக்கும்? எந்தக் கடனிலும் அடமானப் பொருளின் சந்தை மதிப்பு அளவுக்கு இருக்காது.

நகையில் இருக்கும் தங்கத்தின் மதிப்பில் 75 சதவீதம் கடன் தருவதாக வைத்துக்கொள்வோம். நகையை எடை போடும்போது கற்கள், அழுக்கு என்று ஓரளவு எடையக் கழித்துவிடுவார்கள். அது ஒரு 5% என்று வைத்துக்கொண்டால், 10,000 ரூபாய் கடன் கொடுக்க, பொருள் மதிப்பு, 13,333 ரூபாயாக இருக்கவேண்டும் (22 கேரட் நகையாக இருந்தால்).

அவ்வளவு மதிப்புள்ள தங்கத்தை ஏன் 11,700 அல்லது ரூபாய் 2,500 கட்ட இயலவில்லை என்று மூழ்கவிடவேண்டும்? மேலும் அடகு வைத்த போது அதன் மதிப்பு 14.285 அதன்பின் (உதாரணத்தின்படி) 2 ஆண்டுகள் ஆகிவிட்டனவே. தங்கத்தின் விலை மதிப்பு அதிகரித்திருக்குமல்லவா!

எச்சரிக்கை

சட்டத்துக்குப் புறம்பானது என்றாலும் அடகு வைக்கும் சில கடைகளில்/ நிறுவனங்களில், நகையை அடகு வைக்க,

இன்னின்ன நிபந்தனைகள் என்று ஆவணங்களில் கையெழுத்து அல்லது கைநாட்டு வாங்குவார்கள். அதோடு சேர்ந்து, என் நகையை திரும்பப் பெற்றுக்கொண்டேன் என்ற ஆவணத்திலும் (அதே தாளில் பின்புறம்) ஒப்புதல் வாங்கிக்கொண்டுவிடுவார்கள்.

அதனால் அவர்களுக்கு வட்டி மற்றும் அசல் வந்து சேராவிட்டால், நகையைத் திரும்பக் கொடுத்துவிட்டதுபோல, கணக்கை முடித்துக் கொண்டு, விற்று பணம் எடுத்துகொண்டுவிடுவார்கள் என்கிறார்கள்.

அதனால் கையெழுத்து போடும்போது எச்சரிக்கையாகப் பார்த்துப் போடவேண்டும்.

மறு அடகு கடைகள்

தங்கம் விலை நன்கு உயரும் காலகட்டங்களில், ஏற்கெனவே அடகு வைத்த கடையில் இருந்து நகையை மீட்டு, வேறு ஒரு கடையில் வைத்து அதிகப் பணம் கடனாகப் பெற முடியும். அதே கடையிலும் கூடுதல் கடன் வாங்கலாம்.

சிலர், 'அடகில் இருக்கும், வட்டி கட்டப்படாமல் இருக்கும் உங்கள் தங்க நகைகளை மீட்டு, குறைந்த வட்டிக்கு அல்லது கூடுதல் பணத்துக்கு அடகு வைக்க உதவுகிறோம்' என்று விளம்பரம் செய்வார்கள். சென்னை புறநகர் ரயில்கள் மற்றும் பேருந்துகளில் அப்படிப்பட்ட சிறிய விளம்பர நோட்டிஸ்கள் ஒட்டியிருப்பார்கள். அதே போல பிற ஊர்களிலும் இருக்கும். அவர்களைத் தொடர்புகொண்டால், அடமானம் வைத்திருக்கும் கடைக்கு உடன் வந்து, அவர்கள் பணம் கட்டி நகையை மீட்டு, ஆவணங்களில் கையெழுத்து வாங்கிக்கொண்டு, கொஞ்சம் பணம் கொடுப்பார்கள்.

புதிய அடமான கடையில் வட்டி குறைவா? வேறு என்ன கட்டணங்கள்? என்ன என்ன கையெழுத்துகள் என்பதெல்லாம் கவனிக்கப்படவேண்டியவை. ஆனாலும், இரண்டாவது அடகினால், அதே நகையின் பேரில் கூடுதல் பணம் கிடைக்கிறது என்பது உண்மைதான்.

லோன் ஆப்ஸ் (Loan Apps)

எல்லோருக்கும் தெரிந்திருக்குமா என்று சொல்லமுடியாது. எனக்கும் கூட அனுபவம் இல்லை. இந்தப் புத்தகம் எழுதுவதற்காக தேடிய போது கிடைத்த அதிர்ச்சி தகவல்தான் 'லோன் ஆப்ஸ்'.

இணையத்திலும் யூடியூபிலும் பெரிய அளவில் இது பற்றிய விவாதங்கள், தகவல் பரிமாற்றங்கள், ஆலோசனைகள் நடந்து கொண்டிருப்பதைப் பார்க்க முடிகிறது.

எதற்கும் சிரமப்பட இயலாது. எல்லாம் சுலபமாக கிடைக்க வேண்டும் என்று நினைக்கிற மக்களுக்கு, பணத்துக்கான தேவை வருகிறபோது அவர்கள் வங்கிக்குப் போகத் தயங்குகிறார்கள். அதற்கு அவர்கள் வங்கிகளின் கிளைகளுக்கு நேரடியாகப் போயிருந்தபோது பெற்ற அனுபவம் காரணமாக இருக்கலாம்.

'கடன் கேட்டால், பல மேல் விவரங்கள் கேட்கிறார்கள். ஆவணங்கள் கொண்டுவரச் சொல்கிறார்கள். கேட்ட அளவு கடன் தருவதில்லை. மேலும் பணம் கிடைக்கத் தாமதமாகிறது' என்பது போன்ற வருத்தங்களோடு வெளியேறிவிடுகிறார்கள். அவர்களிடம் ஆண்டிராய்ட் போன் இருக்கிறது. மடிக்கணணிகள் இருக்கின்றன. நெட் பேங்கிங், கூகுள் பே போன்ற மின்னணு அணுகுமுறைதான் எல்லாவற்றுக்கும் என்று வாழும் புதிய தலைமுறையினர் அவர்கள்.

இப்படிப்பட்டவர்களின் கடன் தேவைகளை வியாபாரிகள் விட்டுவைப்பார்களா? அப்படிப்பவர்களின் தேவைகளை நிறைவு செய்ய 'லோன் ஆப்ஸ்' என்று உருவாக்கிவிட்டார்கள். ஜென் ஜி (Gen Z) என்றழைக்கப்படும் தலைமுறையினரின் எதிர்பார்புகள், பழக்க வழக்கங்களுக்கு ஏற்ப உதவியாக இருக்கக்கூடியவிதமாக உருவாக்கப்பட்டவைதான் 'லோன் ஆப்'கள். இப்படிப்பட்ட 'லோன் ஆப்'கள் ஆபத்தில்லாதவையா? அப்படிப்பட்ட 'ஆப்'களை நடத்தும் நிறுவனங்கள் அனைத்தும் நியாயமான வழிகளில்தான் நடந்துகொள்கிறார்களா?

எப்படி அறிமுகம் ஆகிறது?

உடனடியாகப் பணம் தேவைப்படுகிறவர்கள் ஆன்டிராய்டு போன்களில் இருக்கும் 'பிளே ஸ்டோர்'க்குப் போய் அவர்களுக்கு நண்பர்களால் பரிந்துரைக்கப்பட்ட அல்லது யூ டியூபில் பார்த்த விளம்பரத்தை வைத்து ஒரு 'லோன் ஆப்'பை டவுன்லோட் செய்து கொள்வார்கள். அந்த 'ஆப்' வங்கிக் கணக்கு எண்கள் போன்ற சில தகவல்கள் கேட்கும். சில அடையாள அட்டைகளை ஸ்கேன் செய்து அப்லோட் செய்யச் சொல்லும். பிறகு போனில் இருக்கும் காண்டாக்ட்ஸ், கேமரா, ஆடியோ போன்ற சில பகுதிகளுக்கு அது செல்வதற்கு அனுமதி கேட்கும். 'அலவ்' (Allow) என்று அனுமதி கொடுத்தால்தான் அந்த ஆப்பில் தொடரவிடும். விண்ணப்பம்

நிறைவு செய்யச் சொல்லிக் கேட்கும். செல்பி எடுத்து அனுப்பச் சொல்லும்.

எல்லாம் செய்து முடித்தபின் ஒரு தொகை கடன் என்ற பெயரில் வங்கி கணக்குக்கு வரும். அந்தத் தொகை கொடுக்கப்படுவதாகச் சொல்லப்படும் தொகையைவிடக் குறைவாக இருக்கும். நிர்வாகச் செலவுகள், முன் வட்டி போன்ற சிலவற்றின் பிடித்தம் போக மீதமாக அவை இருக்கலாம்.

என் முயற்சி

இந்தப் பகுதியை எழுதுவதற்காக 'ப்ளே ஸ்டோர்' போய் என்னென்ன பெயர்களில் எத்தனை 'லோன் ஆப்' புகள் இருக்கின்றன என்று தேடினேன். ஒரு சில கண்ணில் தென்பட்டன.

அடுத்து, ஏதாவது ஒரு குறிப்பிட்ட ஆப்பை 'டவுன்லோட்' செய்து ஆராய்ந்து பார்க்கலாம் என்று தோன்றியது. ஆனால், உடனடியாக 'அது மட்டும் கண்டிப்பாக வேண்டாம்' என்று என்னுடைய உள்மனது எச்சரித்தது. காரணம் தெரிந்ததுதானே. இன்றைய இணைய உலகில் நாம் எதைத் தேடினாலும், அதன்பின் அதேபோல இருக்கும் பல்வேறு விஷயங்களை 'தேடுபொறி' முந்திரிக்கொட்டை போல நாம் கேட்காமலேயே கொண்டுவந்து நம் ஸ்கிரீனில் கொட்டும். தவிர, அப்படிப்பட்ட ஒரு ஆப்பை நம் கம்ப்யூட்டரில் டவுன்லோட் செய்வதால் வேறு ஏதேனும் பிரச்னைகள் வரக்கூடும் என்கிற அச்சம் எப்போதுமே இருக்கிறது.

அதனால் நேரடி அனுபவம் கிடைக்காவிட்டாலும் பரவாயில்லை. ஏற்கனவே அனுபவப்பட்டவர்கள், அவை குறித்து எச்சரிப்பவர்கள் என்ன சொல்கிறார்கள் என்று பார்க்க ஆரம்பித்தேன். ஏகப்பட்ட அலறல்கள், வருத்தங்கள் மற்றும் அவர்களுக்கு வல்லுநர்கள் கொடுக்கும் எச்சரிக்கைகள், பரிந்துரைகள் போன்றவை சமூக ஊடகங்களில் ஏராளமாகவே கிடைத்தன.

அடுத்தவர்கள் செய்யும் தவறுகளில் இருந்து கற்றுக்கொள்வது தானே புத்திசாலித்தனம். 'எல்லாத் தவறுகளையும் நாமே செய்து கற்றுக்கொள்வது என்றால் இந்த ஒரு பிறப்பு போதாது' என்று வேடிக்கையாக சொல்வதுண்டு. இணையத்தில் தேடியபோது முதலில் தென்பட்ட ஒரு கடன் வழங்கும் நிறுவனத்தின் வலைத்தளத்தில் பெரிதாக மேலே காணப்பட்ட செய்தி என்ன தெரியுமா? அது, வெறும் செய்தியா என்ன... சுண்டியிழுக்கும் தூண்டில் அல்லவா!

'உங்கள் சிபில் ஸ்கோர் பாதிக்கப்படாமல் உடனடியாகக் கடனுக்கு விண்ணப்பியுங்கள்'.

மற்றொரு வலைத்தளத்தின் தலைப்பு:

'3 நிமிடங்களில் உங்களுடைய முன்கூட்டியே அனுமதிக்கப்பட்ட, 'பிரி அப்ரூவ்ட்' கடனை பெற்றுக் கொள்ளுங்கள், உங்கள் சிபில் ஸ்கோர் பாதிக்கப்படாமல்'.

இன்னொரு வலைத்தளம் தெரிவிப்பது:

'ஆன் லைன் டிரான்ஸ்ஃபர் மூலம் கடனைப் பெற்றுக்கொள்ளுங்கள், உங்கள் கிரெடிட் ஸ்கோர் (சிபில்) என்னவென்று பார்க்காமலேயே'.

இந்தப் பகுதியை எழுதிய போது நான் கனடா தேசத்தில் இருந்ததால், முதலில் எனக்குக் கிடைத்தவை அமெரிக்கா மற்றும் கனடா நாட்டு விளம்பரங்கள். ஆக, பல நாடுகளிலும், முன்னேறிய, கட்டுப்பாடுகள் இருக்கிற நாட்டு மக்களுக்கும் இந்த 'வாய்ப்பு' தரப்படுகிறது என்று புரிந்துகொண்டேன்.

இந்தியாவில் உடனடியாக கடன் கொடுக்கும் இந்திய வலைத்தளங்களில் முனைந்து தேடினேன். நம் நாட்டில் மட்டும் என்ன வித்தியாசமாகவா இருக்கப்போகிறது? வலைத்தளம் ஒன்றில் தலைப்பாக எழுதப்பட்டிருந்தது,

'இருபதாயிரம் வரை உடனடியாக கடன். 30 நிமிடங்களில்'.

கடன் வழங்க எத்தனையோ வங்கிகளும், வங்கிகள் அல்லாத நிதி வழங்கும் நிறுவனங்களும் (Non Banking Financial Corporations - NBFCs) இருந்ததாலும் மக்கள் ஏன் இந்த குறிப்பிட்ட 'லோன் ஆப்'கள் மூலம் கடன் பெற முனைகிறார்கள்?

சிபில் ஸ்கோர் பார்க்கமாட்டோம்

சட்டத்துக்கு உள்பட்ட வகைகளில் மட்டுமே கடன் கொடுக்கும், கொடுத்த கடனை வசூல் செய்ய முடியும் என்று இருக்கிற வங்கிகள் மற்றும் பெரிய NBFCகள் எவையும் கடன் கொடுப்பதற்கு முன், கடன் கேட்பவரின் 'சிபில் ஸ்கோர்' என்ன என்று பார்க்கும். சிபில் ஸ்கோர் குறிப்பிட்ட அளவுக்கு மேல் இருந்தால்தான் கடன் வழங்கும்.

ஆனாலும் பலருக்கும் பணம் அவசியமாகவும் அவசரமாகவும் தேவை. கிரெடிட் கார்டுகள், அக்கம் பக்கம் என எல்லா வாய்ப்புகளையும் அவர்கள் ஏற்கனவே முடித்து விட்டிருப்பார்கள். அப்படிப்பட்டவர்கள் இது போன்ற

‘ஆப்’களில் கடன் கிடைக்கிறதே என்று ஆழம் தெரியாமல் இறங்கிவிடுவார்கள்.

வேறு சிலருக்கு சிபில் ஸ்கோர் பற்றியோ, வங்கிகள், NBFCகள் குறித்தெல்லாம் எதுவும் தெரியாது, ஏற்கனவே கடனெல்லாம் இல்லை. அல்லது அவர்களுக்கு வருமானம்கூட இல்லை. செலவுக்குப் பணம் வேண்டும்; எவரோ சொன்னார்கள் என்றோ அல்லது இவர்களாகவோ மாட்டிக்கொண்டுவிடுவார்கள்.

வேறு சிலர் இவர்களை ஏமாற்றிவிடலாம் என்று நினைப்பார்கள். ‘அட! போன் மூலம் கடன் கொடுக்கிறார்களா? வாங்கிக்கொண்டு, போனை ஸ்விட்ச் ஆப் செய்துவிடவேண்டியதுதான். வேறு சிம் வாங்கிக்கொண்டால் போயிற்று’ என்று இந்த நிறுவனங்களை குறைவாக எடை போட்டுவிடுவார்கள்.

எதை நம்பிக் கொடுக்கிறார்கள்?

அதுசரி. பல பெரிய பிரபல வங்கிகள் மற்றும் NBFC களே ‘இது தேறாது’ என்று விலக்கி விடுகிறவர்களை நம்பி எப்படி கடன் ஆப் நிறுவனங்கள் கடன் கொடுக்க முன் வருகின்றன?

நல்ல கேள்வி. கந்து வட்டிக்காரர்கள் என்ன சிபில் ஸ்கோரா பார்க்கிறார்கள்? எல்லாம் வசூல் பண்ணிக்கொள்ள முடியும் என்கிற தைரியம்தானே! அதே தைரியம்தான் இவர்களுக்கும்.

சரி. ஆனாலும் கந்து வட்டிக்காரர்கள் அறிமுகம் இருக்கிற, அருகில் குடியிருக்கும், வியாபாரம் செய்கிறவர்களுக்குக் கொடுக் கிறார்கள். கடன் வாங்கியவர்கள் எங்கும் ஓடிவிட முடியாது. பிடித்துவிடுவார்கள். ஆனால், எந்தெந்த ஊர்களிலோ இருப்பவர்களுகெல்லாம் கடன் ஆப்கள், போன்கள் மூலமாகவே கடன் கொடுக்கின்றனவே! அது எப்படி?

அவர்களுக்கு இருக்கும் பிடிமானம், கடன் வாங்குகிறவரின் ஆதார் அட்டை மற்றும் வருமான வரிக் கணக்கு எண் மற்றும் கடன் வாங்குபவரின் உறவினர்கள், நண்பர்கள் மற்றும் தெரிந்தவர்களின் தொடர்பு அலைபேசி எண்கள். அவற்றை வைத்து அவர்களுக்கு கடன் வாங்குகிறவர்களை அடையாளம் தெரியும். ஆனாலும் வசூலிக்க அது மட்டும் போதாது. வசூலிக்க அவர்கள் கையில் எடுக்கும் முறை, மிரட்டல்.

கடன் வாங்கியவர்களை கேவலமாகப் பேசுவார்கள். அவமானப் படுத்துவார்கள். அவர்களுடைய நண்பர்கள், உறவினர்களையும்

பணம் கேட்பார்கள், மிரட்டுவார்கள். ஓட ஓட விரட்டுவார்கள். அவமானத்துக்குப் பயந்து பலரும் எப்படியாவது புரட்டி கேட்கும் பணம் கட்டிவிடுவார்கள்.

'லோன் ஆப்'களின் செயல்பாடுகள்

இப்படிப்பட்ட ஆப் ஒன்றை டவுன்லோட் செய்து கொண்ட ஒருவர் அதில் இருக்கும் சில பகுதிகளில் அவருடைய பெயர், மாத வருமானம், வேலை செய்யும் நிறுவனம், அவருடைய அலைபேசி எண்கள் போன்றவற்றைக் கொடுத்து அதன்பின் அவருக்குத் தேவைப்படும் கடன் தொகையின் அளவு அவருடைய வங்கிக் கணக்கு, ஆதார், வருமான வரிக் கணக்கு அட்டை, முகவரி அட்டை ஆகியவற்றையும் பகிர்ந்துகொள்ளவேண்டும். அதற்கு அது அரை மணி நேரம் முதல் 2 மணி நேரத்துக்குள் அவருடைய கணக்குக்குப் பணம் வந்துவிடும். அவ்வளவு எளிது.

கடன் தொகையில் சில கட்டணங்கள் எடுத்துக்கொண்டு மீதத் தொகையை வங்கி கணக்குக்கு அனுப்பிவிடுவார்கள். அதன் பிறகு அவர் அந்த கடன் தொகையை வட்டியோடு சேர்த்து மாதத் தவணையாகக் கட்டவேண்டும். இதுதான் நடைமுறை. இப்படித்தான் விளம்பரங்கள் தெரிவிக்கும்.

வலைத்தளங்களில் இந்திய நிறுவனங்கள் சில கொடுத்திருக்கிற தகவல்களின்படி, ஆண்டுக்கு 15 முதல் 20 சதவீதம் வரை வட்டி. அட! பரவாயில்லையே என்பது போலத்தான் தோன்றும்.

லோன் ஆப்கள் பற்றி சொல்லப்படும் தகவல்கள் இவை. இவற்றை மட்டும் வைத்துப் பார்த்தால், இவை நவீன கடன் கொடுக்கும் ஏற்பாடுகள். வட்டி அதிகம். வசூல் முறைகள் கொஞ்சம் மோசமானவை. அவ்வளவுதான். ஆனால்... லோன் ஆப்கள் இவ்வளவு செய்வதோடு நிற்பதில்லை. அதற்கும் மேலே மிக மோசமாக நடந்துகொள்பவை என்பதுதான் களநிலை. கதறுபவர்கள் சொல்வது அதுதான்.

சில கடன் 'ஆப்'கள் நடந்துகொள்ளும் முறை

அப்படிப்பட்ட கடன் 'ஆப்'களைப் பயன்படுத்திய சிலர் பகிர்ந்துகொள்ளும் தகவல்களும் இணைய பொதுவெளியில் கிடைக்கின்றன. அவற்றைப் பார்த்தால் வங்கியில் கிடைப்பதை விட சற்றே கூடுதலான வட்டிக்கு மட்டும் கடன் கொடுத்து வட்டி வாங்குவது போலத் தெரியவில்லை.

ஒருவர் சொல்கிறார், 'ஐந்தாயிரம் ரூபாய்க்குக் கடன் கேட்டால் அது 'சாங்ஷன்' ஆகி, கட்டணங்கள் போக மீதம் என்று சுமார் 3800 ரூபாய்தான் தந்தார்கள். ஆனால், திருப்பிக் கட்டவேண்டியதோ, ஐந்தாயிரம் ரூபாய்'.

அந்தக் கடனை வழங்க, எடுத்துக்கொள்ளும் நிர்வாக செலவுகள் போல பல வகையான 'பீஸ்'களாக ரூபாய் 1200 போல. கணக்கிட்டால் கடனின் தொகையில் அவையே 25 சதவீதம். மீதம் 75% தான் பணமாகக் கிடைக்கிறது. அதாவது கடன் வாங்கும் முதல் நாளே, அதே நிமிடமே, 25% பணம் காணாமல் போய் விடும். திருப்பிக் கட்டும்போது நிர்வாக செலவு தொகையையும் சேர்த்துதான் கட்டவேண்டும் என்பது மட்டுமல்ல. அதற்கும் சேர்த்து வட்டி கட்ட வேண்டும். அதுதான் கொடுமை.

மேலும் கடன் வாங்கியவரின் போனில் இருக்கும் 'கான்டாக்ட்' அலைபேசி என்களை வேறு ஏதாவது ஒரு நிறுவனத்துக்கு விற்றுவிடுவார்கள். அதன்பின் அந்த நிறுவனத்தில் போன் வரும். நாங்கள் கடன் கொடுக்கிறோம் என்பார்கள். கூடுதல் பணம் தருகிறோம் என்று விடாமல் எஸ்.எம்.எஸ். மேசேஜ் வரும்.

இதுவரைகூடப் பரவாயில்லை. கந்து வட்டியை விட இது எவ்வளவோ தேவை. தொலைகிறது என்று பார்த்தால், உண்மை நிலை அதைவிடப் படு மோசமாக இருக்கிறது.

'ஆப்'களில் கடன் வாங்கிய சிலர் கதறுவது, 'கடன் ஆப்'களில் வாங்கிய கடன் தீரவே தீராது. தீர்ந்ததாக முடித்துவிட விடமாட்டார்கள். 5000 கடனுக்கு 50,000 வரை கூட கடியவர்கள் உண்டு. ஒரு பெண்மணி அவர் வாங்கிய ஐந்தாயிரம் ரூபாய் கடனுக்கு கிட்டத்தட்ட ஒரு லட்ச ரூபாய் வரை கட்டிய பிறகும் அந்த கடன் கணக்கு தீர்ந்தபாடில்லை என்று புலம்புகிறார்.

பிசினெஸ் ஸ்டாண்டர்டு பத்திரிகையில் வந்த தகவல்படி, சென்னையைச் சேர்ந்த ராஜபாண்டியன் என்ற ஒருவரின் வேலை இப்படிப்பட்ட லோன் ஆப் மூலம் பறி போயிருக்கிறது. அவர் கடன் வாங்கியதற்கு பணம் கட்டிக்கொண்டேயிருக்கிறார். மேலும் மேலும் கேட்ட நிறுவனம், பின்பு அந்தத் தொகையை அவர் வேலை செய்யும் நிறுவனத்திடமும் கேட்டிருக்கிறது. ராஜ்பாண்டியனின் மேலதிகாரியைப் பணம் கட்டச் சொல்லி தொடர்ந்து தொந்திரவு செய்ய, ஒரு கட்டத்தில் அவர் ராஜபாண்டியன் மீது கடும் கோபம் கொண்டிருக்கிறார். பிறகு

வேறுவழி தெரியாமல் ராஜபாண்டியன் தன் வேலையை ராஜினாமா செய்துவிட்டார். ஒரு நேரம் தற்கொலை செய்து கொள்ளும் முடிவுக்கும் போயிருக்கிறார்.

இப்படியெல்லாம் நடக்குமா என்ன? யாராவது அவ்வளவு பணம் கட்டுவார்களா? என்று அனுபவம் இல்லாதவர்களுக்கு ஆச்சரியமாக இருக்கலாம். ஆனால், இவற்றைப் பற்றிய விவரம் அறிந்த வழக்கறிஞர்கள் மற்றும் சமூக ஆர்வலர்கள் இப்படி நடப்பாதாக சொல்கிறார்கள். அவர்கள் இந்த 'ஆப்'களை 'டிஜிட்டல் கந்து வட்டிக்காரர்கள்' என்று குறிப்பிடுகிறார்கள்.

கந்துவட்டிக்காரர்களும் இவர்களும் பணத்தைக் கடனாக வாங்கும் மனிதர்களை முழுதும் கபளீகரம் செய்யப் பார்க்கிறார்கள்.

நண்பர்கள், உறவினர்களைப் பணம் கேட்பார்கள்

பொதுவாக எந்த விதமான புதிய ஆப்பை டவுன்லோட் செய்தாலும் அது போனில் இருக்கிற கேமராவைப் பயன்படுத்திக் கொள்ள வேண்டும், ஆடியோவைப் பயன்படுத்திக்கொள்ள வேண்டும், கான்டாக்ட்களைப் பயன்படுத்திக்கொள்ள வேண்டும் என்றெல்லாம் கேட்கும். அப்படிப்பட்ட அனுமதிகள் எல்லாம் இந்த அல்லது இது போன்ற பிரச்னைக்குரிய ஆப்புகளில் கொடுக்கிறபோது, ஒருவர் சேமித்து வைத்திருக்கும் பலரின் பெயர் மற்றும் அலைபேசி எண்களை கடன் ஆப் நிறுவனம் எடுத்துக் கொள்கிறது. அப்படிப்பட்டவர்களில் சிலருக்கு அல்லது பலருக்கும் கடன் வாங்கியவர் குறித்த தகவல்கள் கொடுத்து, உங்களை கியாண்டி போட்டிருக்கிறார். அவர் தராவிட்டால் நீங்கள் தரவேண்டும் என்று அவர்களிடம் பணம் கேட்பார்கள்.

லோன் ஆப்களின் கோர முகம்- கொள்ளையடிக்கும் திட்டம்

பாதிக்கப்பட்டவர்கள் சொல்வதை எல்லாம் பார்த்தால், பல லோன் ஆப்களின் நோக்கம் கடன் கொடுப்பது, வட்டி மூலம் சம்பாதிப்பது அல்ல. அதற்கும் மேல். ரொம்ப ரொம்ப மேலே! பகல் கொள்ளை, டிஜிட்டல் கொள்ளை, வழிப்பறி.

அவமானத்துக்குப் பயப்படும் மனித குணம்தான் அவர்களுடைய முதலீடு. இப்படிப்பட்ட நிறுவனங்கள் செய்வது பெரிய அடாவடித்தனம், கொள்ளையேதான். குறிப்பாக மிரட்டலுக்குப் பயப்படுகிறவர்களை தொடர்ந்து மிரட்டிப் பணம் பறித்துக் கொண்டே இருப்பாதாகச் சொல்லப்படுகிறது.

மக்கள் எப்படி வலையில் வீழ்கிறார்கள்?

வருமானப் பற்றாக்குறை இருப்பவர்கள் எங்கே கடன் கிடைக்கும் என்று தேடிக்கொண்டிருக்கையில், யுடியூபில் வேறு ஏதோ பார்க்கும்போது 'லோன் ஆப்' விளம்பரங்கள் வருகின்றன. அதில் இருக்கும் லிங்க்கை கிளிக் செய்தால் அவை நேராக 'லோன் ஆப்' வலைத்தளத்துக்கு இட்டுச் செல்லும். அதன் முகப்பில் உங்களுக்குக் கடன் 50 ஆயிரம் முதல் லட்சம் வரை தரலாம் என்பதுபோல எழுதப்பட்டிருக்கும். ஆகா! என்று கிளிக் செய்ய, மீன், கொக்கியில் மாட்டியாயிற்று.

அவர்களுக்கு கடன் 5000 என்று முடிவாகும். ஒப்புக்கொள்ள, 3000 முதல் 3800 வரை வங்கி கணக்கில் வரவாகும். அந்தக் கடனுக்கான தவணை 7 நாட்களில் கட்டவேண்டும் என்று தெரியப்படுத்தப்பட, அதிர்ச்சியாவார்கள். ஆனால் 5வது நாளில் இருந்தே வாட்ஸ் ஆப் அழைப்பில் வசூல் மன்னர்கள் வந்துவிடுவார்கள். இன்றைக்கு தவணை கட்டியாக வேண்டும். இல்லாவிட்டால் போயிற்று என்று மிரட்டுவார்கள். என்ன சொல்லியும் ஒப்புக்கொள்ள மாட்டார்கள்.

7ம் நாள் பணம் கட்டாவிட்டால், உங்கள் 'காண்டாக்ட்'டில் இருப்பவர்களுக்கு உங்களைப் பற்றி தகவல் தெரிவிப்போம் என்பார்கள். வெறும் மிரட்டல் அல்ல. அடிக்கடி பேசும் மற்றும் குடும்ப உறுப்பினர்களுக்கு, கடன் வாங்கியவர் பெயரைப் போட்டு, 'இவர் ஒரு 'பிராடு' கடன் வாங்கிவிட்டு கட்டாமல் இருக்கிறார்' என்று தகவல் அனுப்புவார்கள்.

பதறிப்போய், 'சனியன் தொலைகிறது' என்று அங்கு இங்கு அலைந்து, எதையாவது விற்று பணத்தைக் கட்டினாலும் பிரச்னை தீராது. மீண்டும் போன் வரும். கட்டவில்லை என்பார்கள். 'இல்லை கட்டியாயிற்று' என்று 'ஸ்கிரீன் ஷாட்' எடுத்து அனுப்பினால், நீங்கள் கட்டியது எங்களிடம் அல்ல. எங்களுக்கு அப்படி ஒரு 'சைட்' டே இல்லை என்பார்கள். இன்று காலை 10 மணிக்குள் கட்டுங்கள். இல்லாவிட்டால் அவ்வளவுதான்' என்று மிரட்டுவார்கள். கட்ட வழியில்லை என்று கதறினால், அவர்கள் வழி சொல்வார்கள். மற்றொரு 'லோன் ஆப் லிங்க்' கொடுத்து அதில் விண்ணப்பிக்கச் சொல்வார்கள். செய்யப்போய், இனி அதற்கும் இப்படி பணம் கட்டிக்கொண்டேயிருக்கவேண்டும்.

இப்படியாக சிலர் 10, 12 லோன் ஆப்களிடன் கடன் வாங்கியதாகி விடும். ஆனால் அவர்கள் பெற்றுகொண்டது ஆரம்பத்

தொகையாக மட்டுமே இருக்கும். கட்டவேண்டிய கடன் தொகை பல மடங்காக உயர்ந்திருக்கும்.

கடன் வாங்கியவரின் 'போன் கான்டாக்ட்'டில் உள்ள நபர்களைத் தொடர்பு கொண்டு, 'உங்களை சூரிட்டி போட்டிருக்கிறார். அவர் கட்டாவிட்டால் நீங்கள்தான் கட்டவேண்டும்' என்பார்கள். அவர்களில் சிலர் அரண்டு போய் இவருக்கு போன் செய்து கத்துவார்கள். ஏன் என்னைக் கேட்காமல் என் பெயரைக் கொடுத்தாய் என்று. சிலர் உறவை நட்பை முறித்துக்கொள்வார்கள். 'கான்டாக்ட்'டில் உள்ளவர்களை எல்லாம் ஒரு வாட்ஸப் குரூப் ஆக இணைத்து அதில் கடன் வாங்கியவர் முகம் உள்ள படத்தை வேறு (நிர்வாண) உடலுடன் இணைத்து மார்பிங் செய்யப்பட்ட படத்தை குரூப்பில் போடுவார்கள். அதன்பின்னும் கடன் கட்டா விட்டால், கான்டாக்டில் உள்ள ஒருவருடன் உடல் உறவு வைத்திருப்பது போன்ற வீடியோவை (மார்பிங் செய்யப்பட்டது) அனுப்புவார்கள். மொத்தத்தில் பணம் கறந்துகொண்டேயிருப் பார்கள். ஓட ஓட விரட்டுவார்கள்.

யார் இவர்கள்?

பேசுகிறவர்கள் ஆங்கிலம் அல்லது இந்தியில்தான் பேசுவதாகவும், கொச்சையான தமிழில் பேசுவதாகவும் சொல்லப்படுகிறது. யாரோ தமிழ்நாட்டுக்கு வெளியில் இருந்துதான் இப்படிச் செய்கிறார்கள்.

இந்தியாவில் இயங்கும் பல கடன் ஆப்கள், சீன நிறுவனங்களால் உருவாக்கப்பட்டவை; 2021ம் ஆண்டு வாக்கில் இப்படி சுமார் 500க்கும் மேற்பட்ட நிறுவனங்கள் சந்தையில் இருக்கின்றன; அவற்றில் மிக அதிகம் போனால் ஒரு பத்து நிறுவனங்கள்தான் சரியாக நடந்து கொள்ளும் நிறுவனங்கள் என்றெல்லாம்ம் சமூக ஊடங்களில் கடன் ஆப்கள் குறித்து விளக்கங்கள் அறிவுரைகள் சொல்லும் சில சமூக ஆர்வலர்கள் கூறுகிறார்கள்.

'இது என்ன அநியாயமாக அல்லவா இருக்கிறது! இப்படி யெல்லாம் நடக்கவிடலாமா?' என்று கேட்கத் தோன்றுகிறது தானே. முதலில் இதில் சிக்கிக்கொள்ளாமல் இருங்கள்.

காவல்துறை நடவடிக்கை

இப்படிப்பட்ட நிறுவனங்களில் பல சீன நிறுவனங்கள் என்று ஹைதராபாத் போலீசார் கண்டுபிடித்திருக்கிறார்கள். பெங்களூருவில் 2 சீனர்கள் நடத்தும் கால் செண்டரில் 100க்கும்

அதிகமான இந்தியர்கள் பணியாற்றுகிறார்கள். அவர்கள் ஒவ்வொருவரும் வாரம் குறைந்தது 10 நபர்களுக்கு கடன் வழங்கவேண்டும் என்று இலக்கு கொடுத்திருக்கிறார்கள். கால் சென்டர் உரிமையாளர்கள் மற்றும் சீனர்களை பெங்களூரு போலீஸ் கைது செய்திருக்கிறது என்று சென்னையில் ஜனவரி1, 2021ல் சென்னையில் மூத்த காவல்துறை அதிகாரி ஒருவர் தெரிவித்திருக்கிறார்.

ரிசர்வ் வங்கி நடவடிக்கை

உலகெங்குமே, குறிப்பாக சீனா, தைவான், இந்தியா போன்ற நாடுகளில் சிறிய ஸ்டார்ட் அப் நிறுவனங்கள் பல தொடங்கப் படுகின்றன. அப்படிப்பட்ட ஸ்டார் அப்களில் சில லோன் ஆப்கள். உலகிலேயே இந்தியாவில்தான் இப்படிப்பட்ட 'ஆப்'களின் எண்ணிக்கை அதிகம். இது குறித்து ஒரு குழு அமைத்து ஆராய்ந்த ரிசர்வ் வங்கி, நம் நாட்டில் மட்டும் இது போல கடன் கொடுத்து தவறாக நடந்துகொள்ளும் 1100 ஆப்கள் இருபதைக் கண்டறிந்திருக்கிறது. அதன்பின் இந்திய அரசு கொடுத்த புகார்களால், கூகுள் நிறுவனம் அதன் பிளே ஸ்டோரில் இருந்து பல ஆப்களை நீக்கியுள்ளதாம்.

'பிளே ஸ்டோர்' போன்றவற்றில் நீக்கபட்டாலும் வேறு வழிகளில் நுழைகின்றனவாம். இந்தோனேஷியாவில் இருந்தும் இயக்கு கிறார்களாம். அங்கீகாரம் இருக்கிறது என்பார்கள்.

வளர்ந்த நாடுகளில் நல்ல கட்டுப்பாடுகள் இருக்கிற நாடுகளில் இந்த உடனடி கடன்கள் வழங்கும் நிறுவனங்கள் இந்தியாவில் அதிகம் புழங்குகிற பல அடாவடி கடன் ஆப் நிறுவனங்களைப் போல மோசமாக நடந்துகொள்ள முடியுமா என்ற சந்தேகம் இருக்கிறது. பெஸ்டோகேஷ் என்கிற நிறுவனம் அவர்களது வலைத்தளத்தில், 'எங்கள் நிறுவனம் 'அத்தெண்டிகேஷன் சர்டிபிகேஷன்'களில் தேர்வு பெற்றது என்கிறார்கள். அதனால் அவர்களிடம் கடனுக்கு விண்ணப்பிப்பது 100% பாதுகாப்பானது என்கிறார்கள் (Our company has passed all authentication certifications. Therefore, our system is 100% safe to apply for instant e transfer loans).

அவர்கள் சொல்வதைக் கவனித்தால் புரியவரும் 100% அரசாங்கத்தால் அங்கீகரிக்கப்பட்டது என்று சொல்லவில்லை. 100% நாங்கள் வேறு எந்த தொந்தரவும் செய்யமாட்டோம் என்றும்

சொல்லவில்லை. அவர்கள் சொல்வது, அப்படிப்பட்ட கடனுக்கு விண்ணப்பிக்கும் வழிமுறைகள் மின்னணு மூலமானவை. அப்படி பணம் தருகிற வழிமுறைகள் பாதுகாப்பானவை என்பது போலத்தான் சொல்கிறார்கள். அப்படித்தான் அர்த்தப்படுத்திக் கொள்ளமுடியும்.

எப்படியும் பணம் வேண்டும். வேறு வழிகளே இல்லை என்று நினைக்கிற சாதாரண மனிதர்களுக்கு இப்படியெல்லாம் சொல்லபடுபவற்றை அவற்றின் உள் அர்த்தங்களை எல்லாம் பிரித்துப் பார்க்க முடியாது. மேலோட்டமாகப் பார்த்தால் 100% என்கிற எழுத்துக்களும் 'சர்டிஃபிகேஷன்' என்கிற எழுத்துகளும் மனதுக்குள் நம்பிக்கையைக் கொடுக்கும்.

இதுபோல நாம் நம் நாட்டில் எத்தனை பெயர் பலகைகளை, 'லெட்டர் ஹெட் பேப்பர்'களைப் பார்த்திருக்கிறோம். 'அரசாங்கத்தில் பதிவு செய்யப்பட்ட நிறுவனம்' என்பார்கள். நிறுவனம் பதிவுவாகியிருக்கலாம். அதற்கும் அந்த நிறுவனம் ஏமாற்றாது என்கிற செயல்பாட்டுக்கும் தொடர்பு இல்லை.

இது எப்படி இருக்கிறது என்றால், அரசாங்கத்தில் பதிவு பெற்ற மோட்டார் வாகனம் சாலையில் எவரையும் மோதாது, காயப்படுத்தாத, கொல்லாது என்று நம்புவதுபோல உள்ளது. வண்டி RTO பதிவு செய்யப்பட்டிருக்கலாம். ஓட்டுகிறவர் அரசாங்கத்தால் வழங்கப்பட்ட ஓட்டுநர் உரிமம் வைத்திருக்கலாம். அதனால் அந்த வண்டிகள் எவரையும் இடிக்காது என்றெல்லாம் நம்ப முடியுமா? அப்படிப்பட்டவைதான் இந்த லோன் ஆப்புகளில் சில.

இந்தியாவில் இயங்கும் டாப் 10 லோன் ஆப்ஸ் என்று 'எக்ஸ்பிரஸ் டீல்ஸ்' (இந்தியன் எக்ஸ்பிரஸ்) பிப்ரவரி 1ம் தேதி, 2022ல் வெளியிட்டிருக்கும் தகவல். தலைப்புக் கீழ் அவர்கள் வெளியிட்டிருக்கும் குறிப்பு, இதை, நியு இண்டியன் எக்ஸ்பிரஸ் நிருபர்கள் தயாரிக்கவில்லை. அஃபிளியேட்டட்மார்கெட்டிங் புரோகிராமுக்காகத் தயாரிக்கபட்டது (எப்படி.. கதை! அவர்கள் பொறுப்பு இல்லையாம்).

பே சென்ஸ் : 40க்கும் மேற்பட்ட நகரங்களில் கிளைகள் உண்டு. ரூ.5 லட்சம் வரை தேவைகளுக்கு கடன் வழங்கப்படும். வழிமுறைகள் எளிமையானவை. வீட்டுக்கே வந்து விவரங்கள் வாங்கி கடன் தருவார்கள். வட்டி மாதம் ஒன்றுக்கு 1.08%-2.33% வரை. (ஆண்டுக்கு கணக்கிட்டால் 12.96% முதல் 27.9% வரை).

என்ன செய்யலாம்?

இந்த ஆப்கள் குறித்து இன்னும் பல விஷயங்களை, அவை குறித்து அதிகம் தெரிந்தவர்கள் சொல்பவை இதுதான்:

இப்படிப்பட்ட ஆப்களில் பல மத்திய ரிசர்வ் வங்கியின் அங்கீகாரம் பெற்றவை அல்ல. இவர்களுடைய மிரட்டலுக்குப் பயப்பட வேண்டாம்.

கடன் பெற்றவர்கள் அவரிடம் கொடுத்திருக்கிற ஆதார் அட்டை மற்றும் வருமான வரி கணக்கு எண்ணை வைத்து அவர்களால் எதுவும் செய்ய முடியாது. ஆனால் ஆதார், வருமான வரி அலுவலகம் ஆகியவற்றை அணுகப் போவதாகவும் நம்முடைய ஆவணங்களைத் தடை செய்யப் போவதாகவும் மிரட்டுவார்கள். சொல்லப்போனால் அவர்கள் அரசாங்கத்தை அணுகப் பயப்படுவார்கள். காரணம் அவர்கள் செய்வது சட்டபூர்வமாக அனுமதிக்கப்பட்டது அல்ல.

வசூலிக்க, மிரட்டல் செய்வார்கள். அதுதான் இவர்கள் வேலை. அவை சட்டபூர்வமானது இல்லை. அவர்களால் போலீஸ் புகார் கூட கொடுக்க முடியாது. இவர்களால் ஆதார் அல்லது பான் கார்டை 'பிளாக்' செய்ய முடியாது. இவர்களுக்கு பணம் கட்டாததால் 'சிபில் ஸ்கோர்' பாதிக்கப்படாது.

பயப்படுகிறவர்களை அதிகம் ஏமாற்றுவார்கள். அவர்கள் அதிகம் குறிவைப்பது பெண்களைத்தான். காரணம் அவர்கள் டேட்டா வைத்து மிரட்டுவார்கள்.

கடன் தொகைகளை கட்டி முடித்தவுடன் அந்த கடன் ஆப்பை டெலிட் செய்துவிட வேண்டும். கடன் வாங்கிய பிறகு அதற்குரிய பணத்தைக் கட்டிவிட்டால் அவர்களுடைய மிரட்டலுக்கு பயப்படவேண்டாம். சொல்லப்போனால் பயப்படுகிறவர்கள் தான் அதிகம் மிரட்டப்படுகிறார்கள். தைரியமாகப் பேசுகிறவர்களை அவரால் விரட்ட முடியவில்லை.

அதனால் இப்படிப்பட்ட மிரட்டும் போன் கால் வந்தால் பயமின்றி தைரியமாகப் பேசவேண்டும். பிறகு அருகில் இருக்கும் காவல் நிலையத்துக்குச் சென்று மிரட்டல் குறித்து புகார் கொடுக்க வேண்டும். தவிர, இப்படி கடன்தொகையைக் கட்டியபின்பும் மிரட்டுவதால் உங்கள் மீது நடவடிக்கை எடுப்பேன் என்று அந்த ஆப் நிறுவனத்துக்கு கடிதம் அல்லது இமெயில் அனுப்ப

வேண்டும். எந்த எண்களில் இருந்து தொலைபேசியில் மிரட்டல் வருகிறதோ அந்த எண்களைத் தடை (பிளாக்) செய்துவிடலாம்.

அனுமதிக்கப்பட்ட தனிநபர் கடன்களுக்கு 12 சதவீதத்துக்கும் அதிகமாக (வியாபாரக் கடன்களுக்கு 18%) வட்டி கணக்கிட்டால், கேட்டால் அது கந்துவட்டி தடைச் சட்டத்தின் கீழ் வரும். வழக்குத் தொடரலாம்.

சிக்கியவர்களைக் காப்பாற்றும் ஓர் அமைப்பு

இப்படிப்பட்ட கடன் ஆப்களில் சிக்கிக்கொண்டவர்களுக்கு உதவி செய்ய, மும்பையில் 'சேவ் தெம் இண்டியா' (Save them India) என்று ஒரு அமைப்பு இயங்குகிறது. பிரவீன் கலைச்செல்வன் என்பவர் அதன் தலைவர். தமிழர். அவர் ஒரு சமூக ஊடகத்தில் பேட்டி கொடுத்திருந்தார். அவர் சொல்கிறார்,

'கடந்த 7 மாதங்களில் 49,000 நபர்கள் இந்த அமைப்பைத் தொடர்புகொண்டிருக்கிறார்கள். சிலர் தற்கொலை வரை போயிருக்கிறார்கள். மிரட்டல் போன் வந்தால் தைரியமாக உங்கள் போனை டிரேஸ் செய்கிறேன் என்று பதில் சொல்லவேண்டும். அரசுக்கு இப்படிப்பட்ட ஆப்கள் இருப்பது தெரியாமல் இருக்கலாம். தெரியச் செய்யவேண்டும். இந்தியாவில் 10 ஆப்களுக்குத்தான் இந்தியாவில் அனுமதி இருக்கலாம். மீதமெல்லாம் சீனா கம்பெனிகளின் ஆப்கள். அங்கீகாரம் இல்லாதவை. நம்ம காண்டாக்ட்கள் வைத்து அவர்கள் வங்கி கணக்கை ஹேக் செய்யலாம். 500க்கும் அதிகமான ஆப்களைத் தடை செய்யவேண்டும் என்று உச்ச நீதிமன்றைத்தை எங்கள் 'சேவ் தெம் இண்டியா' அமைப்பு நாடியிருக்கிறது. இது சைபர் கிரைம். சைபர் டெரரிசம். நேஷனல் 'செக்யூரிட்டி திரெட்' என்று சொல்லி வழக்கு போட்டிருக்கிறோம்.

பாதிக்கப்பட்டவர்கள் இவர்கள் குறித்து போலீசில் புகார் கொடுக்கலாம். போலீஸ் கண்டிப்பாக வழக்கு பதிவு செய்ய வேண்டும். தமிழ்நாட்டில் புகார் கொடுக்க, https://bit.ly/SaveThem/TN வலைத்தளம் மற்றும் Help@savethem.in என்ற மின் அஞ்சலுக்கு எழுதவேண்டும்.

அவர்கள் மீது வழக்கு போட்டால் 'டேட்டா பிரீச்' என்று ரூ.5 லட்சம் வரை நட்ட ஈடு கேட்கமுடியும். ஹராஸ் செய்தற்கும் வழக்குப் போடலாம். அந்த கம்பெனிகளுக்கு முகவரியே இல்லை. அதனால் அந்த மொபைல் நம்பர் கொடுத்து புகார்

அளிக்கலாம். அந்த ‘கடன் ஆப்’ல் தேடினால் அந்த தள த்தின் ‘டெவலப்பர்’ முகவரி இருக்கும். அந்த முகவரிக்கு நோட்டீஸ் அனுப்பலாம். இப்படிப்பட்ட லோன் ஆப்கள் குறித்து விளம்பரம் செய்ய அனுமதிக்கக்கூடாது. எந்த ஊடகமும் தனிப்பட்ட யுடூபர்கள் உள்பட ஸ்பான்சர் விளம்பரம் செய்யக்கூடாது.

நிச்சய வழி

எல்லாவற்றையும் விடப் பாதுகாப்பானது, எந்த அவசரத்துக்கும் ‘லோன் ஆப்’களைப் பயன்படுத்தால இருப்பதுதான். அது நிச்சயம் காப்பாற்றும்.

கிரெடிட் கார்டு

கிரெடிட் கார்டு நல்லதா, கெட்டதா? வாங்கலாமா, கூடாதா? என்ற கேள்விகள் பலர் மனதில் இருக்கிறது. அதேநேரம் உலகில் அதிக அளவில், கிரெடிட் கார்டை மிக சாதாரணமாக எந்தவித சிக்கலுமின்றி பயன்படுத்திக் கொண்டிருப்பவர்கள் ஏராளமானவர்கள்.

அளவோடு சாப்பிட்டால், அதாவது இரவு தூங்கப் போவதற்கு முன்பு, ஒரு ஸ்பூன் அளவு சாப்பிட்டால், பிராந்தி என்கிற மது கூட உடலுக்கு நல்லது என்போர் உண்டு. ஒயின் என்ற புளித்த திராட்சை ரசம் குறித்தும் அப்படிச் சொல்வார்கள். தோல் மினுமினுப்பு கிடைக்கும். ரத்த நாளங்கள் விரிவடையும் என்று ஒயின் பருக காரணம் சொல்வார்கள். குளிர் பிரதேசங்களில் ‘இரவு நேரங்களில் சிறிது பிராந்தி சாப்பிடலாம். அது அவசியம்’ என்று சொல்லப் படுவதையும் கேள்விப்பட்டிருக்கலாம். பிளம் கேக் போன்ற உணவுப் பதார்த்தங்களில் ஒயின் சேர்க்கப்படுவது உண்டு.

ஆக, மது கூட விஷம் அல்ல. அதன் அதீத அளவுதான் அதை உடலுக்குக் கேடு செய்ய வைக்கிறது. அதைப் போன்றதுதான் கிரெடிட் கார்டும். கிடைக்கும் காசுக்கு எல்லாம் தவிர கடன் வாங்கியும் அளவுக்கு அதிகமாக விட முடியாத பழக்கமாக மாற்றிக்கொண்டு குடிப்பவர்களை என்ன சொல்ல? அவர்கள் குடிப்பது மதுதான். முன்பு பார்த்தவர்கள் குடிப்பதும் மதுதான்.

பல பிரபலமான திரைக்கலைஞர்கள் அந்தப் பழக்கத்துக்கு ஆளாகி கணையம் கெட்டு இறந்திருக்கிறார்கள். பல முன்னாள், இந்நாள் கவிஞர்களும் இந்தப் பட்டியலில் அடக்கம் (சிலர் இளம் வயதிலேயே ‘அடக்கம்’).

கையில் ரொக்கத்தைத் தூக்கிக்கொண்டு அலையாமல் கணிசமான தொகையைச் செலவழிக்க ஏதுவான ஏற்பாடுகள், டெபிட் மற்றும் கிரெடிட் கார்டுகள்.

டெபிட் கார்டு

ஒருவரது வங்கிக் கணக்கில் இருக்கும் பணத்தை அவர் காசோலை கொடுத்து எடுப்பதற்குப் பதிலாக டெபிட் கார்டைப் பயன்படுத்தி அந்தக் கார்டை வழங்கிய வங்கி அல்லது வேறு வங்கி ஏடிஎம்மில் கூட பணம் எடுக்கலாம். அல்லது பொருட்கள் வாங்கும் இடங்களில் அந்த அட்டையைப் பயன்படுத்தலாம். அதன் வழியாகப் பணம் கொடுக்கலாம்.

வங்கியில் சேமிப்புக் கணக்கில் எவ்வளவு பணம் பேலன்ஸ் இருக்கிறதோ, அவ்வளவு வரை டெபிட் கார்டு மூலம் செலவு செய்யலாம். கேள்வி இல்லை. ஆனால், அதற்கு மேல் முடியாது.

பெரிய தொகைகளைத் தூக்கிக்கொண்டுபோய் பொருட்களை வாங்காமல் அட்டைகள் பயன்படுத்துபவர்கள் ஓரளவுதான் பயன்படுத்துகிறார்கள். காரணம் ஒருவரது வங்கி சேமிப்பு கணக்கில் இருப்பாக இருக்கக்கூடிய பணத்தை மட்டுமே டெபிட் கார்டு மூலம் எடுக்க முடியும். செலவு செய்ய முடியும்.

கிரெடிட் கார்டு

அதே நபருக்கு அதே வங்கியில் வைப்புத் தொகையாக (ஃபிக்ஸட் டெபாசிட்) பணம் இருந்தால் அவற்றை எல்லாம் அவர் நினைத்த நேரம் செலவு செய்ய முடியாது. எப்போதாவது தேவைப்படலாம் என்று இருக்கக்கூடிய ஒரு தொகையை மனதில் வைத்து அவர் ஃபிக்ஸட் டெபாசிட்டில் போடாமல் தன்னுடைய பணத்தை எப்போதும் சேமிப்பு கணக்கில் வைத்திருக்க முடியுமா? சேமிப்பு கணக்கு வட்டி என்பது, ஆண்டுக்கு ஒன்று, இரண்டு, மூன்று சதவீதத்துக்கு உள்ளாகவே இருக்கும். அதுவே குறைவு அல்லவா. எனவே ஏன் நீண்ட காலத்துக்கு அப்படி குறைந்த வட்டிக்கு பணத்தை விட்டு வைக்க வேண்டும்? நஷ்டப்பட வேண்டும்?

கடைத்தெருவுக்குப் போவதற்கு முன்னால் நினைவாக சரியாக தனது சேமிப்பு கணக்குக்குப் பணத்தை மாற்றல் செய்வது சிரமம்.

அவசரம் என்றால் உடனடியாக அட்டையைப் பயன்படுத்த முடிய வேண்டும். அப்படிப் பயன்படுத்திச் செலவழிக்கும் தொகைக்கு

மட்டுமே வட்டி, அதுவும் குறிப்பிட்ட நாட்களுக்குள் திரும்பக் கட்டாவிட்டால் மட்டும் கட்ட வேண்டி வரவேண்டும். மற்றபடி குறிப்பிட்ட தேதிக்குள் அந்தப் பணத்தைக் கட்டிவிட்டால், அந்த வட்டியும் கட்டவேண்டியிருக்கக்கூடாது. அப்படிப்பட்ட ஒரு ஏற்பாடுதான் கிரெடிட் கார்டு.

சுலபமான அவரசத்துக்கான கடன்

ஏதாவது கடன் வேண்டுமென்றால் வங்கிக்கு நேரில் போய் அல்லது அவர்களுடைய வலைத்தளத்துக்குப் போய் தேவையான விவரங்களைக் கொடுத்துக் கடன் பெற வேண்டும். கடனைப் பெற்றுக் கொண்ட நாளிலிருந்து அதைப் பயன்படுத்தினாலும் இல்லாவிட்டாலும் வட்டி கொடுக்க வேண்டியிருக்கும்.

கிரெடிட் கார்டு இந்த விதத்திலும் ஒரு மேம்பட்ட வசதியைத் தருகிறது. ஒருமுறை கிரெடிட் கார்டு பெற்றுவிட்டால், அனுமதிக்கப்பட்ட அதிகபட்சத் தொகை (லிமிட்) வரை கடன் சேங்ஷன் ஆனது போலதான். மேற்கொண்டு எந்தக் கேள்வியும் கிடையாது. இரவு, பகல், நேரம், காலம், என்னென்ன பொருட்கள் வாங்கலாம், எதற்கு செலவு செய்யலாம், எத்தனை முறை பயன்படுத்தலாம் போன்ற எந்தக் கட்டுப்பாடுகளும் இல்லை.

உதாரணத்துக்கு 5 லட்சம் வரை ஒருவருக்கு உச்சவரம்பு என்றால், அந்த அட்டையைக் கொண்டு எப்போது வேண்டுமானாலும் அவர் 5 லட்சம் வரை செலவு செய்து கொள்ளலாம். தேவை இல்லா விட்டால் அவர் அந்த அட்டையைப் பயன்படுத்த வேண்டிய தில்லை. வேறு எந்தச் செலவும் கிடையாது. அது அதன் போக்கில் தேமே என்று பர்ஸில் தூங்கட்டும்.

தவிர, சில வீட்டு உபயோகப் பொருட்கள் அல்லது பெட்ரோல் பங்குகளில் விமான டிக்கெட்டுகள் வாங்கும்போது, ஹோட்டல் களில் தங்கும்போது என சில குறிப்பிட்ட இடங்களில் கிரெடிட் கார்டுகளைப் பயன்படுத்தினால் செலவழிக்கும் தொகையில் ஒன்று இரண்டு சதவீத பணம், 'கேஷ்பேக்' அல்லது பாயிண்டு களாக அல்லது டிஸ்கவுண்ட் களாகத் திரும்பக் கிடைக்கும். கார்டு பயன்படுத்துபவருக்கு மீதம்.

எப்போதாவது வெளியில் சென்றிருக்கும்போது கையில் பர்ஸும் தேவையான அளவு ரொக்கம் இல்லாதபோது கையிலிருக்கும் கிரெடிட் கார்டை ஏடிஎம் மிஷினில் பயன்படுத்தி ரொக்கம் கூட

எடுக்க முடியும். மொத்த கிரெடிட் கார்டுக்கும் எவ்வளவு வரை பணம் செலவு செய்யலாம் என்று ஒரு உச்சவரம்பு இருப்பது போல, ஒருவர் அவரது கிரெடிட் கார்டு மூலம் எவ்வளவு ரொக்கத் தொகை எடுக்கலாம் என்பதற்கும் உச்சவரம்பு இருக்கும்.

ரொக்கத் தொகை என்பது சிறிய அளவில்தான் இருக்கும். அப்படி எடுக்கும் பணத்துக்கு பரிவர்த்தனை கட்டணம் தவிர வேறு செலவு இருக்காது.அந்தப் பணத்தை அடுத்த பில் வரும்பொழுது நேரத்துக்குள் கட்டிவிட்டால் வட்டியும் கிடையாது. வட்டி யில்லாமல் கிடைத்த, குறுகிய காலக் கடன்.

இப்படிப்பட்ட வசதியான கிரெடிட் கார்டை வாங்கி, அதுவும் ஒன்றுக்கு மேல் இரண்டு அல்லது மூன்று என்று வாங்கி, தனிப்பட்ட குடும்ப செலவுகளுக்கு ஒன்று, அலுவல் மற்றும் வியாபார செலவுகளுக்கு ஒன்று என்பது போல அவற்றை சிறப்பாகப் பயன்படுத்தி, அதன் மூலமாகவே தங்களுடைய தனிப்பட்ட கணக்குகளையும் சரிவர நிர்வகித்துக் கொள்ளுகிற சாமர்த்தியசலிகள், புத்திசாலிகள் நிறையப் பேரைச் சந்தித்திருக்கிறேன்.

அவர்களது வெற்றிகரமான செயல்பாட்டுக்குக் காரணம், அவர்களிடம் இல்லாத பேராசைத்தனம் மற்றும் இருக்கும் நிதி ஒழுங்கு (ஃபைனான்ஸில் டிசிப்ளின்).

அதென்ன 'ஃபைனான்சியல் டிசிப்ளின் என்ற நிதி ஒழுங்கு?

தேவையிருந்தால் மட்டுமே கிரெடிட் கார்டைப் பயன்படுத்துவது. அனுமதிக்கப்பட்ட அளவு வரை மட்டுமே அல்லது அதில் பாதி அளவு மட்டுமே பயன்படுத்தி சிபில் ஸ்கோரைக் காப்பாற்றிக்கொள்வது. பில் வந்ததும் நினைவாக, கட்ட வேண்டிய முழு தொகையையும் கட்டி விடுவது. இவைபோதும். கிரெடிட் கார்டை நல்ல முறையில் பயன்படுத்தி பயன்பெறுவதற்கு.

இப்படிப்பட்டவர்களிடம் பணத்துக்கு முடை இல்லை. அவர்கள் பணம் இல்லாத காரணத்தினால் கடன் அட்டையைப் பயன்படுத்தி பொருட்கள் சேவைகள் பெறுவதில்லை. ஒன்று, அவர்களுக்கு சம்பளம் அல்லது வருமானம் வருவதற்காக சில நாட்களில் காத்திருக்க வேண்டியிருக்கும். அந்த இடைப்பட்ட காலத்தில் அவர்களுக்குத் தேவையானவற்றை சம்பளம் வருவதற்காக காத்திராமல் கடன் அட்டை மூலம் வாங்கி விடுவார்கள். பணம் வந்தவுடன் கட்டிவிடுவார்கள்.

அல்லது அவர்கள் எதிர்பாராதவிதமாக ஒரு பெரிய செலவு செய்ய வேண்டி வந்து, அதுசமயம், வங்கியில் இருக்கும் பிக்சட் டெபாசிட் பணத்தைச் சேமிப்பு கணக்குக்கு மாற்றிக்கொள்ளத் தேவைப்படும் சில நாட்களுக்காக கடன் அட்டையைப் பயன் படுத்துவார்கள். ஓரிரு நாட்களில் அந்தப் பணத்தை மாற்றிக் கொண்டு கடன் அட்டைக்குக் கட்டவேண்டியதைக் கட்டி விடுவார்கள்.

இப்படிப்பவர்களுக்கு கிரெடிட் கார்டு என்பது ஒரு வரப்பிரசாதம். பணம் கையில் இருக்கும் மற்றும் தேவைப்படும் நாட்களுக்கு இடையே உள்ள இடைவெளியை நிரப்புவதற்கு கிரெடிட் கார்டு என்ற விதத்தில் மட்டும் பயன்படுத்துகிறவர்கள்.

இவர்களுக்கு இந்த கிரெடிட் கார்டால் எந்தத் தொந்தரவும் இல்லை. ரொக்கத்தைத் தூக்கும் சிரமமின்றி, வங்கியில் வட்டி சம்பாதித்துக் கொண்டிருக்கும் ஃபிக்ஸட் டெபாசிட் கலைக்காமல், கிரெடிட் கார்டுக்கான பில் வரை சில நாட்களுக்கு வட்டியில்லா கடனை அனுபவித்துக்கொண்டு, சில சில்லறை அனுகூலங்களையும் பெற்றுக் கொள்ளலாம்.

அவர்களில் பலருக்கு கிரெடிட் கார்டு இல்லாமல் முடியாது. சிலர் சில பல தசாப்தங்களாகக் கூட அவற்றுக்குப் பழகிவிட்டார்கள். தப்பித்தவறி எப்போதாவது கட்டவேண்டிய தேதிக்குள் பணத்தைக் கட்ட முடியாவிட்டாலும் அதற்குரிய வட்டியைக் கட்டிவிடுவார்கள்.

இப்படியாகத் தொடர்ந்து கிரெடிட் கார்டுகளைச் சரியாகப் பயன் படுத்தும் காரணத்தால் அவர்களுடைய கிரெடிட் ஹிஸ்டரியும், சிபில் ஸ்கோர் உயரும். எதிர்காலத்தில் கடன் கேட்டுப்போனால் உடனடியாகக் கிடைக்கும். அதுவும் சந்தையில் கிடைக்கும் குறைந்த வட்டிக்குக் கடன் பெற முடியும்.

இவர்களைப் போன்றவர்களால் வங்கிகளுக்கு விற்றுமுதல் போன்றவற்றில் லாபம். மற்றபடி வட்டி மூலம் கொஞ்சம் நஷ்டம்தான். அதனால்தான் இவர்களை சாமர்த்தியசாலிகள் என்கிறோம்.

எவருக்கெல்லாம் கிரெடிட் கார்டு வேண்டாம்?

யார் யார் அவற்றை வாங்குவதை நிச்சயம் தவிர்க்க வேண்டும்?

சில திரைப்படங்களில் சொல்வார்களே, 'குழந்தைகள், மன தைரியம் இல்லாதவர்கள், பெண்கள் இந்தக் காட்சிகளை பார்க்க வேண்டாம்', என்று. அப்படிப்பட்டதுதான் இந்த எச்சரிக்கையும். பணத்தட்டுப்பாடு இருப்பவர்கள், மனதைக் கட்டுப்படுத்த முடியாதவர்கள், சரியான நேரத்தில் கட்டவேண்டும் என்ற கட்டுப்பாடு இல்லாதவர்கள் இதன் பக்கம் வரவேண்டாம். இது தொட்டால் விடாது. ஒட்டிக்கொள்ளும். இதில் மாட்டியவர்கள், விடுபடுவது சிரமம்.

முதலில் பார்த்த பிரிவினரைப்போல இவர்களுக்குப் பண வசதி இல்லை. அதனால் இவர்கள் கிரெடிட் கார்டைத் தங்கள் தேவைக்குக் கிடைக்கும் சுலபக் கடன் போலவே பார்க்கிறார்கள், பயன்படுத்திக்கொள்கிறார்கள்.

பதினைந்து, இருபது, இருபத்தைந்து ஆண்டுகளுக்கானது, வாகனக் கடன்கள். 3 முதல் 7 ஆண்டுகள் வரை நகைக் கடன்கள். தவிர, குறிப்பிட்ட ஆண்டுகளுக்கு ஒருமுறை மீட்டு மறுபடியும் வைக்க வேண்டியிருக்கும். ஆனால், கிரெடிட் கார்டைப் பயன்படுத்தி வாங்கும் பொருட்களுக்குக் குறிப்பிட்ட தேதியில் பணம் கட்டாவிட்டால், அது அவர்கள் வாங்கிய கடன் போலாகிவிடும். காலவரையற்ற கடன். தொடர்ந்து வட்டி கட்டிக் கொண்டிருந்தால், விட்டு விடுவார்கள். வட்டி 18 முதல் 30 சதவீதம் வரை கூட இருக்கும்.

வங்கியில் வீட்டுக் கடன்களுக்குத் தற்போது 2022ஆம் ஆண்டு வாக்கில் ஆண்டு வட்டி 7 சதவீதம். வாகனங்களுக்கு 9 சதவிகிதம். நகைகளுக்கு 10, 11 சதவிகிதம் இருக்கலாம். பர்சனல் லோன் 14, 15 சதவீதம். மற்றும் கிரெடிட் கார்டுகளுக்கு 18 முதல் 30 வரை.

இப்படி வட்டி விகிதம் மாறுபடுவதற்குக் காரணம் இருக்கிறது. கிரெடிட் கார்டு மூலம் கொடுக்கப்படும் கடன்கள் (கட்டாமல் விடப்படும் பணம், கடன் தானே). அடமானம் இல்லாத கடன்கள் அன்செக்யூர்டு லோன்கள் என்பார்கள். வீடு, நகை, வாகன கடன்களுக்கு அந்தந்த சொத்துகள் அடமானம் இருக்கின்றன. ஆனால், கிரெடிட் கார்டுக்கு அடமானம் இல்லை.

எங்கேடா பணம் கிடைக்கும் என்று சிலர் கிரெடிட் கார்டை நோக்கி வருவார்கள். தங்கள் தேவைகளை நிறைவு செய்து கொள்ள அவர்களுக்குக் கிடைக்கும் மற்றொரு வாய்ப்புதான் கிரெடிட் கார்டு. அதனால் அவர்கள் பிரச்னை நிரந்தரமாகத் தீராது. அதுவும் யானை பசிக்கு சோளப் பொரி போலதான்.

யாருக்கு சரி வராது?

போதிய வருமானம் இல்லாமல் அல்லது வருமானத்துக்கு அதிகமாக செலவுகள் செய்துவிட்டுத் தடுமாறிக்கொண்டு இருப்பவர்கள், இது ஒரு புதிய வாய்ப்பு என கிரெடிட் கார்டுகள் மூலம் செலவழிப்பார்கள்.

அப்படிப்பட்டவர்களுக்கு கிரெடிட் கார்டு செய்வது கேடுதான். கிரெடிட் கார்டு இல்லாவிட்டால் அவர்களால் அந்த அளவு செலவு செய்யமுடியாமல் போகும். அதனால் கடன் குறையும். குடும்பம் காப்பாற்றப்படும். இல்லாத பணத்தை கிரெடிட் கார்டு அவர்களைச் செலவழிக்க வைக்கிறது.

திருமணமாவதற்கு முன்பே கிரெடிட் கார்டு கிடைக்கிறதே என்று விளையாட்டாக வாங்கி, தேவையற்றவற்றில் செலவுசெய்து கொண்டு, பணம் கட்ட முடியாமல் தடுமாறி, வெற்றுப் பேச்சுக்கள் பேசி, சண்டை போட்டு, இறுதியில் வேறு வழியின்றிக் கட்டி முடிக்கையில், அவருடைய 'சிபில் ஸ்கோர்' கடுமையாகக் குறைந்து போயிருக்கும். பின்னால், அவர்கள், இனி சரியாக வாழலாம் என்று முயற்சி செய்யும் நேரத்தில், வீடு கட்டக்கடன், பிள்ளைகள் கல்விக் கடன் போன்றவற்றுக்குப் போய் நிற்கும் போது, அவர்களுக்குக் கடன் கொடுக்க நிறுவனங்கள் தயங்கும்.

சில நிறுவனங்கள் அவர்களுக்கு வரவேண்டிய பணத்தை வசூலிக்க சில முறையற்ற முறைகளையும் பயன்படுத்துவார்கள். அதனால் அடிதடி, அவமானம், குடும்பத்தில் பிரச்னை, அக்கம் பக்கத்தில் அசிங்கம் என பலவற்றிலும் மாட்டுவார்கள். மனம் உடைந்து போவார்கள். இதனால் சிலர் வாழ்க்கையே பாதியில் முடிந்துபோவதை செய்திகளில் பார்க்கிறோம்.

மதுவில் மிகச் சிறிய அளவு நன்மை இருக்கிறது என்று ஒரு சிலர் சொல்லிக் கொண்டிருந்தாலும் அது ஒன்றும் அவசியமானது இல்லை. அது இல்லாமல் எவ்வளவோ கோடி பேர் உலகில் நிம்மதியாக, ஆரோக்கியமாக வாழ்ந்து கொண்டிருக்கிறார்கள்.

சமூக அந்தஸ்து, பொழுதுபோக்கு, போதை, நண்பர்களின் கட்டாயம், 'எனக்கு மூடு வருவதற்காக', 'என்னுடைய மனச்சுமையை போக்கிக்கொள்ள', உடல் அசதியை அகற்ற என பல சாக்குகள் சொல்லி குடிப்பார்கள். பின்பு மதுவுக்கு அடிமையாகி, பழக்கத்தை விடமுடியாமல், உடல், மன ஆரோக்கியங்கள்

கடன் | 173

கெட்டு, சமூக மதிப்பை இழந்து, பொருளாதார நிலைகளில் கடுமையாகப் பாதிக்கப்படுகிறார்கள்.

எல்லாவற்றுக்கும் ஒரே ஒரு காரணம். பயன்பாட்டில் சுயகட்டுப்பாடு இல்லாததுதான். கிரெடிட் கார்டும் அப்படிப்பட்டதுதான். சிலரால் சரியாகக் கட்டுப்பாடுடன் பயன்படுத்த முடியாது. கடன் அட்டை அறிமுகம் ஆகி சுமார் 60 ஆண்டுகள்தான் ஆகின்றன. அதற்கு முன்னரும் அதற்கு பின்னரும் கோடிக்கணக்கான மக்கள் கடன் அட்டை இல்லாமல் நிம்மதியாக வாழ்ந்து கொண்டுதான் இருக்கிறார்கள்.

கிரெடிட் கார்டு எல்லோருக்கும் தரமாட்டார்கள். வருமானம் இருப்பவர்களுக்கும் பண வசதி இருப்பவர்களுக்கும்தான் கிரெடிட் கார்டு வழங்கப்படுகிறது. மற்றவர்களுக்குக் கிடைக்காது. அல்லது அவை இருப்பதாக உறுதியாகக் காட்ட முடியாதவர்களுக்குக் கிடைக்காது.

அப்படிப்பட்ட சிலர் கந்து வட்டி, மீட்டர் வட்டி போன்றவற்றில் மாட்டிகொண்டுவிடுகிறார்கள்.

நியாயம் வழங்க

கிரெடிட் கார்டுகளுக்குப் பணம் கட்டி முடித்த பிறகும் என்னைத் தொந்தரவு செய்கிறார்கள். அநியாயமாக, கூடுதல் வட்டி போடுகிறார்கள், கேட்கிறார்கள் என்பது போன்ற அல்லது வேறு விதமான குறைகள் ஏதும் இருந்தால். கடன் வழங்கிய நிறுவனத்தின் மீது அரசு ஏற்பாடு செய்திருக்கும் ஆம்புடஸ்மேன் இடம் புகார் கொடுக்கலாம்.

எழுத்துபூர்வமாக நேரடியாகவோ மின்னஞ்சல் மூலமாகவோ புகார் கொடுக்கலாம். குறிப்பிட்ட நாட்களுக்குள் கண்டிப்பாக முடிவு தெரியவரும். தீர்வு சொல்வார்கள்.

ஆம்புட்ஸ்மேன் சொல்லுகிற தீர்வு கடன் வழங்கும் நிறுவனங் களுக்குப் பாதகமாகவும் கடன் பெற்றவருக்கு சாதகமாகவும் இருந்தால் அந்தத் தீர்ப்பைக் கடந்த அந்த நிறுவனம் நிச்சயம் நிறைவேற்ற வேண்டும். நிறுவனம் அதை ஒப்புக்கொள்ள வேண்டும். மேல்முறையீடு செய்ய இயலாது.

ஆனால், அதுவே கடன் பெற்றவருக்கு எதிராகத் தீர்ப்பு இருந்தால், அவர் விரும்பினால் தீர்ப்பை மறுத்து மேல்முறையீடு செய்ய முடியும்.

மைக்ரோ ஃபைனான்ஸ் கம்பெனிகள்

வங்கிகளில் கடன் பெற முடியாதவர்களுக்காக அணுக முடியாதவர்களுக்காக நுண்கடன் நிறுவனங்கள் என்ற அமைப்புகள் அனுமதிக்கப்பட்டிருக்கின்றன. இவற்றுக்கு 'மைக்ரோ பைனான்ஸ் இன்ஸ்டிடுஷன்ஸ்' என்று பெயர். சுருக்கமாக MFIs என்பார்கள்.

நான்கு முதல் 10 விவசாயிகள், கிராமபுற தொழிலாளர்கள் வரை ஒன்று சேர்ந்து ஒரு கடன் வாங்கலாம். அதற்கு 'ஜாயின் லயபிளிட்டி குரூப்' (JLG) என்று பெயர். ஒருவருக்கு ஒருவரே உத்திரவாதம். SHG என்று அறியப்படும் சுய உதவிக் குழுக்களுக்கும் கடன்கள் வழங்கலாம். வழங்கவேண்டும்.

ஆண்டுக்கு 3 லட்ச ரூபாய்க்கும் குறைவாக வருமானம் இருக்கும் குடும்பங்களுக்கு மட்டும் வழங்கவேண்டும். கடன்களுக்கு அடமானம் கேட்கக்கூடாது. அவை செக்யூரிட்டி ஏதும் இல்லாமலே வழங்கப்படவேண்டும்.

கடன்கள் பெறும் நோக்கம் எதற்காக இருந்தாலும், வழங்கப்படும். முறை எதற்காக இருந்தாலும் கடன் கொடுக்கவேண்டும்.

மைக்ரோ ஃபைனான்ஸ் கம்பெனிகள் என்ன வட்டிக்குப் பணம் கொடுக்கின்றன என்று பார்த்தால் அதிர்ச்சியாக இருக்கிறது. பெரும்பாலும் 21 முதல் 27 சதவீதம் வரை ஆண்டுக்கு. இவற்றை ஒன்றே முக்கால் முதல் 2 வட்டி வரை என்பார்கள். வங்கிகளில் 9, 10% வட்டிக்குப் பணம் கிடைக்கும். ஆனால், இவற்றில் இவ்வளவு அதிகம்!

எடுத்துக்காட்டுக்காகச் சில நிறுவனங்கள் குறித்த தகவல்கள்:

நிறுவனம்	கடன் தொகை	ஆண்டு வட்டி %	கடன் கால அளவு
ஈக்விட்டாஸ் ஸ்மால் பேங்க்	2000 - 35000	23% - 24%	
ESAF மைக்ரோ ஃபைனான்சியல் இன்வெஸ்ட் மெண்ட்ஸ் பிலிட்	1000 - 1 லட்சம்	22% - 26%	3 முதல் 60 மாதங்கள்

ஃபியூஷன் மைக்ரோ ஃபைனான்ஸ்	3000 - 60,000	21% - 21.5%	8 முதல் 240 மாதங்கள்
அன்னபூர்னா மைக்ரோ ஃபைனான்ஸ்	1500 - 25 லட்சம்	18% - 26%	12 முதல் 240 மாதங்கள்

தற்போது நம் நாட்டில் மொத்தம் 650 மாவட்டங்களில் ஸ்மால் ஃபைனான்ஸ் வங்கிகள் – மைக்ரோ ஃபைனான்ஸ் நிறுவனங்கள் இயங்குகின்றன.

வட்டி தவிர, ஒரு முறை ஜி.எஸ்.டி வரி மற்றும் (+) நிர்வாக கட்டணங்களாக, கடன் தொகையில் 1 முதல் 2 சத்வீதம் வரை வசூலிக்கிறார்கள். கடன் வாங்கும்போது கட்டவேண்டும் அல்லது அவற்றைக் கழித்துக்கொண்டுதான் கடன் தருவார்கள்.

மைக்ரோ ஃபைனான்ஸ் நிறுவனங்களுக்கு ரிசர்வ் வங்கி கொடுத்திருக்கும் வழிமுறைகள்

வட்டி கணக்கிடும் முறை வெளிப்படையானதாக இருக்க வேண்டும். எவ்வளவு வட்டி, தாமதமாகக் கட்டினால் எவ்வளவு அபராத வட்டி, கட்டணங்கள் போன்றவை குறித்து ரிசர்வ் வங்கி தேவைப்படும்போது ஆராயும் வண்ணம் அவற்றைக் கடன் வழங்கும் நிறுவனங்கள் முன்கூட்டியே குறிப்பிட்டு எழுதி வைத்திருக்கவேண்டும். (டாக்குமெண்டெட்).

கடன் வாங்குகிறவருக்குப் புரியும்விதமாக அவை குறித்து எழுதி வைத்திருப்பதை (ஃபேக்ட் ஷீட்) முன்கூட்டியே காட்ட வேண்டும்.

அதன் வலைத்தளம் மற்றும் கிளை அலுவலகங்கள் அனைத்திலும், அந்நிறுவனம் கடன்களுக்கு வசூலிக்கும் குறைந்தபட்ச, அதிகபட்ச வட்டி விகிதங்களை எழுதி சிறு புத்தகங்கள் அல்லது அட்டைகளாக (புக்லெட்ஸ் அல்லது பேம்ப்லெட்ஸ் ஆக) வைத்திருக்க வேண்டும்.

கடனுக்கு வசூலிக்கும் வட்டி விகிதங்களில் மாற்றங்கள் ஏற்பட்டால், கடன் பெற்றவர்களுக்கு அது பற்றி முன்கூட்டியே தகவல் தெரிவித்துத்தான் நடைமுறைப்படுத்த வேண்டும். அறித்த தேதிக்குப் பின்னர்தான் அவை நடைமுறைக்கு வரவேண்டும்.

அறிவிப்புக்கு முந்தைய காலத்துக்குப் புதிய வட்டி விகிதங்களை நடைமுறைப்படுத்தக்கூடாது.

ஏற்கெனவே வழங்கப்பட்டுவிட்ட கடன்கள், ஆரம்பித்துவிட்ட தவணைகள் தவிர மற்ற புதிய கடன்களுக்குத் தவணை (D.G.I.) கணக்கிடும்போது, கடன் பெறுகிறவரின் மொத்த குடும்ப வருமானத்தில் அந்தத் தொகை 50% விழுக்காட்டுக்கு மிகக்கூடாது. அசல் மற்றும் வட்டி ஆகிய இரண்டும் சேர்த்து இந்த அளவுக்குக் கீழ் இருக்குமாறுதான் கணக்கிடவேண்டும். கட்டச் சொல்லவேண்டும்.

ஒவ்வொரு கடன்காரருக்கும் ஒவ்வொரு கடனுக்கும் ஒரு தகவல் அட்டை (ஃபேக்ட் ஷீட்) வழங்கவேண்டும். அதில் கடன் குறித்த விவரங்கள், வட்டிவிகிதம் மற்றும் எவ்வெப்போது அவர் எவ்வளவு திருப்பிக் கட்டியிருக்கிறார் போன்ற விவரங்கள் இருக்கவேண்டும் (வங்கிப் பாஸ் புத்தகம் போல). தவிர, புகார்கள் ஏதும் இருந்தால் எப்படித் தெரிவிப்பது, எந்த (நோடல்) அலுவலரிடம் தெரிவிப்பது, அவரது தொடர்பு அலைபேசி எண் ஆகியவற்றையும் அந்த அட்டையில் குறிப்பிடவேண்டும்.

கடன் அல்லாத (நான் கிரெடிட்) வேறு ஏதேனும் பொருட்கள் அதே வாடிக்கையாளருக்கு விற்க நிறுவனம் விரும்பினால், அது வாடிக்கையாளரின் முழு சம்மதத்துடனே செய்யப்படவேண்டும். அது குறித்த விவரங்களும் அந்த அட்டையில் எழுதப்பட வேண்டும்.

கடன் வழங்கும் நிறுவனம் அதன் சில வேலைகளை ஒப்பந்ததாரர், ஏஜென்சி எவரிடம் கொடுத்திருந்தாலும் மேற்கண்ட வழிகாட்டுதல்கள் கடைப்பிடிக்கப்பட்டே ஆகவேண்டும். அதற்கு நிறுவனம்தான் பொறுப்பு.

கடன் வசூல் செய்வதில் ஏதேனும் முறைக்கு புறம்பான நடத்தைகளில் நிறுவன ஊழியர்களோ அல்லது ஏஜென்சி ஊழியர்களோ ஈடுபட்டால் அதற்கு நிறுவனமே பொறுப்பு என்று கடன் கொடுக்கும்போது போடப்படும் ஒப்பந்ததில் எழுத வேண்டும். தவிர, அதன் அனைத்து அலுவலகங்களிலும் எழுதி பார்வையில் படும்படி வைக்க வேண்டும்.

கடன் பணத்தை வசூல் செய்ய கடன் கொடுத்த நிறுவனமும் கடன் பெற்றவரும் சேர்ந்து இடம் முடிவு செய்துகொள்ளவேண்டும். ஒப்புக்கொண்ட இடத்துக்கு கடன் பெற்றவர் இரண்டு மூன்று

முறைகள் வராத பட்சம், கடன் கொடுத்தவர் வீடு அல்லது நிறுவனம் அலுவலகம் இவற்றிலும் வசூல் செய்யலாம்.

கடன் வசூலிக்கையில் கடுமையாக நடந்துகொள்ளக்கூடாது. வசூல் செய்ய வரும் நபர் குறித்த விவரங்களைக் கடன் பெற்றவருக்கு வசூல் நடவடிக்கை ஆரம்பிக்கும் முன்னரே தகவல் கொடுக்கவேண்டும். வசூலுக்கு போகிற நபர் நிறுவனம் அவருக்கு வழங்கிய அடையாள அட்டை மற்றும் வசூல் செய்ய அவரை நியமித்த கடிதம் கொண்டு செல்லவேண்டும்.

வங்கிகள்

இந்தியாவில் 2021ம் ஆண்டு செப்டெம்பர் நிலவரப்படி மொத்தம் 20க்கும் மேற்பட்ட பொதுத்துறை வங்கிகள், 20க்கும் மேற்பட்ட தனியார் துறை வங்கிகள் மற்றும் நாற்பதுக்கும் அதிகமான வெளிநாட்டு வங்கிகள் இயங்குகின்றன. அவை தவிர, 56 பிராந்திய கிராமப்புற வங்கிகள், 1485 நகர்ப்புற கூட்டுறவு வங்கிகள் மற்றும் 96,000 கிராமப்புற கூட்டுறவு வங்கிகள் மற்றும் கூட்டுறவு கடன் நிறுவனங்களும் இயங்குகின்றன.

மார்ச் 2021ல் இந்த வங்கிகள் வழங்கியுள்ள மொத்தக் கடன் தொகை 1,487.60 பில்லியன் அமெரிக்க டாலர்கள். டாலர் 77 ரூபாய் கணக்கில் 1,14,545 கோடி ரூபாய்கள்.

பொதுத்துறை வங்கிகள்

1. பாரத ஸ்டேட் வங்கி
2. அலகாபாத் வங்கி
3. ஆந்திரா வங்கி
4. பேங்க் ஆஃப் பரோடா
5. பேங்க் ஆஃப் இந்தியா
6. மகாராஷ்டிரா வங்கி
7. கனரா வங்கி
8. இந்திய மத்திய வங்கி
9. கார்ப்பரேஷன் வங்கி
10. தேனா வங்கி
11. இந்தியன் வங்கி
12. இந்தியன் ஓவர்சீஸ் வங்கி

13. ஓரியண்டல் பேங்க் ஆஃப் காமர்ஸ்
14. பஞ்சாப் நேஷனல் வங்கி
15. பஞ்சாப் amp; சிந்து வங்கி
16. சிண்டிகேட் வங்கி
17. யூனியன் பேங்க் ஆஃப் இந்தியா
18. யுனைடெட் பாங்க் ஆஃப் இந்தியா
19. யுகோ (UCO) வங்கி
20. விஜயா வங்கி
21. ஐடிபிஐ வங்கி லிமிடெட்.

தனியார் துறை வங்கிகள்

1. கத்தோலிக்க சிரியன் வங்கி
2. சிட்டி யூனியன் வங்கி
3. தனலட்சுமி வங்கி
4. பெடரல் வங்கி
5. ஜம்மு மற்றும் காஷ்மீர் வங்கி
6. கர்நாடக வங்கி
7. கரூர் வைஸ்யா வங்கி
8. லக்ஷ்மி விலாஸ் வங்கி
9. நைனிடால் வங்கி
10. ரத்னாகர் வங்கி
11. சவுத் இந்தியன் வங்கி
12. தமிழ்நாடு மெர்க்கண்டைல் வங்கி
13. ஆக்சிஸ் வங்கி
14. டெவலப்மென்ட் கிரெடிட் வங்கி (டிசிபி வங்கி லிமிடெட்)
15. HDFC வங்கி
16. ஐசிஐசிஐ வங்கி
17. IndusInd வங்கி
18. கோடக் மஹிந்திரா வங்கி
19. ஆம் வங்கி
20. IDFC பர்ஸ்ட் வங்கி
21. பந்தன் வங்கியின் பந்தன் நிதிச் சேவைகள்.

வெளிநாட்டு வங்கிகள்

1. ஆஸ்திரேலியா மற்றும் நியூசிலாந்து பேங்கிங் குரூப் லிமிடெட்.
2. தேசிய ஆஸ்திரேலியா வங்கி
3. வெஸ்ட்பேக் பேங்கிங் கார்ப்பரேஷன்
4. பாங்க் ஆஃப் பஹ்ரைன் amp; குவைத் BSC
5. ஏபி வங்கி லிமிடெட்
6. எச்எஸ்பிசி
7. CITI வங்கி
8. Deutsche Bank
9. DBS வங்கி லிமிடெட்.
10. யுனைடெட் ஓவர்சீஸ் வங்கி லிமிடெட்
11. ஜே.பி. மோர்கன் சேஸ் வங்கி

கடன் கொடுப்பதற்கென்றே தொடங்கப்பட்டவைதான் வங்கிகள். பணம் இருப்பவர்கள் கொடுத்து வைக்கும் தொகைகளுக்கு வட்டி கொடுப்பதும், அந்தப் பணத்தைத் தேவைப்படுகிறவர்களுக்கு கூடுதல் வட்டிக்குக் கடன் கொடுப்பதும் வங்கிகளின் வேலை.

வங்கிகள் பலருக்கும் கொடுக்கும் சராசரி வட்டி விகிதத்துக்கும் பலரிடம் இருந்து வசூலிக்கும் சராசரி வட்டி விகிதத்துக்கும் இடையே உள்ள வேறுபாடுதான் வங்கிகளின் செலவு மற்றும் லாபத்துக்கான பணம். செலவுகளில் வராக்கடன்கள் தள்ளுபடி செய்யப்படும் வட்டித்தொகைகளும் அடங்கும்.

உதாரணத்துக்கு 2022-23ம் ஆண்டில் ஒரு வங்கி அதன் டெப்பாசிட்டுகள் அனைத்துக்கும் கொடுக்கும் வட்டி (வெவ்வேறு டிப்பாசிட்டுகளுக்கு வெவ்வேறு வட்டி விகிதங்கள்) விகிதம் 7% என்றால், பல்வேறு கடன்களுக்கும் வசூலிக்கும் சராசரி வட்டி விகிதம் 8.5% என்றால், அந்த வங்கியின் நிகர வட்டி வேறுபாடு (நெட் இண்ட்ரெஸ்ட் மார்ஜின் NIM) 1.5%.

நான் பேங்கிங் பைனான்ஸ் கம்பெனிகள்

‘நான் பேங்கிங் பைனான்சியல் கம்பெனீஸ்’ என்பதைத்தான் சுருக்கமாக NBFC என்கிறார்கள். அதாவது, வங்கி அல்லாத நிதி நிறுவனங்கள்.

வங்கிகளைப் போலவே இந்த நிறுவனங்களும் கல்வி, நகை, பர்சனல் மற்றும் வீட்டுக்கடன் போன்றவற்றை வழங்குகின்றன. இவற்றின் செயல்பாடுகள் அனைத்தும் வங்கிகளின் செயல்பாடுகளைப் போன்றவையே. இவற்றின் செயல்பாடுகளை மத்திய ரிசர்வ் வங்கி கண்காணிக்கும்.

வங்கிகளுக்கும் NBFCகளுக்கும் இடையே இருக்கும் வேறுபாடுகள் அவற்றின் முதலீடு தொடர்பானவை. மேலும், NBFC நிறுவனங்கள் வங்கிகளைப் போல பேங்கிங் ரெகுலேஷன் சட்டம் 1949 கீழ் வருவதில்லை. நிறுவனங்கள் சட்டம் 2013 ன் கீழ் வருகின்றன.

வங்கிகள், பொதுமக்களிடமிருந்தும் நிறுவனங்களிடமிருந்தும் வைப்புத்தொகை (டிப்பாசிட்ஸ்) பெற்றுக் கொள்வது போல NBFC நிறுவனங்களால் பெறமுடியாது. அதற்கு ரிசர்வ் வங்கி அனுமதிக்கவில்லை. அதனால் வங்கிகள் செய்யவேண்டிய, கேஷ் ரிசர்வ் ரேஷியோ (CRR), ஸ்டாடுடரி லிக்விடிட்டி ரேஷியோ (SLR) போன்றவற்றை செய்யவேண்டியதில்லை. இதன் காரணமாக NBFC களின் வட்டி செலவு வங்கிகளைக் காட்டிலும் ஓரளவு குறைவு.

டிப்பாசிட் வாங்க முடியாது என்பதால், NBFC நிறுவனங்கள் அவற்றுக்குத் தேவைப்படும் முதலீட்டை அவர்களே உருவாக்கிக் கொள்ளவேண்டும். அதற்காக அவை வெளிநாட்டு நிறுவனங்களின் உதவியை நாட அனுமதிக்கப்பட்டிருக்கின்றன. NBFCயின் முதலீட்டில் 100 சதவீதம் கூட வெளிநாட்டில் இருந்து பெறப்பட்டதாக இருக்கலாம்.

வங்கிகளைப் பொறுத்தவரை அதிகபட்சமாக 74 சதவிகிதம் மட்டுமே வெளிநாட்டினரின் பணமாக 'முதலீடு' இருக்கமுடியும். NBFCகள் முதலீட்டைத் திரட்ட வேறு சில வழிகளையும் பயன்படுத்துகின்றன. அனுமதிக்கப்பட்டிருக்கின்றன. அவை டிபென்ச்சர்கள், பாண்டுகள் வெளியிட்டுப் பணம் திரட்டலாம். கமர்சியல் பேப்பர்களை வெளியிட்டும் பணம் திரட்டலாம், தவிர, அவை ஏற்கனவே கொடுத்திருக்கிற கடன் கணக்குகளை மொத்தமாக 'செக்யூரிட்டிஸ்டேஷன்' முறையில் வேறு நிறுவனங்களுக்கு விற்றும் பணத்தைத் திரட்டலாம்.

NBFCகள் வங்கிகள் சட்டத்துக்குக் கீழ் வராவிட்டாலும் அவற்றின் நடைமுறைகளையும் வரவு செலவுகளையும் இந்திய ரிசர்வ்

வங்கி கண்காணிக்கும். அதனால் அனைத்து NBFCகளும் ரிசர்வ் வங்கியிடம் பதிவு பெற்றிருக்கவேண்டும். ரிசர்வ் வங்கி தகவல்படி, 2021 ஆம் ஆண்டில் இந்தியாவில் மொத்தம் 9,000க்கும் சற்று அதிகமாக எண்ணிக்கையில் இருக்கின்றன.

அவற்றில் மிக அதிக அளவில் வியாபாரம் செய்து கொண்டிருக்கும் முதல் 10 நிறுவனங்கள்:

பவர் பைனான்ஸ் கார்ப்பரேஷன், ஸ்ரீராம் டிரான்ஸ்போர்ட் பைனான்ஸ் லிமிடெட், பஜாஜ் பைனான்ஸ், மகேந்திரா பைனான்ஸ், முத்தூட் பைனான்ஸ், HDB பைனான்ஸ், சோழமண்டலம் பைனான்ஸ், டாட்டா கேப்பிட்டல் பைனான்ஸ், L&T பைனான்ஸ் மற்றும் ஆதித்ய பிர்லா பைனான்ஸ்.

13
கடன் வசூல் நடைமுறைகள்

சட்ட நடவடிக்கைகள்

- வாங்கிய கடனைத் திருப்பிக் கொடுத்துவிட வேண்டும் அதற்குரிய வட்டியையும் கொடுத்துவிடவேண்டும். அப்படிச் செய்யாதவர்கள் மீது கடன் கொடுத்தவர் சட்டப்படி சில நடவடிக்கைகள் எடுக்கலாம்.

- கடன் கொடுக்கப்பட்டது என்பதற்கு ஆதாரம் வேண்டும். எழுத்துப்பூர்வமாக இல்லாத கடனை சட்டத்துக்கு அப்பாற் பட்ட பேச்சுவார்த்தைகள் மூலமாகத்தான் வசூலிக்க முடியும்.

- கடன் பெற்றது எழுத்துப்பூர்வமாக இருந்தால், அந்தக் கடன் வசூல் ஆகாவிட்டால், கடன் கொடுத்தவர் நீதிமன்றத்தை நாடலாம். கடனாளர் மீது சிவில் வழக்கு போடலாம்.

- ஏற்கெனவே எழுத்துபூர்வக் கடன் பெற்று, பிராமிசரி நோட்டில் ஒரு ரூபாய் ரெவின்யூ ஸ்டாம்ப் ஒட்டி அதன் மீது கையெழுத்துப் போட்டிருக்கவேண்டும். அல்லது விரல் ரேகை பதித்திருக்கவேண்டும். அந்த பிராமிசரி நோட்டு மூன்றாண்டு களுக்குள்ளாக எழுதப்பட்டதாக இருக்கவேண்டும். அப்படிப்பட்ட புரோ-நோட்டுகளை வைத்துதான் வழக்குப் போட முடியும்.

- வாங்கிய கடனுக்கு ஈட்டுறுதியாகக் காசோலைகள் கொடுத் திருந்தால், அந்தக் காசோலைகளின் தேதி நடப்பு தேதியில் இருந்து மூன்று மாதங்களுக்கு முன்பாக இருக்கக்கூடாது. அந்தக் காசோலையைக் கடன் பெற்றவரின் வங்கி கணக்குக்குத் தன் வங்கிக் கணக்கு மூலம் அனுப்பி பணமாக்கிக் கொள்ளலாம். ஒருக்கால் கடன் கொடுத்தவரின் கணக்கில் பணம் இல்லை என்று அந்தக் காசோலை திரும்பிவரும் பட்சம், திரும்பி வந்ததில் இருந்து 30 நாட்களுக்குள் நீதிமன்றத்தை நாடலாம். பணம் இல்லாமல் காசோலை கொடுத்ததற்காக கிரிமினல் வழக்கு தொடரலாம்.

- பெற்ற கடனுக்கு ஈட்டுறுதியாக, நகை போன்ற அசையும் சொத்துகள் எதையேனும் அடமானம் கொடுத்திருந்தால், முன் அறிவிப்பும் பணம் கட்ட அவகாசமும் கொடுத்துவிட்டு அதன்பின்பும் பணம் வரவில்லை என்றால், அடமானப் பொருளை முறைப்படி விற்று, கடன் பணத்தை எடுத்துக் கொள்ளலாம். உபரி இருந்தால் கடனாளரிடம் கொடுத்து விடலாம். ரசீது பெற்றுக் கொள்ளலாம்.

- அசையாச் சொத்துகள் அடமானம் கொடுக்கப்பட்டிருந்தால் சிவில் நீதிமன்றத்தில் வழக்கு தொடுக்கலாம்.

- கடன் தொகைக்கு வசூலிக்கும் வட்டி என்பது தனிநபர் கடன்களுக்கு ஆண்டு ஒன்றுக்கு 12 சதவீதத்துக்கு மிகாமல் தொழில் வியாபாரம் தொடர்பான கடன்களுக்கு ஆண்டொன்றுக்கு 18%க்கு மிகாமலும் இருத்தல் வேண்டும். அதற்கு மேல் வட்டி கணக்கிட்டு, பிடித்தம் செய்து, கேட்டு தொந்தரவு செய்தால் அல்லது கடனுக்கு ஈடாக அடமானம் கொடுத்த பொருளை, அல்லது காசோலைகளை கடனைக் கட்டிய பின்பும் திரும்பக் கொடுக்காமல் இருந்தால் கந்துவட்டி தடைச்சட்டத்தின் கீழ் (தமிழ்நாட்டில்) வழக்கு தொடரலாம்.

- மேலும் பணத்தைப் பெற்றுக் கொண்ட பிறகும் புரோ நோட்டு அல்லது காசோலைகளைத் திரும்பத் தராமல் இருந்தால் அல்லது அடமானம் கொடுத்த பொருட்களைத் திருப்பித் தராமல் இருந்தால் காவல்துறையினரிடம் புகார் அளிக்கலாம்.

- பெற்றுக்கொண்ட கடனைத் தரவில்லை என்பதற்காக மிரட்டல், உயிர் அச்சுறுத்தல் செய்தாலும் காவல்துறையையும் நீதிமன்றத்தை நாடலாம்.

சட்டம் மற்றும் ரிசர்வ் வங்கி தெரிவிக்கும் வசூல் நடைமுறைகள்

- தவணை அல்லது கடன் பணத்தை வசூலிக்க வரும் நிறுவன அல்லது வங்கி ஊழியர்களோ அல்லது அதற்காக நியமிக்கப்பட்ட முகவர்களோ கடன் பெற்றவரை அவதூறாகப் பேசக்கூடாது. மிரட்டக்கூடாது. தவிர வீடு அலுவலகம் முன்பாக நின்று அவதூறாக அல்லது கெட்ட வார்த்தைகளில் பேசக்கூடாது. அதெல்லாம் செய்தால் 'இந்தியன் பீனல் கோட்' செக்‌ஷன்கள் 499, 503 மற்றும் 294B படி குற்றமாகக் கருதப்படும்.

- கடன் கொடுத்த நிறுவனங்கள், அவர்களது முகவர்கள் தங்கள் கடனை வசூலிக்கும் முயற்சிகளில் எந்தவொரு நபருக்கும் எதிராக வாய்மொழியாகவோ அல்லது உடல் ரீதியாகவோ எந்தவிதமான மிரட்டல் அல்லது துன்புறுத்தலுக்கு ஆளாகவில்லை என்பதை கண்டிப்பாக உறுதிப்படுத்த வேண்டும்.

- எந்தவொரு வடிவத்திலும் கடன் பெற்றவர்களுக்கு தகாத செய்திகளை அனுப்பக் கூடாது. அச்சுறுத்தல் அல்லது தேவையற்ற அழைப்புகள் செய்யக் கூடாது. மேலும் கடன் பெற்றவர்களை காலை 8 மணிக்கு முன்பும் மாலை 7 மணிக்குப் பிறகும் தொலைபேசியில் அழைத்துப் பேசக்கூடாது.

- அவ்வாறு அவர்கள் நடந்துகொண்டால், உரிய ஆதாரங்களுடன் மேற்கண்ட பிரிவுகளைக் குறிப்பிட்டு, காவல் நிலையத்தில் புகார் அளிக்கலாம்.

- இப்படித் தொடர்ந்து தொல்லை தருவதைத் தவிர்க்க, கடன் பெற்றவர் அவருடைய பகுதியில் இருக்கும் சிவில் நீதிமன்றத்தில் அதற்குத் தடை உத்தரவு பெறலாம்.

- ஒருவர் அவர் பெற்ற கடனுக்குக் கட்டவேண்டிய தவணை கட்டத் தாமதமானால், கடன் கொடுத்தவர் முறைப்படி பணத்தைக் கேட்கலாம். கடிதம் அனுப்பலாம். மாறாகக் கடன் வாங்கியவரின் வீடு அல்லது அலுவலகத்துக்குள் நுழைந்து, கட்டாயப்படுத்தி, மிரட்டி பணம் வசூலிக்கக் கூடாது. அப்படிச் செய்தால் அது, இந்திய தண்டனை சட்டம் பிரிவு 441 யின் படி குற்றம்.

- வங்கியில் கடன், கிரடிட் கார்டு, கல்வி கடன், தனிநபர் கடன் வசூல் என எதுவாக இருந்தாலும், அவை அனைத்துமே சிவில்

நடைமுறைப்படிதான் செய்ய வேண்டும். கிரிமினல் நடை முறைப்படி அல்ல; எக்காரணம் கொண்டும் வங்கிகள் கடன் வாங்கியவர் மீது குற்றவியல் (கிரிமினல்) நடவடிக்கைகளை எடுக்கக்கூடாது. இது ரிசர்வ் வங்கி கொடுத்திருக்கும் வழிமுறை.

- பிராமிசரி நோட் மூலம் கொடுத்த கடன்கள் வராவிட்டாலும் மேற்சொன்ன சிவில் நடைமுறைப்படிதான் நடவடிக்கை எடுக்க வேண்டும்.

- காசோலை கொடுத்திருந்து, அது வங்கியில் இருந்து, 'கணக்கில் பணமில்லை' என்ற காரணத்துடன் திரும்பி வந்தால், அறிவிப்பு மூலம் அவகாசம் கொடுத்து, அதன் பின்னும் பணம் வராவிட்டால், காசோலை கொடுத்தவர் மீது 'செக் பவுன்ஸ் கேஸ்' என குற்றவியல் நடவடிக்கை எடுக்கலாம்.

- கடனுக்கு அடமானமாக அசையா சொத்துகள் கொடுத்திருந்தால், வராத கடனை வசூலிக்க சர்பியேசி (SARFEASI Act) சட்டத்தின் கீழ் நடவடிக்கை எடுக்கலாம்.

இலவச சட்ட உதவி

தங்கள் உரிமைகள் குறித்து சரியாகத் தெரியாதவர்கள் அல்லது கடன் கொடுத்தவர்களால் ஏமாற்றப்படுகிறவர்கள், சுரண்டப் படுகிறவர்கள் வழக்குப் போடலாம். ஆனால், வழக்குரைஞருக்குக் கொடுக்கப் பணம் இல்லை. தவிர அவரை எப்படி அணுகுவது என்றெல்லாம் தெரியாமல் இருப்பவர்களுக்காக அரசே ஏற்பாடுகள் செய்திருக்கிறது. விவரங்கள் இணையத்தில் இலவச சட்ட உதவி என்று தேடினால் கிடைக்கும். அது தொடர்பாக பின் இணைப்பில் விவரங்கள் கொடுக்கப்பட்டிருக்கின்றன.

வசூல் தொடர்பான சட்டங்கள்

- இந்தியன் பீனல் கோட் 1860 : தமிழில், இந்திய தண்டனை சட்டம்-1860. இந்திய தண்டனைச் சட்டம் (Indian Penal Code) குற்றவியல் சட்டத்தின் அனைத்து பிரத்தியேக அம்சங் களையும் கணக்கில் கொண்டு அமைக்கப்பட்டது. இது 1860ல் வரையப்பட்டு 1862ல் பிரித்தானிய ஆட்சியின்போது காலனித்துவ இந்தியாவில் அமலுக்கு வந்தது. இது பல முறை திருத்தம் செய்யப்பட்டு, இப்போது மற்ற குற்றவியல் விதிமுறைகளையும் தன்னுள்ளே கொண்டு விரிவடைந்துள்ளது (விகாஸ்பீடியாவில் இருந்து)

- சர்பாசி சட்டம்- 2002 (Sarfaesi) : இந்திய வங்கிகள் மற்றும் நிதி நிறுவனங்களை, நீதிமன்றத்தின் தலையீடு இல்லாமல் கடன் செலுத்தாதவர்களின் சொத்துக்கள்/சொத்துகளை விற்க அல்லது ஏலம் விட அனுமதிக்கும் சட்டம். இதன் இரண்டு முக்கிய நோக்கங்கள்:

  நிதி நிறுவனங்கள் மற்றும் வங்கிகளின் வட்டியோ அசலோ திரும்பி வராத கடன்களுக்கு (NPA) அடமானமாகக் கொடுக்கபட்ட சொத்துகளை விற்றுக் கடன் பணத்தை விரைவாகவும் திறம்படவும் மீட்க வழிவகை செய்வது.

  கடன் வாங்கியவர் கடனைத் திருப்பிச் செலுத்தாதபோது குடியிருப்பு மற்றும் வணிகச் சொத்துக்களை ஏலம் விட நிதி நிறுவனங்கள் மற்றும் வங்கிகளை அனுமதிப்பது.

- நெகோஷியபிள் இண்ட்ஸ்டிருமெண்ட்ஸ் சட்டம் 1881 : வங்கி செக்குகள், பிராமிசரி நோட்கள் மற்றும் பில்ஸ் ஆஃப் எக்ஸ்சேஞ் குறித்த சட்டம்.

ஜப்தி

அரசு அடமான சொத்தை விற்பதாக எடுத்துக்கொள்வது. இணையத்தில் தகவல்களைப் பார்க்கலாம். அதன் விவரங்கள் பின் இணைப்பில்.

14
கடன் – சில எச்சரிக்கைகள்

கடன்களை வங்கிகளிலிருந்து பெறுதல் நல்லது. அதிலும் பொதுத்துறை வங்கிகள் என்பது கூடுதல் பாதுகாப்பு. அதன் பிறகுதான் NBFC. அதற்கும் அடுத்த இடத்தில் வட்டிக் கடைகள். அடுத்தபடியாகத்தான் தனி நபர்களிடம் கடன் வாங்குவது.

கடன் குறித்த தகவல்களை, அதாவது, எவ்வளவு வட்டி? கட்டாத வட்டிக்கும் வட்டி உண்டா? அது எவ்வளவு? வட்டி விகிதம் ஒரே போல இருக்குமா? அல்லது பின்னர் மாறுமா? போன்ற தகவல்களை முன்கூட்டியே விசாரித்துப் படித்துப் பார்த்து அவசியம் தெரிந்துகொள்ள வேண்டும்.

கடன் தொகைகள் அசலில் ஒரு பகுதியை முன்கூட்டியே கட்ட அனுமதி உண்டா? அதற்கு ஏதும் அபராத கட்டணம் உண்டா? பிரீ குளோசர் விவரங்கள் என்னென்ன என்பதையும் தெரிந்து கொள்ள வேண்டும்.

கடன் பெறும்போதே இந்தத் தகவல்களைக் கவனத்துடன் தெரிந்து கொண்டு தனியே குறித்து வைத்துக்கொள்ள வேண்டும். குறிப்பிட்ட காலத்துக்கு ஒருமுறை அவற்றை எடுத்துப் பார்த்து நினைவுபடுத்திக் கொள்ளவேண்டும்.

அடமானமாக கொடுத்த தங்க நகைகளை அல்லது வெள்ளிப் பாத்திரங்களை அடகு வைப்பதற்கு முன்பாக தானாகவே வேறு ஒரு கடையில் எடை போட்டுப் பார்த்துக் கொள்ள வேண்டும். அதைக் குறித்து வைத்துக்கொள்ள வேண்டும். தவிர அவற்றை கைபேசியில் இருக்கும் கேமரா மூலம் போட்டோ எடுத்து வைத்துக்கொள்ள வேண்டும். அந்த போட்டோவை தனக்கே மின்னஞ்சல் மூலம் அனுப்பி வைத்து கொள்ள வேண்டும். இதன் மூலம் பிற்பாடு போன் கெட்டுப் போனால் அல்லது தொலைந்து போனால் கூட இந்த போட்டோக்கள் கிடைக்கும்.

கடனுக்கு ஈடாக கையெழுத்திட்ட வங்கி காசோலைகள் கொடுப்பது என்றால் அதில் கடன் கொடுப்பவர் பெயர் தேதி தொகை ஆகியவற்றை எழுதியே கொடுக்கவேண்டும். அதுதான் பாதுகாப்பு தவிர காசோலைகளை கிராஸ் செய்து கொடுப்பதும் பாதுகாப்பு.

கடன் ஈட்டு உறுதிப்பத்திரம், 'பிராமிசரி நோட்' கொடுப்பது என்றாலும் காசோலைகளுக்குச் சொன்னதுபோலவே அதில் கடன் கொடுப்பவர் பெயர், கொடுக்கப்படும் தேதி, வங்கும் தொகை, வட்டி விகிதம் ஆகியவற்றை எழுதிக் கொடுப்பதுதான் பாதுகாப்பு.

கடன் பெறும்போதே கையெழுத்துப் போடச் சொல்லிக் கொடுக்கப்படும் ஆவணங்களை அவசரப்படாமல் படித்துப் பார்த்துவிட்டு கையெழுத்து போடவேண்டும். படிக்க நேரம் இல்லாவிட்டால் அல்லது படிக்க தெரியாவிட்டால் அந்த ஆவணங்களை செல்போனில் படம் பிடித்துக்கொண்டு, அல்லது அனுமதியுடன் எடுத்துக்கொண்டு போய், விவரம் தெரிந்தவர் களிடம் காட்டி, அதில் எழுதியிருப்பவை பற்றித் தெரிந்துகொண்ட பின், கையெழுத்துப்போடலாம். இது பின்னால் வரக்கூடிய சிக்கல்களில் இருந்து காப்பாற்றும்.

எதுவும் எழுதாத அல்லது முக்கிய இடங்கள் காலியாக விடப்பட்டிருக்கும் தாள்களில் கையெழுத்து போடுவதோ கைநாட்டு வைத்துக்கொடுப்பதோ நிச்சய ஆபத்து.

அடமானம் வைக்கும் பொருளுக்குக் கடன் கொடுப்பவர் காப்பீடு எடுப்பதாக இருந்தால் அந்தக் காப்பீட்டைக் கடன் பெறுபவர் அவரே அவருக்கு தெரிந்தவரிடம் எடுக்கலாம். அந்தக் காப்பீட்டு பிரீமியம் கட்டலாம்; காப்பீடு பத்திரத்தை கடன் கொடுப்பவர் வைத்துக்கொள்ள வேண்டி கேட்டால் கொடுக்கலாம்; ஆனால் அதற்கான நகல் போட்டோ காப்பியை கடன் பெறுபவர் வைத்துக் கொள்ள வேண்டும்.

சாப்பாட்டுக்கான கால அளவு புதுப்பிக்கப்படும் நாள், மாதம் போன்றவற்றையும் கடனைத் திருப்பி வெட்டும்போது கவனத்தில் கொள்ள வேண்டும். தவறினால் மீண்டும் ஒரு சில மாதங்களாக ஒரு முழு ஆண்டுக்கான காப்பீட்டுச் செலவை ஏற்க வேண்டியது வரும்.

வட்டி குறைவு போன்ற காரணங்களுக்காக கடனை ஓரிடத்தில் இருந்து வேறு இடத்துக்கு மாற்றுவது என்றால் பேலன்ஸ் டிரான்ஸ்பர் புதிய இடத்தில் மாற்றுவதற்கு வட்டி குறைவு என்பது தவிர வேறு என்ன விதங்களில் சாதகங்கள் உண்டு அல்லது வேறு ஏதேனும் பாதகங்கள் உண்டா என்பதை விசாரித்துக் கேட்டுத் தெரிந்துகொள்ளவேண்டும். இந்த நேரத்திலும் கையெழுத்திடு வதற்கு முன்பாக ஆவணங்களை முன்கூட்டியே படித்துப் பார்க்க வேண்டும்.

பணம் கட்டி அடமானப் பொருளையும் மீட்கும்போது அவசரப் படாமல் பொருளின் எடை, அளவு ஆகியவற்றை ஒப்பிட்டுப் பார்த்து வாங்கவேண்டும். சந்தேகம் வந்தால் உடனடியாக வேறு இடங்களில் தங்கத்தின் தன்மையைச் சோதித்துக் கொள்ள வேண்டும்.

கடனைத் திருப்பும்போது கண்டிப்பாக காசோலைகள் மற்றும் வீட்டு உதவி பத்திரம் ஆகியவற்றைத் திரும்பப் பெற்றுக்கொள்ள வேண்டும். குறைந்தபட்சம் அவற்றில் கைவிடப்பட்டு இருக்கும் பகுதியை உடனடியாக வாங்கிவிடவேண்டும். மொத்த ஆவணத்திலும் குறுக்காக ரத்து செய்யப்பட்டது கேன்சல் என்று பெரிதாக எழுதலாம்.

கட்டும் வட்டி, பணம் மற்றும் அசலுக்கு ரசீது பெற்றுக்கொள்ள வேண்டும். ஆண்டுக்கு ஒருமுறையாவது அவற்றைச் சரி பார்த்துக் கொள்ள வேண்டும்.

கிரெடிட் கார்டுகள் பெறுவதில் மற்றும் பயன்படுத்துவதில் தேவைப்படும் எச்சரிக்கைகள் குறித்து முன்பே பார்த்திருக்கிறோம் கவனம் தேவை.

கிரெடிட் கார்டு தொலைந்து போனால் உடனடியாக நிறுவனத்துக்குத் தகவல் தெரிவித்து, அதன் பயன்பாட்டைத் தடை செய்ய வேண்டும். வேறு எவர் பயன்படுத்தினாலும் அந்த கார்டுக்கு வாங்கியவரே பொறுப்பு ஆகிவிடும் ஆபத்து உண்டு.

வீடு, இடம், வாகனங்கள் போன்றவற்றை அடமானம் கொடுத்தால் அவற்றின் உரிமையில் கடன் குறித்து விவரம் பதிவு

செய்யப்படும். கடனைத் திருப்பிக் கொடுத்தவுடன் அந்த உரிமை மீட்புக்குத் தேவைப்படும் ஆவணங்களை அவசியம் கையெழுத்துடன் பெற்றுக்கொள்ள வேண்டும் உடனடியாக அந்த மாற்றத்தைச் செய்துகொள்ளவேண்டும். நாள்பட மறந்து போகிற ஆபத்து உண்டு.

பெற்றிருக்கும் கடன்கள் குறித்த விவரங்கள் மற்றும் திருப்பிக் கட்டியிருக்கும் தொகைகள் போன்றவற்றை வீட்டில் அல்லது அலுவலகத்தில் தனியாகக் குறித்து வைத்துக்கொள்ளவும். அப்படிக் கொடுத்து வைத்திருப்பது குறித்து குடும்பத்தார் மற்றும் முக்கிய அலுவலரிடம் தேவைக்கு ஏற்றார்போல் தெரிவித்து வைப்பதும் உதவும்.

கிரெடிட் கார்டு, வங்கிக் கடன்கள் போன்றவற்றில் நியாயம் கிடைக்கவில்லை எனும் பட்சம் அரசு நியமித்துள்ள ஆம்புட்ஸ்மென்களிடம் முறையிடலாம்.

பொதுத்துறை வங்கிகள் குறித்த புகார்களை பிரதமர் அலுவலகத்துக்கு மின்னஞ்சலில் அனுப்ப முடியும். அதன்மூலம் பலன் பெற்றவர்களும் இருக்கிறார்கள்.

அதற்குரிய விவரங்களை www.pmindia.gov.in/en/status-of-public-grievances/ வலைத்தளத்தில் பார்க்கலாம்.

தமிழக அரசுக்கு நேரடியாக அனுப்ப https://www.tn.gov.in/grievance என்ற வலைத்தளத்தில் பார்க்கலாம்.

15
கடனுக்கு மாற்று

அவசியமான மற்றும் நிச்சயமான வாய்ப்புகள் இருந்து, அவற்றுக்குப் பணம் தேவைப்படுமானால் தன்வசம் அந்த அளவு பணம் இல்லாவிட்டால் கடன் வாங்கலாம். மற்றும் அவசிய, அவசரத் தேவைகளுக்கு பணம் இல்லாவிட்டால் கடன் வாங்கலாம். மற்றபடி கடன் எதற்கு?

கடன் வாங்கியாவது நிறைவுசெய்துகொள்ளவேண்டும் என்பது எல்லாவிதமான தேவைகளுக்கும் இல்லை. கல்வி, குடியிருக்க வீடு, மருத்துவ செலவுகள் ஆகியவை தவிர அநேகமாக மற்ற அனைத்துத் தேவைகளையும் குறைத்துக்கொள்ள அல்லது முழுவதுமாகத் தவிர்க்கமுடியும்.

'படித்தால் வேலை கிடைக்கும். சம்பாதிக்கலாம்'. 'வியாபாரம் செய்தால், வருமானம் பார்க்கலாம்' என்பனவெல்லாம் பொதுவான எதிர்பார்ப்புகள். எல்லோரும் இவற்றைச் சரியாக செய்வார்கள் என்று சொல்லமுடியாது. சிலருக்குப் படித்தும் வேலை கிடைக்காது. வேறு சிலர் வியாபாரத்தைச் சரியாகப் புரிந்து கொள்ளாமல் நஷ்டப்படுவார்கள். அப்படிப்பட்டவர்கள் வாங்கிய கடன்கள் அதன்பின் அவர்களைப் படுத்தும்.

கார், ஏசி, இன்ன பிற வசதிகள், கேளிக்கைகள், ஆடம்பரம், பெருத்த உடனடி லாபம் பார்க்க செய்யும் சில 'ஆட்டங்கள்',

போதைப்பழக்கம் எனப் பலவற்றிலும் பணத்தைத் தொலைத்து விட்டு, மேலும் தேவைப்படும் பணத்துக்காகச் சிலர் கடன் வாங்குவார்கள். அவர்கள் செய்வது அநியாயம் மற்றும் குற்றம். தவிர, தன் குடும்பத்துக்கு செய்யும் துரோகம்.

சேமிப்பு

2000வது ஆண்டுகளில் தொழிற்சாலை ஒன்றில் நான் மனிதவளத்துறை மேலாளராகப் பணி புரிந்தபோது, அந்தத் தொழிலக ஊழியர்களின் ஒரு வழக்கம் என்னை ஆச்சரியப் படுத்தியது. அந்த நிறுவனத்தில் நான் அப்போதுதான் புதிதாகச் சேர்ந்திருந்தேன். ஊழியர்கள் பலரும் அவ்வப்போது வெள்ளைத்தாள் களில், 'அனுப்புனர்' 'பெறுநர்' என்பதுபோல கடிதம் எழுதி, கடன் கேட்பார்கள். தினம் மூன்று நான்கு பேராவது கடிதம் கொடுப்பார்கள்.

எனக்கு முன்பிருந்தே அங்கு பணியாற்றிக் கொண்டிருந்த என் துறை அலுவலரிடம் ஏன் இப்படி என்று விவரம் கேட்டேன். 'இந்த ஃபேக்ட்டரியில் தொடக்கத்திலிருந்தே இப்படித்தான் சார். ஊழியர்களுக்கு எப்ப பணம் தேவைப்பட்டாலும் உடனே எச்.ஆரிடம் (மனிதவளத் துறையினரிடம்) கடிதம் கொடுப்பார்கள். அவர் ஒப்புதல் கொடுத்துவிட்டால் நிறுவனம் கடன் வழங்கி விடும். பின்பு அந்தப் பணத்தை, அடுத்த 12 மாதங்களில் ஊதியத்தில் இருந்து பிடித்துக் கொள்வோம்' என்றார்.

உறவினர் திருமணம், வெளியூர் பயணம், துக்க நிகழ்வு, உடல்நிலை சரி இல்லை என்பது போன்ற விதவிதமான காரணங்கள் எழுதப்பட்டு கடன் கேட்கும் விண்ணப்பங்கள் வந்துகொண்டே யிருந்தன. புதிதாக வரக்கூடிய எந்த சிறிய செலவு செய்வதற்கும் அவர்களிடம் பணம் இல்லை என்பதைப் புரிந்துகொண்டேன்.

இந்தப் பிரச்னைக்கு ஒரு நிரந்தர தீர்வு காண முடிவு செய்தேன். தொழிற்சாலைக்கு அருகில் இருந்த அஞ்சல் அலுவலகத்துக்குச் சென்று பேசி, அவர்களை தொழிற்சாலைக்கு வரவழைத்து, தொழிலக வளாகத்தில் ஒரு 'சேமிப்பு திருவிழா' நடத்தக் கேட்டுக்கொண்டேன்.

சுமார் 250 ஊழியர்கள் பணி செய்து வந்த அந்தத் தொழிலகத்தில், அந்த ஒரு கம்பெனியில் மட்டும் சுமார் 150 ஊழியர்கள் அஞ்சலகத் தொடர் சேமிப்புக் கணக்கு (போஸ்டல் ஆர்.டி) திறந்தார்கள். இது நடந்தது சுமார் 20 ஆண்டுகளுக்கு முன்னால். மாதம் ரூபாய் 100 முதல் 200 வரை பலரும் சேமிப்புக்கு எழுதிக் கொடுத்தார்கள்.

நிறுவனம் அந்தப் பணத்தைச் சம்பளத்திலிருந்து பிடித்தம் செய்து அவர்களுடைய போஸ்டல் ஆர்.டி கணக்குக்கு அனுப்பிவிடும். ஐந்தாண்டுகளுக்கு அதை எடுக்க முடியாது. 20 ரூபாய் சேமித்தவர்களுக்கு 12000 + வட்டி சுமார் 7000 (இருக்கலாம்). தவிர, இரண்டாவது மூன்றாவது ஆண்டுகளில் புதிய ஆர்.டி கணக்கு திறந்து கூடுதலாகப் பணம் சேமிக்கவேண்டும். ஒரு சில ஊழியர்கள் மாதம் முன்னூறு நானூறு ரூபாய் வரை கட்டும் திட்டங்களில் சேர்ந்தார்கள்.

அதன் பின்பும் நான் அங்கு பணியாற்றிய காலம் வரை கடன் கேட்கும் பழக்கம் தொடர்ந்தது. ஆனால், சில ஆண்டுகளுக்குப் பின் எனக்கு பின்னால் அங்கே எச்.ஆர் மேலாளராகச் சேர்ந்த ஒருவரை வேறு ஒரு நிறுவனத்தில் சந்தித்தபோது அவர் சொன்னது மகிழ்ச்சி தந்தது. நான் தொடங்கிவைத்த ஊழியர் சேமிப்பு குறித்து சிலாகித்துக் குறிப்பிட்டார். அந்த தொழிற்சாலையில் ஊழியர்கள் கடன் கேட்பது குறைந்துவிட்டது என்றும் ஊழியர்கள் சேமிப்பு பழக்கத்துக்கு மாறிவிட்டார்கள் என்றும் சொன்னார். மேலும் அவரிடமே சில ஊழியர்கள் நன்றியோடு என் பெயரைச் சொன்னார்கள் என்றும் தெரிவித்தார்.

ஊதியத்தில் இருந்தே ஒரு தொகை பிடிக்கப்பட்டுவிடுவதால், மீதப்பணம்தான் செலவாகும். காலப்போக்கில் சேமிப்பும் அதற்கான வட்டியும் சேர்ந்து சில ஆயிரங்களாக ஒரு முதலீட்டுக்கு அல்லது முக்கிய செலவுக்குக் கைகொடுக்கும்.

எதிர்பாராத செலவுகள் எல்லாருக்கும் வரவே செய்யும். அப்படி வரும் என எதிர்பார்த்து, முன்கூட்டியே சேமித்து, சரியாக முதலீடு செய்து வருகிறவர்கள் கடன்களில் இருந்து தப்பிக்கிறார்கள்.

'வட்டியே இல்லை' அல்லது 'வட்டி குறைவு' அல்லது 'வேறு பலரும் இந்த வாய்ப்பைப் பயன்படுத்திக் கொள்கிறார்கள். நான் மட்டும் ஏன் தவிர்க்க வேண்டும்?' என்பது போல நினைக்க வேண்டாம். எந்த விதத்தில் பெற்றாலும், கடன் என்பது கடன்தான். காலபோக்கில் அது பழக்கமாக மாறிவிடும். போகப் போகத் தொடக்கத்தில் கடன் மீது இருந்த பயம் குறைந்து பிறகு இல்லாமலே போய்விடும். அது ஒரு நோய்.

தள்ளிப்போடுதல்

தனக்கு இருக்கும் வருமானத்துக்குள், அதற்குத் தக்க வாழ்வதே பாதுகாப்பானது. தன்னிடம் இல்லாத பணத்தை, கடனாகப்

பெற்று, வசதிகளை அதிகரித்துக் கொள்வது ஆபத்தை வரவழைத்துக் கொள்வது போலதான்.

இப்போதுதான் என்றில்லை. சுமார் 40, 50 ஆண்டுகளுக்கு முன்னால் வந்த திரு.கே.பாலச்சந்தருடைய 'பாமா விஜயம்' திரைப்படத்தில்

வரவு எட்டணா
செலவு பத்தணா
கடைசியில் துண்டனா, துண்டனா, துண்டனா.

என்று கவியரசு கண்ணதாசன் எழுதிய ஒரு பாடல் வரும்.

இளமைக் காலத்தில் வருமானம் குறைவாக இருக்கையில் குறைவான வசதிகளோடு வாழ்வதும் சமாளிப்பதும் தவறல்ல. அதில் எந்தவிதமான அவமானமும் இல்லை. எவரோடும் ஒப்பிட்டுக்கொண்டு, கடன் வாங்கிச் செலவு செய்து தங்களுக்குத் தாங்களே சிக்கலை ஏற்படுத்திக்கொள்ள வேண்டியதில்லை. இளவயதினருக்கு இது குறித்த சரியான புரிதலும் தெளிவான அணுகுமுறையும் அவசியம். அப்படிப்பட்ட சிரமங்களைப் பொறுத்துப் போவது மொத்த வாழ்க்கைக்கான சரியான நிதித் திட்டமிடலுக்கு, நிதி நிர்வாகத்துக்கு உதவும்.

வேலை, சம்பளம் எல்லாம் பலருக்கும் நிச்சயமில்லை. அப்படிப் பட்ட சூழ்நிலையில் இருப்பவர்கள், தற்போதையது போலவே எப்போதும் வருமானம் தொடரும் என நம்பி, பெரிய கடன்களை வாங்கி தவணைகள் கட்ட ஏற்பாடு செய்துகொள்ளுவது பெரிய ரிஸ்க்.

வட்டியுடனோ இல்லையோ அவசரத்துக்கு அவசியத்துக்கு நண்பர்கள், உறவினர்கள் மற்றும் நிறுவனத்திடம் தேவைப்படும் அளவு பணம் பெற்று பயன்படுத்திவிட்டு, கடனை விரைவாகத் திருப்பிக் கொடுத்துவிடவேண்டும். வெளியாட்கள், வெளி நிறுவனங் களிடம் கடன் வாங்குவதை இயன்றவரை தவிர்க்க வேண்டும்.

ஒருவர் அவர் சேமித்து வரும் சேமநலநிதி (பி.எஃப்) மற்றும் 'பி.பி.எஃப் காப்பீட்டு பாலிசிகள் (அவை எண்டோவ்மென்ட் பாலிசிகளாக இருக்கும் பட்சம்) மற்றும் நகைகள் மீது குறுகிய கால கடன் பெற்று, அந்தப் பணத்தைத் தேவைக்குப் பயன்படுத்தி விட்டு, வருமானத்திலிருந்து சேமித்து உடனடியாக கடனைத் திருப்பிக் கட்ட முயற்சி செய்வது நல்ல பழக்கம்.

அல்லது கடனைத் திருப்ப இயலாது என்கிற நிலையிருந்தால், நகையோ அல்லது வேறு பொருட்களோ அவற்றை அடமானம் வைத்து, அதற்கு வட்டி கட்டிக்கொண்டே இருந்துவிட்டு, பின்பு மீட்க முடியாத நிலைமையில் அதை விற்க வேண்டிய நிர்பந்தத்துக்கு ஆளாகாமல், தொடக்கத்திலேயே தெளிவாக சிந்தித்து, தீர்க்கமாக முடிவெடுத்து, அந்தப் பொருளை விற்ற விடுவதே புத்திசாலித்தனம்

மனோபாவம்

கடன் என்பது இல்லாமலேயே அல்லது வீடு கட்டுவது தவிர மற்ற எதற்கும் கடன் வாங்காமல் வாழ்க்கையை ஓட்டி விட முடியும். பலர் செய்துகொண்டிருக்கிறார்கள். ஆசைகளுக்குக் கட்டுப் பாடுகள் விதித்து, குறைவான வசதிகளுடன் வாழ்ந்து பணத்தைச் சேமித்து வந்தால், சேமிப்பை அவ்வப்போது சரியாக முதலீடு செய்துவந்தால் போதும்.

வண்டி, வாகனங்கள் மற்றும் பிற வசதிகளை அனுபவிக்கக் கூடாது என்று சொல்லவில்லை. அவற்றுக்கு பணம் கொடுக்கிற அளவுக்கு வருமானம் இருந்தால், அல்லது அப்படிப்பட்ட வருமானம் வரத் தொடங்கிய பிறகு தாராளமாக அனுபவிக்கலாம்.

வாரன் பஃபெட்

சிக்கனமும் சேமிப்பும் மனோபாவம் சார்ந்தது. உலகின் மிகப் பெரும் பணக்காரர் என்று அறியப்படும் சுமார் 9 லட்சம் கோடி ரூபாய்க்கு உரிமையாளரான அமெரிக்காவைச் சேர்ந்த வாரன் பஃபெட், அவரது 90 ஆவது வயதில் இன்னமும் வாழ்ந்து கொண்டிருப்பது, வெறும் மூன்றே படுக்கைகள் கொண்ட ஒரு வீட்டில் தான்.

அவர் அந்த வீட்டை வாங்கி, கிட்டதட்ட அறுபத்தி நான்கு ஆண்டுகள் ஆகிறது. அவர் வாங்கியது 1958-ஆம் வருடம். பின்னால், 1958ல் அவரிடம் இருந்ததைப்போல பல மடங்கு பணம் பெருகிய பின்பும், அவர் பெரிய வீடு எதற்கும் மாறவில்லை. தன்னிடம் இருக்கும் பணத்தை கொண்டு உலகில் இருக்கும் சில பல தீவுகளையே விலைக்கு வாங்கக்கூடிய அவர், இன்னமும் அந்த பழைய வீட்டிலேயே, அதில் 'போதுமான வசதிகள் இருக்கிறது. இதற்கு மேல் எனக்கு என்ன தேவை?' என்கிற மனோபாவத்துடன் வாழ்ந்து வருகிறார்.

அது மட்டுமல்ல. பல்வேறு விமான கம்பெனிகளில் பெரிய அளவில் முதலீடு செய்திருக்கும் அவர், இந்தியா உட்பட

பல்வேறு நாடுகளில் இருக்கும் சில பணக்காரர்களைப்போல தனியாக விமானம் வைத்துக்கொண்டு பயணிக்காமல், மக்களோடு மக்களாகப் பொது விமானங்களில்தான் இன்றும் பயணிக்கிறார்.

உலகின் மிகப் பெரிய பணக்காரர் தரவரிசையில் ஒரு சமயத்தில் முதலிடத்தில் இருந்த அவர் சொல்வது, 'மகிழ்ச்சி என்பது வெளியிலிருந்து வருவது இல்லை. அது, உள்ளிருந்து ஊறுவது'.

அயல்நாட்டு பயணங்களோ, தாய்லாந்து போன்ற நாடுகளில் சுற்றுலாக்களோ, பெரும் கேளிக்கை விருந்துகளோ, மிக விலை உயர்ந்த பரிசுப் பொருட்களோ கொடுக்காத மனமகிழ்ச்சியை, அவர் சாதாரணமாக விளையாடும் விளையாட்டுகளிலும், சிறுபிள்ளைகளோடு செலவழிக்கிற நேரத்திலும் பெறுவதாகச் சொல்கிறார்.

தானே சம்பாதித்த, பல லட்சம் கோடி ரூபாய் பணத்தில் சுமார் 99 விழுக்காட்டை, தேவைப்படுகிறவர்களுக்கு உதவி செய்ய தர்மத்துக்கு எழுதி வைத்திருக்கிறார்.

பணம் இருந்தும் செலவழிக்காமல் இருக்கும் அவர், பணம் இல்லாமல் கடன் வாங்கி சிரமத்தில் மாட்டிக்கொள்ளும் பலருக்குப் பாடமாக நடமாடிக் கொண்டிருக்கிறார்.

வாழ்க்கை மராத்தன்

ஒருவருடைய வாழ்நாள் என்பது சில ஆண்டுகள்தான் என்று இருந்தால், அவர் கையில் இருக்கிற பணத்தையெல்லாம் உடனடியாகச் செலவு செய்து கொள்ளலாம். ஆனால், வாழ்க்கை என்பது, 25 வயதுக்கு பிறகு தொடர்ந்து 60, 70 ஆண்டுகள் வாழ வேண்டிய ஒரு நீண்ட மராத்தன் ஓட்டப் பந்தயம் போல. அதில் எடுத்தவுடன் வேகமாக ஓடி, தன் சக்தி அனைத்தையும் தொடக்கத்திலேயே இழப்பவர்கள், மீதப் பந்தய தூரத்தையும் கடக்க இயலாது.

மராத்தன் போல நீண்ட தூர ஓட்டம்தான் வாழ்க்கையும். பலதரப்பட்ட சூழ்நிலைகளில், புதிது புதிதாய் முளைக்கும் தேவைகளைச் சமாளிக்க வேண்டியிருக்கும். நீண்ட, நெடிய வாழ்க்கைப் பயணத்தில் பணம் என்பது தொடர்ந்து தேவைப்படும். அதனால் வாழ்க்கையில் சம்பாதிக்க தொடங்கியதிலிருந்தே சேமித்து வைத்தாகவேண்டும்.

தற்கால தேவைகளைக் காட்டிலும் எதிர்கால தேவைகள் கூடுதலாக இருக்கும்.

நல்ல தவணை- கெட்ட தவணை (Good EMI / Bad EMI)

பொருட்களை, வாகனங்களை கடன் பணத்தில் வாங்கி, அதற்காக தவணைகள் (EMI) கட்டுவது ஒரு வழி. தொடர் வைப்புகள் (RD) அல்லது சீட்டுக் கட்டி அல்லது சிஸ்டமேடிக் இன்வெஸ்ட்மெண்ட் பிளான் (SIP) போன்றவற்றில் தொடர்ந்து சேமிப்பு செய்து, கிடைக்கும் பணத்தில் வேண்டிய பொருட்களை வாங்குவது இரண்டாவது வழி.

இரண்டு வழிகளிலுமே பொருட்கள், வாகனங்கள் வாங்கப் படுகின்றன. அனுபவிக்கப்படுகின்றன. முதல் வழியில், கையில் பணம் இல்லாத போதே பொருள்கள், வாகனத்தை வாங்கிப் பயன்படுத்த முடிகிறது. இரண்டாவது வழியில், கையில் பணம் சேர்ந்த பிறகே பொருட்கள், வாகனங்கள் வாங்கிப் பயன்படுத்தப் படுகின்றன.

இரண்டு வகைகளிலும் மாதாமாதம் கையிலிருந்து ஒரு தொகை போகிறது. சேமிக்கும் பணத்துக்கு வட்டி அல்லது வருமானம் கிடைக்கிறது. கடனுக்கு வட்டி போகிறது. எது பெருமைக்குரியது? எது ஆபத்தில்லாதது? எதனால் லாபம்? என்பதை யோசித்துப் பார்த்தால் புரியும்.

தன்னுடைய சொந்த சம்பாத்தியத்தில் சேமிப்பு வசதியைப் பெற்றுக்கொள்ள முடியும் என்கிற நிலை வந்தபிறகு வசதிகளைப் பெறுவது தவறல்ல.

16
மொத்தத்தில்

- வருமானம் மற்றும் வசதி இருப்பவர்களுக்கு அவற்றைப் பெருக்கிக்கொள்ள கடன் என்பது பெரும் உதவி.
- எதற்கு கடன் என்பதில் கட்டுப்பாடு; எவ்வளவு செலவு என்பதில் கவனம், திருப்பிக் கட்டுவதில் ஒழுங்கு இருப்பவர்களுக்கு கடனால் தீமை இல்லை.
- சம்பாதிக்கக்கூடிய, வேலைவாய்ப்புகள் பெற்றுத்தரும் கல்வி கற்க கடன் வாங்குவதில் தவறு இல்லை. பார்க்கப்போனால் பொருளாதாரத்தில் கீழ்நிலையில் இருக்கும் மக்களுக்கு அது அவசியம்.
- லாபம் தரும் தொழில் செய்துகொண்டிருப்பவர்கள், அதை விரிவு செய்ய, கடன் வாங்கலாம். அது பெரிய அளவில் உதவும் என்பது தவிர, அதை வாங்காவிட்டால் தான் தவறு என்றும் சொல்லலாம். வாங்கிய கடனை வியாபாரத்தின் அவசிய தேவைகளுக்காக மட்டும் செலவழிப்பதும் உரிய நேரத்தில் திரும்பக் கட்டுவதும் முக்கியம்.
- சொந்த வீடு வாங்க பணம் இல்லாவிட்டால், கடன் வாங்கி வீடு வாங்குவது வரவேற்கப்பட வேண்டியது.
- அவசரத் தேவைகளுக்கு தன்னுடைய சேமிப்பாக இருக்கும் சேமநலநிதி பப்ளிக் பிராவிடண்ட் ஃபண்ட், காப்பீட்டு

பத்திரங்கள், நகைகள் போன்றவற்றை அடமானம் கொடுத்து, குறைந்த வட்டிக்கு கடன்பெற்றுச் சமாளிக்கலாம். வெளி ஆட்களிடம் கடன் வாங்கியது போலவே பாவித்து அந்தக் கடனை அடைக்கவேண்டும். அடமானப் பொருளை/ ஆவணத்தை மீட்கவேண்டும்.

- இளமையில், வாழ்க்கையின் தொடக்கத்தில் குடியிருக்கும் வீட்டுக்கான வாடகை, வீட்டு உபயோகப் பொருட்களுக்கு செலவு, பயண வாகனங்களுக்கு, கேளிக்கைகளுக்கு, ஆடம்பரங்களுக்கு, மற்றவர்களுடன் போட்டி போடுவதற்கு எல்லாம் கடன் வாங்குவது கேடு செய்யும். குறிப்பாக, கடனுக்காகக் கட்டும் தொகை, குடும்பத்தின் சேமிப்பைப் பாதிக்கும் என்றால், அப்படிப்பட்ட கடன்களைக் கண்டிப்பாகத் தவிர்க்கவேண்டும்.
- கிடைக்கிறது என்பதற்காகவும் வட்டி குறைவு என்பதற்காகவும் தேவையற்ற மற்றும் திட்டமிடாத கடன்களை வாங்க வேண்டாம்.
- வருமானம் தரும் வேலையில் இருப்பவர்கள், வியாபாரம் செய்பவர்கள், கிரெடிட் கார்டுக்கு வாங்குவதில் தவறில்லை. ஆனால், தான் செய்ய வேண்டிய அவசிய செலவுக்கும் மட்டும் அதைப் பயன்படுத்தவேண்டும். தன் சக்திக்கு மீறிய செலவுகளைச் செய்துவிடக்கூடிய பலவீனமான மனதுக் காரர்கள் மற்றும் குடும்பத்தின் தேவையற்ற ஆசைகளுக்கு அணை போடமுடியாதவர்கள் கடன் அட்டையையே தவிர்த்து விடவேண்டும். வேண்டாம்.
- வாங்கிய கிரெடிட் கார்டுக்குக் கட்ட வேண்டிய தவணை தேதிக்கு சில நாட்கள் அல்லது ஒரு வாரம் முன்பாகவே கட்டி விடும் பழக்கம் பின்னாட்களில் ஆபத்துகளில் இருந்து காப்பாற்றும்.
- வியாபாரம் செய்கிறவர்கள், கணிசமான வருமானம் இருப்பவர்கள் தங்கள் லாபத்துக்கான வரியைக் குறைத்துக் கொள்ள, வாகனங்கள் மற்றும் பிற கடன்கள் வாங்குவார்கள். அப்படிப்பட்ட கடன்கள் பரவாயில்லை. வாங்கலாம்.
- அவசரத் தேவைகளுக்கு நகைக் கடன்கள் சரிதான். ஆனால், நகைக்கடன்களை, பொதுத்துறை வங்கிகள் அல்லது தனியார் வங்கிகளில் வாங்க முயற்சி செய்ய வேண்டும். சில தனியார் NBFCகளிலும் வாங்கலாம். கூட்டுறவு வங்கிகளில் கிடைத்தால் மிகவும் நல்லது. ஆயினும், தேவையற்ற கடன்கள் ஆபத்தானவை என்பது நகைக்கடன்களுக்கும் பொருந்தும்.

- வாங்கிய கடனுக்குக் கட்ட வேண்டிய வட்டியோ தவணையோ, சரியாகக் கட்டி வர வேண்டும். கையில் பணம் வந்ததும் அதற்கு முன்னுரிமை கொடுக்க வேண்டும்.

- கடனுக்கு நகை போன்றவற்றை அடமானம் வைக்கலாம். வைக்கும் பொருட்களுக்கு சரியாக எடை போடுதல், கேரட் போன்றவற்றைச் சோதித்தல் ஆகியவற்றை தானும் தனியே வேறு இடத்தில் முன்கூட்டியே அடமானம் வைக்கும் முன்பும் அடமானத்தில் இருந்து எடுக்கும் நேரத்தில் செய்யவேண்டும்.

- கடனுக்கு ஈடாகக் கொடுக்கும் காசோலைகளில் (செக்) பெயர், தொகை, தேதி ஆகியவற்றை நிரப்பித்தான் கொடுக்க வேண்டும்.

- பிராமிசரி நோட் எனப்படும் புரோநோட்டுக்கும் இந்தப் பரிந்துரைகள் பொருந்தும்.

- கடனைத் திருப்பியதும் கொடுத்திருந்த 'செக்' மற்றும் 'புரோநோட்' போன்றவற்றை இங்கிதமெல்லாம் பார்க்காமல் கேட்டுப் (நச்சரித்தாயினும்) பெற்று, அழித்துவிட வேண்டும்.

- ஓரிடத்திலிருந்து மற்றொரு இடத்துக்கு கடனை மாற்றும் 'பேலன்ஸ் டிரான்ஸ்ஃபர்' செய்யும்போது புதிய இடத்தில் கடனுக்கான வட்டி தவிர, மற்ற கட்டணங்கள் எவ்வளவு என்றும், மற்ற நிபந்தனைகள் என்ன என்றும் சரியாகவும் முன்கூட்டியேயும் தெரிந்துகொண்டுதான் மாற்றம் செய்ய வேண்டும்.

- தான் வாங்கியுள்ள மற்றும் திருப்பிக்கட்டிவிட்ட கடன் தொகைகள் குறித்து உடனுக்குடன் ஒரு குறிப்பிட்ட நோட்டு புத்தகத்தில் எழுதி வைத்துக்கொள்ள வேண்டும். அப்படிப்பட்ட குறிப்பு பற்றி குடும்பத்தாரிடமும் அல்லது அலுவலகத்தில் அது தொடர்பானவர்களிடம் அவசியம் தெரிவிக்க வேண்டும்.

- லோன் ஆப்புகள் முற்றிலும் தவிர்க்கப்பட வேண்டியவை.

- கந்துவட்டி, மாதம் 24%, 36% மற்றும் ஏனைய மீட்டர், ஜெட், கரெண்ட் போன்ற வட்டிகளுக்குக் கடன் வாங்குவதைக் கண்டிப்பாகத் தவிர்த்து விட வேண்டும். எந்த அவசரத்துக்கும் நிறுவனங்கள் அல்லது வங்கிகளில் கடன் பெறுவதே பாதுகாப்பு.

- காய்கறி, பழம், பூ போன்றவற்றை வியாபாரம் செய்பவர்கள், சிறு, குறு கடைக்காரர்கள் தினசரி தண்டல் வாங்குவதைத் தவிர்க்க வேண்டும், முடியும். அவர்களால் கிரெடிட் கார்டு

வாங்க முடிந்தால் நல்லது. அதற்கு வங்கிக்கணக்கும் அதில் தொடர்ந்து செய்யும் வரவு செலவுகளும் உதவும். குறைந்தபட்சம் அவர்கள் பிள்ளைகள் வேலைக்குப் போன்பின் பிள்ளைகள் பெயர்களில் கிடைக்கும் கிரெடிட் கார்டுகளைப் பயன்படுத்தப் பழகவேண்டும்.

- கடனைத் திருப்பிக் கட்ட இயலுமா இயலாதா என்று முன்கூட்டியே உணர்ந்து, அடமானம் வைத்து கடன் வாங்குவதைத் தவிர்க்க வேண்டிவந்தால் தயங்காமல் அதைச் செய்துவிட்டு, அடமானம் வைப்பதற்கு பதிலாகக் கையில் இருக்கும் நகை போன்ற பொருட்களை விற்று பணமாக்கிக் கொள்ளலாம். பின்பு சேமிப்பு வருகிறபோது அதை மீண்டும் வாங்கிக் கொள்ளலாம். அதுவரை கட்டும் வட்டிப் பணத்தை விட ஒன்றும் அந்தப் பொருட்களின் விலை உயர்ந்துவிடாது.
- வெற்றுத் தாள்களில், வெற்றுப் பத்திரங்களில், வெற்றுக் காசோலைகள் மற்றும் எதுவும் எழுதப்படாத புரோ நோட்டு போன்றவற்றில் கண்டிப்பாகக் கையெழுத்து போடுவதோ, கைரேகை வைப்பதோ கூடாது.
- எதையும் படித்துப் பார்த்து விவரம் தெரிந்தவரிடம் காட்டி, புரிந்துகொண்ட பின்னரே கையெழுத்துப் போட வேண்டும். எதற்கு, எங்கே, எத்தனை இடங்களில் கையெழுத்து போட்டிருக் கிறோம் என்பதை அவசியம் தெரிந்து வைத்துக்கொள்ள வேண்டும். அதற்காகக் கையெழுத்து போடுவதற்கு முன்பாக அந்த ஆவணங்களைக் கையில் இருக்கும் செல்போன் மூலமாகக் குறைந்தபட்சம் போட்டோ எடுத்து வைத்துக் கொள்ளலாம்.
- மற்ற எவருக்கும் அதிலும் குறிப்பாக, சுய ஒழுக்கம் இல்லாதவர்களுக்கு 'கேரன்டி கையெழுத்து' போடுவதைத் தவிர்த்து விட வேண்டும். அதற்கு பதிலாக, ஓரளவு பணமாகக்கூட அவர்களுக்குக் கொடுத்து உதவலாம். ஆனால், 'அவர்கள் பெறுகிற மொத்தக் கடனுக்கும் நான் பொறுப்பு' என்பதுபோல 'கேரன்டி' கையெழுத்து போடுவது பெரிய ஆபத்தில் முடியலாம். எச்சரிக்கையாக இருக்கவேண்டும்.
- கடன் வாங்கி, பங்குகள் வாங்குவது, கிரிப்டோகரன்சி வாங்குவது, அதுபோன்றவற்றில் வர்த்தகம் (டே டிரேடிங்) செய்வது, கூடுதல் வட்டிக்கு மற்றவர்களிடன் கடன் கொடுப்பது, தனக்கு அனுபவம் இல்லாத வியாபாரங்களில் நண்பர்கள், உறவினர்கள் சொன்னார்கள் என்று முதலீடு செய்வது போன்றவற்றை நிச்சயம் தவிர்க்கவேண்டும்.

- தான் கட்டும் மாத வட்டி மற்றும் அசல் ஆகியவை, தன் மாத வருமானத்தில் பாதிக்கும் குறைவாக இருக்குமாறு பார்த்துக் கொள்ளவேண்டும். அதற்குமேல் போகவே கூடாது.
- கடன் கொடுத்தவரிடமிருந்து வரும் மின்னஞ்சல்கள், கடிதங்கள் போன்றவற்றை அவசியம் படித்துத் தெரிந்து கொள்ள வேண்டும். அவற்றைத் தவிர்ப்பதன் மூலமாக, அவர்கள் கொடுக்கும் அறிவிப்பு அல்லது அவகாசம் அல்லது எச்சரிக்கை போன்றவற்றை தெரிந்துகொள்ளாமல் போய் விடும் ஆபத்து இருக்கிறது. அது பல புதிய கூடுதல் பிரச்னைகளை உருவாக்கலாம். அவற்றையும் எதிர்கொள்ள வேண்டிவரும்.
- நிறுவனங்கள், வங்கிகள் மற்றும் தனிநபர்கள் கடனை வசூலிக்க வந்தால் அவர்களைச் சந்திக்க அஞ்சவேண்டாம். ஓடி ஒளிய வேண்டாம். நிலையை எடுத்துச் சொல்லி, அவகாசம் கேட்கலாம். அவர்களை முற்றிலும் தவிர்ப்பது வேறு பெரிய பிரச்னைகளில் கொண்டுவிடும்.
- கடனுக்குக் கொடுக்கும் அடமானப் பொருளுக்குக் காப்பீடு எடுப்பதாக இருந்தால் அது குறித்துத் தெரிந்துகொள்வது நல்லது.
- கணக்கிடப்படும் வட்டி தனிவட்டியா, கூட்டுவட்டியா? கடனுக்கு வேறு கட்டணங்கள் இருக்கின்றனவா? எதற்கு எவ்வளவு? போன்றவற்றைக் கவனமாகக் கேட்டு, படித்து, புரிந்துகொள்ள வேண்டும். மேலும் விவரங்களைத் தனியே குறித்து வைத்துக்கொள்ள வேண்டும்.
- ஒரு கடனைக் கட்டி முடித்துவிட்டதும், நிம்மதி என்று நினைத்து அடுத்த கடன் வாங்க தேவையில்லை. எல்லா நேரமும் ஏதாவது ஒரு கடனில் இருதாக வேண்டியது இல்லை. அதற்கு பதிலாக, சேமிக்கத் தொடங்கலாம்.
- வேலைக்குச் சேர்ந்ததும் சேமிக்கத் தொடங்கி விட வேண்டும். சேமிப்புகளை அவ்வப்போது எடுத்து நல்ல விதங்களில் முதலீடு செய்ய வேண்டும். கூடுதல் வட்டிக்குக் கொடுக்கிறேன் என்று அல்லது தெரியாத வியாபாரத்தில் கூட்டாகச் சேர்கிறேன் என்று பணத்துக்கு ரிஸ்க் எடுக்க வேண்டாம்.
- வட்டி கட்டவில்லை, தவணைகள் கட்டவில்லை என்று கடன் கொடுத்தவர்கள் விரட்டினால், மிரட்டினால் பயந்து ஓட வேண்டியதில்லை. நேரடியாக சந்தித்து விளக்கம் கொடுக்கவேண்டும். அதே நேரம் அப்போதைக்கு

எப்படியாவது தப்பிக்க வேண்டுமென, நடைமுறைப்படுத்த முடியாத வாக்குறுதிகள் கொடுத்துவிட்டு, மீண்டும் ஒளிந்து கொள்ளக்கூடாது. சொன்னபடி நடந்துகொள்ள வேண்டியது அவசியம்.

- தன்னையோ தன் குடும்பத்தாரையும் எவரும் விரட்டினால், கேவலமாகப் பேசினால், அவற்றை செல்போனில் பதிவு செய்து வைத்துக்கொண்டால் அதை வைத்து பின்னர் காவல் நிலையம் உள்பட, வேறு உரிய அரசு அதிகாரிகளிடம் புகார் கொடுக்கலாம். நேர்மையாக நடந்துகொள்கிற, விசாரிக்கிற அதிகாரிகள் பலர் இருக்கிறார்கள்.

- மேலும் இலவச சட்ட உதவி மையங்கள் மற்றும் தன்னார்வ அமைப்புகளின் உதவியை நாடலாம்.

- எந்தச் சூழ்நிலையிலும் மனமுடைந்து, நம்பிக்கை இழந்து, உயிரைப் போக்கிக்கொள்ளும் முடிவுக்கு போய்விடக்கூடாது. அப்படிச் செய்துகொள்கிறவர்களுக்கு கெட்ட பெயர் என்பது தவிர, மற்றபடி பிரச்னையை அதிகமாக்கி, குடும்பத்தாரை மேலும் பெரிய சிக்கல்களில் மாட்டிவிடும்.

- வங்கிக் கடன்களைக் கட்ட முடியாவிட்டால் 'செட்டில் மெண்ட்' கேட்கலாம். கொஞ்சம் நஷ்டப்பட்டாலும், பெரிய மற்றும் தொடர் சிக்கலிலிருந்து தானும் குடும்பமும் வெளிவர முடியும். அதற்காக தன்னிடம் உள்ள ஏதாவது ஒரு அசையும் அசையாச் சொத்துகளை விற்று, கடனில் இருந்து வெளிவருவது புத்திசாலித்தனம். புதிய வாழ்க்கையைத் தொடங்க உதவும்.

- கடன் என்பது கடலில் இருப்பது போலத்தான். கப்பலில் அல்லது படகில் இருந்தால், கடல் ஒரு பிரச்னை இல்லை. தவிர, அது சொகுசாக, பாதுகாப்பாக வெகுதூரம் பயணிக்கலாம். ஆனால், அப்படிப்பட்ட கப்பல் இல்லாவிட்டால், இருக்கும் கப்பலைத் தவறவிட்டால், கடல் நீருக்குள் மூழ்கிவிடும் அபாயம் நிச்சயம்.

- எதற்காகக் கடன்? யாரிடம் கடன்? என்ன வட்டிக்கு என்பது தவிர, தன் வருமானத்தில் இருந்து வாங்கிய கடனுக்கு ஒழுங்காக வட்டியும் அசலும் திருப்பும் எண்ணமும் ஒழுங்கும்தான் கப்பல் போன்றது. அது காப்பாற்றும், உதவி செய்யும்.

●

பின் இணைப்பு - 1

இலவச சட்ட உதவி

அறிமுகம்

பணமில்லாத ஏழை மக்கள், தங்கள் வழக்கை நடத்த சட்ட உதவி அளிக்கப்பட வேண்டும் என்று இந்திய அரசமைப்புச் சட்டம் கூறுகிறது. பொருளாதாரத்தில் பின்தங்கிய நிலையினால் எந்தவொரு இந்தியக் குடிமக்கனுக்கும் நீதி மறுக்கப்படக்கூடாது என்று இந்திய அரசமைப்புச் சட்டம் சரத்து 39-A வலியுறுத்துகிறது. ஒரு அரசின் கடமை, அதன் குடிமக்கள் அனைவரும் சட்டத்துக்கு முன் சமமாக நடத்தப்பட வேண்டும் மற்றும் அனைவருக்கும் சம வாய்ப்பு வழங்கிட உறுதி செய்ய வேண்டும் என்பதே என்று இந்திய அரசமைப்புச் சட்டத்தின் சரத்து 14 மற்றும் 22(1) வலியுறுத்துகின்றன.

குற்றவியல் நடைமுறை 304-ன் படி குற்றம் சாட்டப்பட்டவர் குற்றவியல் நடுவர் முன் நிறுத்தப்படும் அந்த நேரத்தில் இருந்தே, அவருக்குப் பண வசதி இல்லாத நிலையில் சட்ட உதவி வழங்கிட வேண்டும் என்றும், பின் எப்போதெல்லாம் அவருடைய காவல் நீட்டிக்கப்படுகிறதோ, சட்ட உதவி தொடர்ந்து அவருக்கு வழங்கப்பட வேண்டும் என்று வலியுறுத்துகிறது.

1980-ல் உச்ச நீதிமன்றத்தின் நீதியரசர் திரு. P.N. பகவதி தலைமையில் தேசிய அளவில் சட்ட உதவிகள் எப்படி நடைபெறுகின்றன என்பதை ஆராய ஒரு குழு அமைக்கப்பட்டது. அந்தக் குழு CILAS (Committee for Implementing Legal Aid Schemes) என்னும் பெயரால் வழங்கப்பெற்றது. 1987-ல் Legal Services Authorities Act என்ற சட்டம் இயற்றப்பட்டது. இதன் மூலம் இந்தியா முழுவதும் உள்ள சட்ட உதவி மையங்கள் ஒரே மாதிரியாகச் செயல்பட வழிவகுத்தது. இந்தச் சட்டம் இறுதியாக 1995 நவம்பரில் ஒரு சில திருத்தங்களுக்குப் பின் செயல்பாட்டுக்கு வந்தது.

சட்ட உதவிகள் பெறுபவர்கள்

Free legal advice 1972 ஆம் ஆண்டு நீதியரசர் கிருஷ்ணா ஐயர் தலைமையில் சட்ட உதவி யாருக்கெல்லாம் வழங்கப்பட வேண்டும் என்பதை உறுதி செய்ய ஒரு குழு அமைக்கப்பட்டது. பொருளாதாரத்தில் பின் தங்கியவர்கள், பட்டியல் இனத்தைச் சேர்ந்தவர்கள், மலைவாழ் மற்றும் பழங்குடி மக்கள், விவசாய மக்கள், எல்லையில் நெடுங்காலம் பணியாற்றும் ராணுவச் சிப்பாய்கள், சமூகத்தில் பின்தங்கிய மகளிர் மற்றும் குழந்தைகள், தீண்டத்தகாதவர்கள் என்று ஒதுக்கப்பட்ட மக்கள் – இவர்கள் அனைவருக்கும் உச்ச நீதிமன்றம் பல்வேறு தீர்ப்புகள் மூலம் சட்ட உதவி கிடைக்கவேண்டும் என்று உறுதி செய்தது.

வழக்கில், குற்றம் சாட்டப்பட்டவர் வறுமையில், தனிக்காவலில் இருக்கும் நிலையில் ஒரு வழக்கறிஞரை அமர்த்திக்கொள்ள அவருக்கு உரிமை இருக்கிறது. அந்த உரிமையை அரசு வழங்க வேண்டும். இலவச சட்ட உதவி ஒருவருக்கு மறுக்கப்படுவது என்பது இந்திய அரசமைப்புச் சட்டம் சரத்து 21க்கு எதிரானது என்று கூறியது. சட்டத்தின் ஆட்சி என்பதுதான் இந்திய அரசமைப்புச் சட்டத்தின் அடிப்படை அமைப்பு. ஒருவருக்கு சட்ட உதவி வழங்கப்படவில்லை என்றால், ஒரு வழக்கின் விசாரணையே சீர்குலைக்கப்படுகிறது என்று அது கூறுகிறது.

National Legal Services Authority (NALSA) – என்ற ஆணையம் தேசிய அளவில் நிறுவப்பட்டு பொருளாதாரத்தில் பின் தங்கியவர் களுக்காக சட்ட உதவி வழங்குகிறது. விரைவாக நீதி வழங்கும் லோக் அதாலத் (Lok Adalat) அமைக்கிறது. சட்ட உதவி வேண்டித் தரப்படும் மனு, மனு தந்த நபருக்குப் போதிய பண வசதி இருக்கின்றது என்று தெரியவரும் பட்சத்தில் நிராகரிக்கப் படலாம். அப்படி நிராகரிக்கப்பட்ட மனுவின் மீது மனுதாரர் மேல்முறையீடும் செய்யலாம்.

அவதூறு வழக்கு, பழிவாங்கும் வழக்கு, நீதிமன்ற அவமதிப்பு, உறுதி மொழியில் பொய் கூறுதல், தேர்தல் தொடர்பான வழக்குகள், அபராதம் 50 ரூபாய் மேல் இல்லாத வழக்கு, பொருளியல் சார்ந்த குற்றங்கள் போன்ற குற்றங்களுக்கு இலவச சட்ட உதவி பொருந்தாது. சட்ட உதவி என்பது பிச்சை அல்ல; அது உரிமை என்பதைப் புரிந்துகொள்ள வேண்டும். அனைவருக்கும் நீதி கிடைக்க வேண்டும் என்பதே அதன் இலக்கு.

('லாயர்ஸ் லைன்' மாத இதழ் – வழக்கறிஞர். ம. வீ. கனிமொழி)

பின் இணைப்பு - 2

ஜப்தி குறித்து

சமூகப் புலன் விசாரணை (IRA) தளத்தில் இருந்து.

1. அரசுக்குச் செலுத்த வேண்டிய கடன் பாக்கியோ அல்லது வரி பாக்கியோ ஒரு நில உரிமையாளர் வைத்திருப்பார். அதனால் அக்கடன் தொகைக்கு ஈடான சொத்தை ஜப்தி செய்வார்கள்.

2. ரொம்ப காலம் இழுத்தடிப்பவர்களுக்குத்தான் வேறு வழியே இல்லாமல் அரசு ஜப்தி செய்யும். நிச்சயம் கந்துவட்டிக்காரர் போல் அரசு நடந்து கொள்ளாது.

3. பல வாய்ப்புகளை நில உரிமையாளர்களுக்கு அரசு கொடுக்கும். அரசின் நோக்கம் சொத்தைப் பறிமுதல் செய்வதல்ல, நிலுவையில் இருக்கும் பணத்தை வசூலிப்பதே.

4. பாக்கித் தொகை செலுத்துவதற்குக் காலம் கொடுத்துத்தான் ஜப்தி ஆணை அரசு வழங்கும். வாய்ப்பே கொடுக்காமல் ஜப்தி ஆணை பிறப்பித்தால் அந்த ஆதாரத்தைக் காட்டி மாவட்ட ஆட்சியர் மூலம் அதனை ரத்து செய்யலாம்.

5. ஜப்தி செய்ய நோட்டீஸ் மற்றும் சொத்தின் மதிப்பை அறிவித்து ஏல நாளைக் குறித்திருந்தாலும், அரசு இறுதி வாய்ப்பைத் தரும். ஏலத்துக்கு முன் நாள் பணத்தை கட்டிவிட்டால் ஏலத்தை நிறுத்திவிடுவார்கள். ஆனால், அதுவரை அரசு செய்த செலவுகளைக் கொடுக்கவேண்டும்.

6. ஜப்தி செய்ய அரசாங்கத்தில் அதிகாரம் பெற்றவர் தாசில்தார் ஆவார்.

7. ஜப்தி செய்த சொத்துக்களை விற்பனை செய்ய மாவட்ட ஆட்சியருக்கு அதிகாரம் உண்டு.

8. விவசாயிகளின் உழவு பொருட்கள், கால்நடைகள் விவசாய கருவிகளை ஜப்தி செய்ய விலக்கு அளிக்கப்பட்டிருக்கிறது.

9. தாலி, திருமண மோதிரம், உடல், அணிகலன்கள் போன்ற வற்றை ஜப்தி செய்வதற்கு விலக்கு அளிக்கப்பட்டுள்ளது.

10. சூரிய உதயத்துக்கு பின்பும் சூரியன் மறைவுக்கு முன்பும் ஜப்தி செய்யவேண்டும்.

11. ஜப்தி செய்யப்படும்போது கடன் பாக்கி வைத்து இருப்பவருக்குக் கட்டாயம் தகவல் முறையாகத் தெரிவிக்கப்பட்ட வேண்டும்.

12. ஜப்தி செய்த சொத்தை ஏலம் விட்டு, ஏலத் தொகையில் கட்டிய கடன் போக மீதம் இருந்தால், நில உரிமையாளருக்குக் கொடுத்து விடுவர்.

13. யாருமே ஏலம் கேட்கவில்லை என்றால் அரசாங்கமே அந்த நிலத்தைக் குறிப்பிட்ட விலைக்கு எடுத்து கொள்ளும்.

14. ஜப்தி செய்யப்பட்ட சொத்தை தனிநபர் ஒருவர் ஏலம் எடுத்து முறையாக பட்டா மாற்றி சொத்தை அனுபவித்துக் கொள்ளலாம்.

15. அரசால் ஜப்தி செய்யப்பட்ட சொத்தை நிலத்தின் முன்னாள் உரிமையாளர் உரிமை கொண்டாட முடியாது.

16. அதனை மீறி ஆக்கிரமிப்பு செய்ய முயற்சி செய்தால் அரசு குற்ற நடவடிக்கைக்கான தண்டனையை உடனே கொடுக்கும்.

17. ஏலத்தை எடுத்த தனிநபரிடம் அவர் விரும்பும் பட்சத்தில் கிரயம் பேசி வேண்டுமானால் சொத்தை மீட்கலாம்.

பின் இணைப்பு - 3

வாழ்க்கை மராத்தன்

உலகின் மிக வேகமான மனிதன் யார் என்று கேட்டால் என்ன பதில் சொல்லலாம்? ஒலிம்பிக்ஸ் 100 மீட்டர் ஓட்டப்பந்தயத்தில், தங்கம் வெல்பவர்தான் உலகிலேயே மிக வேகமாக ஓடக்கூடியவர்.

தற்சமயம் அந்த இடத்தில் இருப்பவர் ஜமைக்கா நாட்டைச் சேர்ந்த உசைன் போல்ட் என்ற தடகள வீரர். நூறுமீட்டர் தூரத்தை அவர் பத்து விநாடிகளுக்கும் குறைவான நேரத்தில் கடந்திருக்கிறார். துல்லியமாகச் சொல்வதென்றால், 9.63 நொடிகள்.

நூறு மீட்டர் தூரத்தை 9.63 விநாடிகளில் கடப்பது என்றால், மணிக்கு 44 கி.மீ வேகம் என்று அர்த்தம். படுவேகம்தான்.

ஓட்டப்பந்தயத்தில் மற்றொருவகையும் உண்டு. அதன் பெயர் மராத்தன். அதில் ஓடிக் கடக்க வேண்டிய தூரம் 100 மீட்டர் போல் அல்ல. மிக அதிகம். 42 கிலோ மீட்டருக்கும் சற்று கூடுதல் (42.195 KM) தூரம்.

அந்தப் போட்டியில் சாதனை படைத்திருப்பவர், கென்யாவைச் சேர்ந்த வில்சன் கிப்சேங். 42 கி.மி தூரத்தை ஓடிக் கடக்க அவர் எடுத்துக்கொண்ட நேரம் 2.03.23. அதாவது, இரண்டு மணி நேரம் 3 நிமிடங்கள் 23 விநாடிகள்.

வில்சன் கிப்சேங்கின் வேகம் என்ன என்று கணக்கிட்டால், மணிக்கு 21 கி.மீ. சிலருக்கு ஆச்சரியமாக இருக்கலாம். இரண்டும் உலக சாதனைகள்தான். 100 மீட்டர் போட்டியில் ஓடியவரின் வேகம் மணிக்கு 44 கி.மீ. ஆனால், மராத்தன் போட்டியில் ஓடியவரின் வேகம் மணிக்கு 21 கி.மீ தான்.

காரணம் எளிமையானது. அதிக தூரம் ஓடுவதென்றால் மிகவேகமாக ஓட முடியாது. ஸ்டெமினா வேண்டும். அது உசைன் போல்ட்டாகவே இருந்தாலும்!

இந்த இரு விளையாட்டு வீரர்களின் சாதனைகளில் இருந்து நம் வீட்டு பட்ஜெட்டுக்கு கிடைக்கும் பாடம் என்ன? இவர்களைப் பற்றி நாம் ஏன் இவ்வளவு விபரமாகப் பார்க்கிறோம்? சிலர் இன்னேரம் ஊகித்திருப்பீர்கள்.

வாழ்க்கை நூறு மீட்டர் பந்தயம் போன்றதல்ல. இருப்பதை ஆடித் தீர்த்துவிடக் கூடாது.

வில்சன் கிப்சேங்காலும் மணிக்கு 44 கிமி வேகத்தில் ஓட முடியும். ஆனால் அப்படி 100 மீட்டர் மட்டும்தான் ஓடலாம். அவர் ஓட வேண்டிய தூரம் 420 மடங்கு அதிகம். அதனால் அவர் அவருடைய நீண்ட நேர சக்தி தேவைக்காக, நிதானமாக ஓடுகிறார். அவருடைய வெற்றி, வேகத்தில் மட்டுமல்ல; அவர் மற்றவர்களை முந்த வேண்டும். அதைவிட முக்கியமாக அவர் ஓட்ட தூரம் முழுவதையும் கடக்க வேண்டும்.

மத்தாப்பு போல ஷண நேரம் ஜொலித்துவிட்டு, பின் கருகிப் போவதில் பெருமை இல்லை. நின்று எரியும் விளக்காக அவர் சுடர் விடவேண்டும்.

வருமானம் வருகிறதென்று தேவைக்கு அதிகமாக செலவு செய்தல், மராத்தன் போட்டியை, நூறு மீட்டர் பந்தயம் போல ஓடுவதற்கு சமம். முழு தூரத்தையும் ஓட முடியாது, இடையில் மூச்சு வாங்கி கைகால்கள் சோர்ந்து உட்காரவேண்டி வரும்.

எல்லாம் நன்றாகப் போகிறதா? வருமானம் வருகிறதா? நல்லது. வாழ்க. அதனால் என்ன... தேவைக்கு, சௌகர்யத்துக்கு செலவு என்பது சரி. ஆடம்பரத்துக்கு வேண்டாம்.

குறுகிய காலம் என்பது வேறு, நீண்ட காலம் என்பது வேறு. மழை பெய்யும் போது தேக்கிக்கொண்டால்தான், குழாயில் தண்ணீர் வருகிறபோது பிடித்துவைத்துக்கொண்டால்தான், பின்னால் பயன்படுத்த முடியும். எப்போது என்ன நடக்கும் என்பதைப் பற்றி கவலைப்படாமல் வாழ வழிவகுக்கும்.

வருமானம், ஆரோக்கியம் எல்லாம் இப்போதைக்கு மட்டுமானதல்ல. வாழ்க்கை முழுவதற்கும் ஆனவை. அந்த மரியாதையையும் மதிப்பையும் அவற்றுக்குக் கொடுக்க வேண்டும். முழு வாழ்க்கையும் சிறப்பாக வாழ்தல் முக்கியம்.

('வீட்டுக்கணக்கு' புத்தகத்தில் இருந்து, சோம.வள்ளியப்பன்)

பின் இணைப்பு - 4

விலைவாசி உயர்வைச் சமாளிக்க ஏழு வழிகள்

வியாபாரம் செய்கிறவர்களும் தொழில் நடத்துபவர்களும் கூட இப்படிப்பட்ட சவால்களை சந்தித்துக்கொண்டுதான் இருக்கிறார்கள். ஆனாலும் ஏதாவது செய்து லாபம் குறையாமல் பார்த்துக் கொள்கிறார்கள்.

பெரிது பெரிதாக செய்தால்தான் சேமிப்பு, சிக்கனம் என்பதில்லை. சிறிய அளவாயினும் தொடர்ந்து செய்தால் கைமேல் பலன்தான்.

● *சாமர்த்தியமாகச் செலவிடுதல்*

எல்லா காய்கறிகளிலும் சத்து இருக்கிறது. சுவையும் இருக்கிறது. ஆனால் பலரும் கேரட் உருளை, பீன்ஸ், வெண்டை போன்ற சிலவற்றைத்தான் அடிக்கடி சமைக்கிறார்கள். ஒவ்வொரு நாளும் ஏதாவது ஒன்று அல்லது இரண்டு காய்கறிகள் பழங்கள் கண்டிப்பாக விலை குறைவாக இருக்கும். கடைக்குள் நுழைகிற போதே இன்று எது விலை மலிவு என்று பார்க்கலாம். வாங்கலாம்.

விலை மலிவாக இருக்கும் பொருள், கெடாமல் இருக்க கூடிய பொருள் என்றால் (சேனை, கருணை, சேம்பு போல) கூடுதலாகவே வாங்கி வைத்துக்கொள்ளலாம்.

● *தனித்தனி பட்ஜெட்கள்*

கடைக்குள் போய், என்ன வேண்டுமோ வாங்கிக்கொண்டு பில் கவுண்டருக்கு வந்து கேட்கிற பணத்தைக் கொடுக்கிற பழக்கம் இருக்கிறது. மாதம் இதற்கு (காயகறி, பழம், மாமிசம்) இவ்வளவுதான் என்று திட்டமிட்டுக்கொள்ளலாம். உதாரணத்துக்கு மாதம் ரூ 3,000 என்றால், நாள் ஒன்றுக்கு ரூ 100. வாரத்துக்கு வாங்குபவர்கள், எல்லாம் சேர்த்து எழுநூறு வருவதுபோல அட்ஜஸ்ட் செய்து வாங்கவேண்டும். அதற்குமேல் கிடையாது என்கிற ஒழுங்கு.

- **ஒரு படி கீழே**

போக்குவரத்து செலவு கணிசமாக உயர்ந்து வருகிற நிலையைச் சமாளிக்க, காரில் போகிற இடங்களுக்கு ஸ்கூட்டரில் அல்லது ஸ்கூட்டியில். ஸ்கூட்டியில் போகிற இடங்களுக்கு இயன்றால் சைக்கிளில்.

வெயில் வருவதற்கு முன் மற்றும் பொழுது சாய்ந்தபின் வெளியே போகிற வேலைகளுக்கு எல்லாம் நடை. கால் டேக்ஸி இடத்தில் ஆட்டோ. ஆட்டோ இடத்தில் ஷேர் ஆட்டோ. ஆமாம், ஷேர் ஆட்டோ இடத்தில் பேருந்துதான்.

- **தேவைக்கேற்ற செலவு**

ஸ்கீம் இருக்கிறது, டிஸ்கவுண்ட் இருக்கிறது என்று எதையும் பெரிய அளவுகளில் (இரண்டு கிலோ பேக், 5 கிலோ பேக் போல) வாங்க வேண்டாம். அது கிலோவுக்கு 10ரூ குறைவாக இருக்கலாம். ஆனால் இருக்கிறதே என்று அந்தப் பொருளை அளவின்றி, வீணானாலும் பரவாயில்லை என்று பயன்படுத்து வோம். எது இப்போது கிடைக்கவில்லை? எல்லாம் கிடைக்கிறது. சின்ன சின்ன பேக்குகளே சிக்கனம்.

- **வீணாக்காதீர்கள்**

மளிகை சாமான்கள், காய்கறிகள் என்று எல்லாவற்றிலும் பயன்படுத்திய பிறகு கொஞ்சம் மீதம் இருக்கும். தனியாகச் செய்வதானால் ஒரு வேளைக்கு போதாது. குடும்பத்தில் இருக்கிற அனைவருக்குமாக செய்யவேண்டும் என்றால் பத்தாது. அதனால் அதை அப்படியே விட்டு விடும் பழக்கம் சிலரிடம் இருக்கிறது.

இட்லி என்றால் அதேதானா? ஒரே நேரம் இதில் கொஞ்சம் அதில் கொஞ்சம் என்று (மினி டிபன் போல) செய்துகொடுக்கலாம். இருக்கிற விலைவாசியில் என்ன குறைவாக இருந்தாலும் வீணாக்க முடியுமா?

- **நமக்கு நாமே**

எது ரிப்பேர் என்றாலும் உடனடியாக, 'ஏம்.எம்.சியைக் கூப்பிடு'. அல்லது 'கடைக்குத் தூக்கிக்கொண்டு போ' தானா! சின்ன சின்ன ரிபேர் வேலைகளை செய்யக் கற்றுக்கொள்ளலாம். எல்லாம் நம் வீடுகளில் முன்பு நடந்துகொண்டிருந்தவைதான். இடையில் விட்டு விட்டோம்.

- **உண்மையிலே இது தேவையா?**

'இத மாத்தணும் அம்மா'; 'அது போச்சு' என்றுதான் அவர்கள் சொல்லுவார்கள். மிக்ஸி இல்லாவிட்டால் வாஷிங் மிஷின் ஓடாவிட்டால் காலை நேரம் பதற்றமாக இருக்குமே என்று, தலைவிதியை நொந்தபடி சம்மதிப்பதை நிறுத்த வேண்டும். ஏன்? எதனால், வேறு வழி இல்லையா? என்று கேட்கலாம். சரி அவரிடம் கேட்டுச் சொல்லுகிறேன் என்று (அவருக்கு ஒன்றும் தெரியாவிட்டாலும்) சொல்லலாம். அக்கம் பக்கம், 'இப்படி ஆகிறதே இதற்கு நீ என்ன செய்தாய்? அல்லது என்ன செய்யலாம்?' என்று கேட்கலாம். சாதகமான பதில்கள் கிடைக்கலாம்.

('தேவதை' இதழில் வெளிவந்த கட்டுரை, சோம.வள்ளியப்பன்)

பின் இணைப்பு - 5

கடனாளி தேசங்கள்

இந்தியா பற்றி உங்கள் நினைப்பு என்ன என்று கேட்டால் நிச்சயம் பெருமையாகச் சொல்வீர்கள். அடுத்து இந்தியா எப்படி நிர்வகிக்கப் படுகிறது என்று கேட்டால் அதற்கு என்ன பதில் சொல்வீர்கள்?

உங்கள் பதிலை விடுங்கள். பெரும்பாலானவர்கள் என்ன சொல்வார்கள். சரியில்லை என்று தானே.

நிச்சயமாக. மக்கள் மனதில் அப்படி ஒரு எண்ணம் இழையோட பல காரணங்கள் இருக்கிறது. அதில் ஒன்றுதான் இந்திய அரசின் கடன் தொகையான 89 லட்சம் கோடி ரூபாய்கள்.

இவ்வளவு கடனா வாங்குவது என்றும், இதற்கு வட்டி கட்டியே அரசின் வருமானத்தில் கணிசமான பகுதி கரைகிறதே என்றும் வருத்தப்படாமல் இருக்க முடியுமா? முடியாது.

அதேநேரம் நம் மனதில் இன்னொரு கேள்வியும் பின்னாலேயே வரும். வரவேண்டும்.

அந்தக் கேள்வி, பிறநாடுகளின் நிலைமை என்ன? அதிலும் முன்னேறிய நாடுகள் என்றும் உலகின் பெரும் பொருளாதாரங்கள் என்றும் சொல்லப்படும் அமெரிக்க மற்றும் ஜப்பான் போன்ற நாட்டு அரசுகளின் வரவு செலவு எப்படி?

இந்தக் கேள்விகளுக்கான பதில்கள் உங்களை வியப்பில் ஆழ்த்தலாம்.

உலக நாடுகளின், அரசாங்களின் மொத்த கடன்தொகை 63 லட்சம் கோடி டாலர்கள். 63 லட்சம் கோடியை 75 ரூபாயால் பெருக்கிக் கொண்டால் கடன் அளவு ரூபாயில் எவ்வளவு என்று தெரியும்.

ரூபாய் மதிப்பில் மொத்தம் 4,725 லட்சம் கோடி. இதில் கிட்டத்தட்ட மூன்றில் ஒருபகுதி யாருடைய கடன் தெரியுமா?

இந்தியா வாங்கியிருக்கும் கடனெல்லாம் ஒன்றுமேயில்லை என்கிற அளவில் வாங்கியிருப்பது வேறு யாருமல்ல. உலகத்து போலீஸ்காரனாக நடந்துகொள்ளும் அமெரிக்காதான்.

ஆம், ஒலிம்பிக்ஸ் போட்டிகளில் மெடல்கள் பட்டியலில் மட்டுமல்ல. அரசு வாங்கும் கடன் அளவிலும் அமெரிக்காதான் முதலிடம். இரண்டாவது இடத்தில் ஜப்பான். மூன்றாவது இடம், சீனாவுக்கு, அடுத்து இத்தாலி. பிறகு ஃபிரான்ஸ்.

இதில் இன்னொரு விஷயமும் இருக்கிறது. கடன் வாங்குவது எல்லோருக்குக்கும் ஒரே போல இருக்காது அல்லவா? அவரவர் சம்பாத்தியம் மற்றும் சொத்து மதிப்புக்கு ஏற்ப கடன் வாங்கலாம்.

சொத்து மதிப்பைக் காட்டிலும் வருமானத்தை வைத்து கடனை மதிப்பிடுவதை வழக்கமாக வைத்திருக்கிறார்கள். நாட்டின் உள்நாட்டு உற்பத்தி எனப்படும் ஜி.டி.பி எவ்வளவு என்று பார்த்து, அதில் அந்த நாட்டின் மொத்தக் கடன் எந்த அளவு என்று கணக்கிட்டு, இது சரி, இது பரவாயில்லை, அய்ய்ய்யோ இது மோசம் என்கிறார்கள்.

அந்த விதத்தில் பார்த்தால் முதல் ஐந்து மோசமான இடத்தில் அமெரிக்கா இல்லை. நம் தேசமும் அந்த இடங்களில் இல்லை.

முதல் இடம் ஜப்பானுக்கு. இரண்டாம் இடம் கிரீஸுக்கு.

ஜப்பானிய அரசின் மொத்த கடன் தொகை அளவு என்பது அந்த நாட்டின் ஜி.டி.பி அளவைப் போல 2.4 மடங்கு இருக்கிறது! சதவிகிதத்தில் 239.6%.

இந்தியாவின் மொத்த கடன் அளவு, கிட்டத்தட்ட 70 சதவிகிதமாக இருக்கிறது. 2008ம் ஆண்டு அமெரிக்க ‘சப் பிரைம்’ பிரச்னை வந்து பல நாடுகளும் பொருளாதரச் சுணக்கத்தில் மாட்டிய போது இந்தியா அதில் இருந்து தப்பிக்க ‘ஸ்டிமுலஸ் பேக்கேஜ்’ என்று வரி விலக்குகள் கொடுத்து, அதனால் அரசின் வருமானம் குறைந்து போய், கடன் அளவு சற்று அதிகரித்து கடனுக்கும் உள்நாட்டு உற்பத்திக்குமான டெப்ட்-டு- ஜி.டி.பி ரேஷியோ, 74.5% ஆக இருந்தது.

அரசின் வருமானம் குறைந்தால் கடன் அளவு அதிகரிக்கும். அது இந்த அளவீட்டில் உயரும். அதனால் என்னவாம் என்று கேட்கலாம்.

கடனை ஒழுங்காகத் திருப்பிக் கட்டக்கூடியவர்களுக்குக் குறைந்த வட்டியில் கடன் கிடைக்கும். அப்படிக் கட்டாதவர்களின் சிபில் (CBIL Rating)குறைந்து போய் அவர்கள் வாங்கும் கடனுக்குக் கூடுதல் வட்டிகொடுத்தால்தான் கடன் கிடைக்கும்.

அதே நிலைதான் நாடுகளுக்கும். இங்கே 'சிபில் ரேட்டிங்' போல சில ரேட்டிங் நிறுவனங்கள் தேசங்களின் கடன் திருப்பித் தரும் சக்தியை மதிப்பிட்டு வெளியிடுவார்கள்.

அப்படிப்பட்ட சில ஏஜென்சிகள்தான் 'பிட்ச்' மற்றும் 'மூடீஸ்'. அவர்கள் இந்தியாவின் ரேடிங்க்கை குறைத்தால் இந்தியா வாங்கும் கடன்களுக்குக் கூடுதல் வட்டிகொடுக்கவேண்டி வரும்.

கூடுதல் வட்டி என்றால் என்ன ஆகும் என்று சொல்லவும் வேண்டுமா? வாலைக் கவ்வும் தலை போன்ற விபரீத வளையம் இது.

வரியைக் கூட்டாமல் அரசின் வருமானத்தை அதிகரிப்பது எப்படி?

அந்தக் கேள்விக்கு பதிலைப் பார்க்கும் முன்பாக இன்னொரு கேள்வியும் கேட்கலாம். அது: 'எல்லா நாடுகளுமா பற்றாக்குறை பட்ஜெட்டுகள் போடுகின்றன? செலவை விட அதிகம் வருமானம் பார்க்கும் தேசங்கள் இல்லையா?' என்று.

ஏன் இல்லாமல், சிறிய நகரம் அளவே இருக்கும் சிங்கப்பூர் இருக்கிறதே.

சிங்கப்பூர் அரசு 2018ம் ஆண்டுக்கான பட்ஜெட்டைத் தயாரித்த போது, முந்தைய ஆண்டான 2017ல் அது திட்டமிட்டு கொண்டிருந்த்தைக் காட்டிலும் கூடுதல் வரி வசூல் ஆனதால், உபரித் தொகையாக 10 பில்லியன் சிங்கப்பூர் டாலர் –சுமார் 50 ஆயிரம் கோடி ரூபாய்-கிடைக்கப் பெற்றது. அந்நாட்டின் நிதியமைச்சர், வருமான வரி கட்டுபவர்களுக்கு ஹாங்போ (hongbao) அறிவித்தார். ஹாங்போ என்றால் சீனாவின் மாண்ட்ரின் மொழியில், 'விஷேச கால ரொக்கப் பரிசு' என்று பொருள்.

அந்த அறிவிப்பின்படி, நாட்டில் 21 வயது நிறைந்த குடிமக்கள் அனைவருக்கும் சிங்கப்பூர் டாலர் 100 முதல் 300 வரை அவரவர் வருமானத்துக்கு ஏற்றவாறு போனஸ் அறிவித்தது. 100 சிங்கப்பூர் டாலர் 100 என்றால் ரூ 5000. 200 டாலர் என்பது ரூபாய் மதிப்பில் 10,000. 300 என்பது 15000.

இப்படியாக மொத்தம் 27 லட்சம் மக்களுக்கு வழங்கபட்டது. இதனால் அரசுக்கு மொத்தம் 700 மில்லியன் சிங்கப்பூர் டாலர் செலவு.

ஆண்டுக்கு லட்சம் டாலர்களுக்கு மேல் வருமானம் இருப்பவர்களுக்கு 100 டாலர்கள். 28,001 முதல் லட்சம் டாலர் வரை வருமானம் பெறுபவர்களுக்கு 200 டாலர்கள், 28000 டாலர்களுக்கும் குறைவான வருமானம் பெறுபவர்களுக்கு 300 டாலர். அதாவது குறைந்த வருமானம் இருப்பவர்களுக்கு அதிகமான 300 டாலர்.

மேலும் பட்ஜெட் உபரியில் இருந்து ரயில்வே கட்டுமானம் மற்றும் எல்டர் ஷீல்டு என்ற உடல் ஊனமுற்ற மூத்த குடிமக்கள் காப்பீடு திட்டத்துக்கும் வழங்கினார்.

('புதியதலைமுறை' இதழில் 'பணம்: சில ரகசியங்கள்' தொடரில் வெளிவந்த கட்டுரை, சோம.வள்ளியப்பன்)

பின் இணைப்பு - 6

நெல்லிக்காய் அளவில் ஆப்பிளா? ஆப்பிள் அளவில் நெல்லிக்காயா?

ஜெராக்ஸ் கடையோ, எஸ்.டி.டி பூத்தோ மெட்ரிகுலேஷன் பள்ளிகளோ அல்லது பொறியியல் கல்லூரிகளோ, வெற்றி தருவது எதுவாக இருந்தாலும் அது தமிழ்நாட்டில் வேகமாகப் பரவும். அப்படிச் சில ஆண்டுகளுக்கு முன் தொடங்கி, மிக மிக அதிகமாக பரவியிருப்பது பொறியியல் படிப்பு. தமிழ்நாட்டில் மட்டும் மொத்தம் 550க்கும் அதிகமான பொறியியல் கல்லூரிகள் இருக்கின்றன. ஒவ்வொரு ஆண்டும் இரண்டேகால் லட்சம் மாணவர்கள் பொறியியல் பட்டப்படிப்பில் சேருவதற்கான இடங்கள் உருவாக்கப்பட்டிருக்கின்றன. சுமார் நூறு கல்லூரிகளில் படிப்பவர்களின் தேர்ச்சி 30 சதவிகிதத்துக்கும் குறைவு.

பொறியியல் பட்டப்படிப்பு குறித்து என்னுடைய மூன்று அனுபவங்களை உங்களுடன் பகிர்ந்துகொள்ளுகிறேன். முதலாவது திருச்சி பெல் நிறுவனத்தில் பணியாற்றிய ஒருவருடைய மகன் பற்றியது. அநேகமாக இது நிகழ்ந்தது 2002 அல்லது 2003ம் ஆண்டாக இருக்கலாம்.

அவர் பெல் நிறுவனத்தில் அட்டெண்டர் வேலை செய்துவந்தார். மகனை ஒரு தனியார் பொறியியல் கல்லூரியில் சேர்த்து படிக்கவைத்துவிட்டார். அவன் தட்டுத்தடுமாறி அரியர்ஸ் வைத்து இறுதியாக பி.இ படிப்பை முடித்தான். அவனுக்கு அவர் என்னை வேலை வாங்கித் தரச்சொன்னார். இப்போது என்ன செய்து கொண்டிருக்கிறான் என்று கேட்டேன். துவாக்குடியில் ஒரு சிறிய தனியார் நிறுவனத்தில் வேலை பார்கிறான் என்று சொன்னார். சம்பளம் என்ன என்று கேட்டேன். மூவாயிரம் என்றார்.

அதிர்ச்சி அடைந்தேன். இன்றைக்கு பத்து பன்னிரெண்டு ஆண்டுகளுக்கு முன்பே பி. இ படித்தவர்களுக்கு மூவாயிரம்

என்பது படு சுமாரான சம்பளம்தான். குறைந்தது ஏழாயிரம் எட்டாயிரமாவது அவன் வாங்கிக்கொண்டிருக்கவேண்டும்.

கண்டிப்பாக முயற்சி செய்கிறேன் என்றும் நான் அப்போது வேலை செய்துகொண்டிருந்த பாண்டிச்சேரியில் ஏதாவது ஒரு நிறுவனத்தில் முயற்சி செய்கிறேன் என்றும் சொன்னேன். அவர் அங்கெல்லாம் வேண்டாம் என்றார். பையனைத் தனியாக அவ்வளவுதூரம் அனுப்ப முடியாது என்றார். திருச்சியைக் காட்டிலும் அவர் குடியிருந்த பெல் ஊரகத்துக்கு துவாக்குடி பக்கம் என்பதனால்தான் அங்கே அனுப்புகிறாராம்.

அடுத்த அனுபவம் விஜய் தொலைக் காட்சியில் 'என் தேசம் என் மக்கள்' நிகழ்ச்சியில் கலந்துகொண்டபோது கிடைத்தது. இப்போதும் அதை யு-டியூபில் (இணையத்தில்) பார்க்கலாம். https://www.youtube.com/watch?v=FW2SgGfF&Wg

நிகழ்ச்சிக்கு பொறியியல் படித்துவிட்டு சரியான வேலை கிடைக்காதவர்கள் அதிகம் பேர் அழைக்கப்பட்டிருந்தார்கள். அதில் ஒரு குடும்பம் வீட்டில் இருந்த நகைகள் போன்றவை தவிர இருந்த ஒரே இடத்தையும் விற்றுவிட்டு மகனைப் படிக்க வைத்தவர்கள். அவர்கள் பகிர்ந்துகொண்ட அனுபவங்களைப் கேட்டது மிகவும் வேதனையாக இருந்தது.

மூன்றாவது அனுபவம் ஒரு வங்கிக்கிளையில் கிடைத்து. அங்கு பணியாற்றும் ஒரு கடைநிலை ஊழியர் அவரது மகனை ஒரு தனியார் பொறியியல் கல்லூரியில் சேர்த்திருக்கிறார். அங்கு மாணவர்களுக்குக் கெடுபிடிகள் அதிகம். சவரம் செய்து கொண்டுவரவில்லை என்று ஒருநாள் வகுப்பறையில் இருக்கையில் அவனை அழைத்து, வெளியில் போய் சவரம் செய்துகொண்டுவா என்று அனுப்பிவிட்டார்கள். கடைக்குப் போகாமல் அவன் வீட்டுக்குப் போய்விட்டான். மறுநாள் போனவனை உள்ளே அனுமதிக்கவில்லை. 'பெற்றோருடன் வா' என்று சொல்லி அழைத்து, பலர் முன்பாக கண்டித்திருக்கிறார்கள். அவமானத்தில் குறுகிப் போய் இனி அந்தக் கல்லூரிக்கே போகமாட்டேன் என்கிறான் மகன். படிப்பது மூன்றாம் ஆண்டு. பெற்றொருக்கு என்ன செய்வது என்று புரியவில்லை. வங்கியில் கடன் வாங்கிப் படிக்கவைத்துக் கொண்டிருந்தார்.

இந்த அனுபவங்களின் அடிப்படையில் என் மனதுக்குப் பட்டவை:

- பெரும்பாலானவர்கள் செய்கிறார்கள் என்பதால் ஒரு குறிபிட்ட படிப்பில் சேர்க்க வேண்டாம். அந்தப் படிப்பில் சேர்வதாலேயே எல்லாம் கிடைத்துவிடாது. எடுப்பதைச் சரியாக முடித்தால்தான் சரியான வேலை கிடைக்கும்.

- குறிப்பிட்ட படிப்பில் சேர்த்துவிட்டுவிட்டதாலேயே எல்லாம் முடிந்துவிடாது. சேர்கிற கல்லூரியில் அந்தப் படிப்பைச் சரியாகச் சொல்லித்தரும் வாய்ப்பும் வசதியும் இருக்க வேண்டும்.

- எந்தப் படிப்பில் சேர்கிறோமோ அந்தப் படிப்பில் சேர்க்கப்படுகிற பிள்ளைக்கு ஆர்வம் இருக்க வேண்டும். அதன் விவரம் தெரிந்திருத்தல் நல்லது. அவன்/ அவள் ஒப்புதல் இன்றி கட்டாயப்படுத்திச் சேர்க்க வேண்டாம்

- கையில் இருக்கும் நகை சொத்துக்களை விற்று அல்லது அடமானம் வைத்து அல்லது கடன் வாங்கிப் படிக்க வைப்பது தவறல்ல. ஆனால், என்ன படிக்க வைக்கிறோம், எங்கே படிக்க வைக்கிறோம், பிள்ளைக்கு அதில் ஆர்வம் உண்டா? அங்கே அவன்/ அவள் அந்தப் படிப்பை சரியாக முடிப்பார்களா? படித்து முடித்தால் கணிசமாக சம்பாரிக்கும் வாய்புள்ள வேலை கிடைக்குமா என்று விவரம் தெரிந்தவர்களுடன் ஆலோசித்த பிறகே சக்திக்கு மீறி செலவு செய்யவேண்டும்.

- ஐ.டி.ஐ படிப்போ, டிப்ளமாவோ, பொறியியல் அல்லாத வேறு படிப்புகளோ கூட படிப்புதான். அவற்றுக்கும் நல்ல வேலை கிடைக்கும். நாலு பேர் என்ன சொல்வார்களோ என்றோ அல்லது சொல்லிக்கொள்ள நன்றாக இராது என்றோ குறிப்பிட்ட படிப்புகளைத் தவிர்க்க வேண்டாம்.

- 'பெரிய' படிப்பைப் படித்துவிட்டு சிறிய வேலைக்குப் போவதை விட, சரியான படிப்பைப் படித்துவிட்டு, சரியான வேலைக்குப் போவதே மேல்.

- ஐ.ஏ.எஸ், ஐ.பி.எஸ் மற்றும் பெரும்பாலான அரசு வேலைகளுக்கும் வங்கி மற்றும் பள்ளி கல்லூரி ஆசிரியர் வேலைகளுக்கும் B.A, B.Sc; B. Com போன்ற படிப்புகள் போதும். நல்ல கல்லூரிகளில் மிகச் சிறப்பாகப் படித்து நல்ல மதிப்பெண்கள் வாங்குபவர்கள் ஜெயிக்கிறார்கள்.

- தவிர, வேலைக்காக படிக்க வேண்டும் என்று பலரும் நினைப்பது இயல்புதான். பணம் இன்றி எதுவும் செய்ய

முடியாது. ஆனால் செல்ஃப் எம்பிளாய்ட் ஆக இருந்தும் நன்றாக சம்பாரிக்கலாம். மேலும் சீட்டு வாங்கக் கொடுக்கும் காசில் பல்வேறு தொழில் வியாபாரங்களும் செய்யலாம்.

நெல்லிகாய் அளவில் ஆப்பிள் இருந்தால் அது சிறப்பல்ல. ஆப்பிள் அளவில் நெல்லிகாய் இருந்தால் அது சிறப்பு. எந்தப் படிப்பைத் தேர்ந்தெடுத்தாலும் அதில் மிகப் பிரமாதமாக செய்தால் நாம் வெற்றியாளர். நாள் ஒன்றுக்கு ஆயிரம் ரூபாய் ‘கூலி’ பெறும் பெயிண்டர்களும் தச்சர்களும் சென்னை போன்ற நகரங்களில் இருக்கிறார்கள். அதே நகரங்களில் மாதம் வெறும் 5,000 பெறும் பொறியாளர்கள் ஏராளம். பல பொறியியல் படிப்பு ‘முடித்தவர்கள்’ கால் சென்டர்களிலும், ஏனைய இடங்களிலும் படிப்புக்குத் தொடர்பில்லாத வேலைகள் செய்துகொண்டிருக் கிறார்கள். போலீஸ் கான்ஸ்டபிள் வேலைக்கு கூட விண்ணப்பிகிறார்கள்.

எவராலும் தனக்கு ஆர்வம் இருப்பதில் நன்றாக வருவதில் சிறப்பாக செய்யமுடியும். அதில் நிச்சயம் வெற்றி கிடைக்கும். அப்படி செய்வது, நெல்லிக்காயை ஆப்பிள் அளவுக்கு பெரிதாகச் செய்வது.

மாறாக பெரும்பாலானவர்கள் செய்கிறார்கள் என்பதற்காக தனக்கு வராததை, ஆர்வம் இல்லாததை நானும் செய்கிறேன் என்று ஒருவழியாக செய்து முடிக்கலாம். மேலே பார்த்த திருச்சி பெல் ஊழியரின் மகனைப் போல. அது, நெல்லிக்காய் அளவில் சிலர் செய்யும் ஆப்பிள்கள்.

சந்தையில் எதற்கு மதிப்பு இருக்கும் என்று சொல்லத் தேவையில்லை.

(‘அமுதசுரபி’ திங்களிதழில் வெளிவந்த கட்டுரை, சோம.வள்ளியப்பன்)

•

ஆசிரியரின் நூல்கள்

சுயமுன்னேற்றம்

1. இட்லியாக இருங்கள் - எமோஷனல் இன்டெலிஜென்ஸ்
2. எமோஷனல் இண்டெலிஜென்ஸ் 2.0
3. ரசவாதம்: ஏதிலும் பெரும் வெற்றி (NLP பற்றி)
4. தடையேதுமில்லை (சுயமுன்னேற்றக் கட்டுரைகள்)
5. உஷார் உள்ளே பார் (மனமும் சக்தியும்)
6. ஆல் தி பெஸ்ட்! (நீங்கள் விரும்பும் வேலையை வென்றெடுப்பது எப்படி?)
7. தள்ளு (மோட்டிவேஷன்)
8. சின்னத் தூண்டில் பெரிய மீன்
9. சிறு துளி பெரும் பணம்
10. டீன் தரிகிட (பதின் பருவம்)
11. சொல்லாததையும் செய்!
12. மனதோடு ஒரு சிட்டிங்
13. இவ்வளவுதானா நீ?
14. முன்னேற்றம் இந்தப் பக்கம்
15. எல்லோரும் வல்லவரே
16. காதலில் இருந்து திருமணம் வரை
17. சிக்கனம் சேமிப்பு முதலீடு
18. நல்லதாக நாலு வார்த்தை
19. திட்டமிடுவோம் வெற்றிபெறுவோம்
20. அதிகாரம் அல்ல, அன்பு
21. உடல் மனம் புத்தி
22. யார் நீ?
23. உயர... உயர...
23. You vs You: *Everything you need to know about Emotional Intelligence*

பங்குச்சந்தை

1. அள்ள அள்ளப் பணம் 1 - பங்குச்சந்தை: அடிப்படைகள்
2. அள்ள அள்ளப் பணம் 2 - பங்குச்சந்தை: அனாலிசிஸ்
3. அள்ள அள்ளப் பணம் 3 - பங்குச்சந்தை: ஃபியூச்சர்ஸ் அண்ட் ஆப்ஷன்ஸ்
4. அள்ள அள்ளப் பணம் 4 - பங்குச்சந்தை: போர்ட்ஃபோலியோ முதலீடுகள்
5. அள்ள அள்ளப் பணம் 5 - பங்குச்சந்தை: டிரேடிங்
6. அள்ள அள்ளப் பணம் 6 - மியூச்சுவல் ஃபண்ட்
6. அள்ள அள்ளப் பணம் 7 - தங்கம்
7. அள்ள அள்ளப் பணம் 8 - இன்சூரன்ஸ்
8. அள்ள அள்ளப் பணம் 9 - கடன்
9. ஷேர் மார்க்கெட் சீக்ரெட்ஸ்
10. பங்கு சந்தை என்றால் என்ன
11. Bulls and Bears - *All about Shares*
12. ஷேர் பசார் சீக்ரெட்ஸ் (ஹிந்தி)

வியாபாரம்

1. நம்பர் 1 சேல்ஸ்மேன் (சிறந்த விற்பனையாளர் ஆவது எப்படி?)
2. பணமே ஓடி வா
3. தொட்டதெல்லாம் பொன்னாகும்
4. பணம், சில ரகசியங்கள்
5. பணம் சந்தேகங்கள் விளக்கங்கள்
6. நேர்மையாக சம்பாதிக்க இவ்வளவு வழிகளா!
7. எந்தத் தொழிலிலும் ஜெயிக்கலாம்

நிர்வாகம்

1. ஆளப்பிறந்தவர் நீங்கள் (தலைமைப் பண்புகள்)
2. காலம் உங்கள் காலடியில் (நேர நிர்வாகம்)
4. உலகம் உன் வசம் (கம்யூனிகேஷன்)
5. உறுதி மட்டுமே வேண்டும் (கமிட்மெண்ட்)
6. உறவுகள் மேம்பட (Managing People)
7. சிறந்த நிர்வாகி ஆவது எப்படி?
8. மேனேஜ்மென்ட் குரு கம்பன்
9. வீட்டுக் கணக்கு
10. நேரத்தை உரமாக்கு (காலம் உங்கள் காலடியில் - 2)
11. சிக்ஸர்: நிர்வாக உத்திகள்

பொருளாதாரம்

1. நாட்டுக் கணக்கு
2. நாட்டுக்கணக்கு - 2
3. அதிர்ந்த இந்தியா
4. அவசரம் - உடனடியாக செய்யவேண்டிய சமூக பொருளாதார மாற்றங்கள்

மாணவர்களுக்கு

1. மன அழுத்தம் விரட்டலாமா
2. இந்தமுறை நீதான்
3. நீங்கள் அசாதாரணமானவர்
4. You are Extraordinary
5. திட்டமிடுவோம் வெற்றிபெறுவோம்

மற்றவை

1. எங்குமிருப்பவர் (சாய் சரிதம்)
2. கே பாலசந்தர் - வேலை டிராமா சினிமா
3. நல்ல மனம் வாழ்க
4. மகிழ்ச்சியாக வாழுங்கள்
5. அப்பா, மகன் - நெருக்கமும் நெருடல்களும்

புதினம்

1. நெஞ்சமெல்லாம் நீ
2. பட்டாம்பூச்சிகளின் கண்ணாமூச்சி காலம்
3. ஜெமினி சர்க்கிள்

நீங்கள் விரும்பும் புத்தகம் உங்கள்
வீடு தேடி வர அழையுங்கள்

Dial for Books

94459 01234

9445 97 97 97

WhatsApp No

95000 45609

www.dialforbooks.in

www.amazon.in

www.flipkart.com